Ta rảo quanh làng hóng chuyện phiếm
Đời người cũng chuyện phiếm mà thôi
(Tô Thùy Yên)

Phiếm 34

song thao

NHÂN ẢNH
2026

Phiếm 34

Song Thao
NHÂN ẢNH xuất bản
Tranh bìa: Đỗ Trung Quân
Trình bày bìa: Uyên Nguyên Trần Triết
Kỹ thuật: Tạ Quốc Quang
www.songthao.com

ISBN: 979-8-2956-0966-4

MỤC LỤC

PHIẾM

NGOẠI TẬP

PHIẾM

ÁO DÀI LEMUR

Áo dài là y phục cổ truyền của người Việt Nam, đàn ông cũng như đàn bà. Bài này cho các ông ra rìa, chỉ nói tới áo dài của các bà. Kể ra các ông cũng chẳng ghen tỵ chi được vì nói tới áo dài là người ta thường nghĩ tới sự mượt mà, uyển chuyển dịu dàng của phụ nữ. Các ông cũng chẳng mặn mòi chi với áo dài vì khi nước ta trở thành thuộc địa của Pháp, đa số các ông sống ở thành thị đã phụ áo dài để mặc đồ tây.

Trước thập niên 1930, y phục của phụ nữ Việt Nam có màu u tối, nâu hay đen. Áo lùng thùng ba bốn tà, quần thì rộng, phần lớn chân đi đất, chỉ có số ít đi hài mũi vểnh lên cong tít. Đầu thập niên 1930 chiếc áo dài thuần túy bắt đầu thay đổi, giới phụ nữ dùng vải nhiều màu sắc hơn. Tới năm 1934, họa sĩ Nguyễn Cát Tường mới tung ra một loạt các mẫu áo dài tân thời dưới cái tên Lemur, cái tên được Pháp hóa từ tên Cát Tường. Áo dài Lemur là sản phẩm của họa sĩ Cát Tường, đúng phóc. Nhưng có một bàn tay phụ nữ góp phần không nhỏ vào việc canh tân áo dài này. Đó là bà Nguyễn Thị Nội, phu nhân của ông. Cuộc tình của hai ông bà cũng là một biến cố lạ lùng trong thời đại của họ.

Trong một lần ra ga Hàng Cỏ đón ông chủ xưởng dệt ren ở Bắc Ninh lên, ông họa sĩ Cát Tường ngó ngang ngó dọc tìm ông khách nhưng mắt ông lại chôn chặt vào bóng một cô gái đi ngang. Cô gái không trang điểm, đầu chít khăn xô đại tang nhưng vẫn toát ra một vẻ đẹp hiếm có khiến anh họa sĩ trẻ ngẩn ngơ. Xã hội thời đó còn quan niệm nam nữ thụ thụ bất thân nên anh chàng chịu chết, không dám tỏ lời ong bướm. Anh ranh mãnh đi lối tắt: viết vài chữ nhờ ông phu xe trao cho cô gái. Thư đi tin lại vài lần, tốn ít tiền bạc hối lộ cho ông phu xe, anh được ông cho biết nàng hẹn gặp anh tại ga Hàng Cỏ vào cuối tuần. Chuyến tàu Bắc Ninh - Hà Nội cuối tuần đó có một chàng trai ăn mặc bảnh chọe đứng đón. Cô gái xuống tàu với hai va ly to đùng. Anh nhào tới, cúi chào điệu nghệ kiểu một công tử Hà thành chính hiệu. Cô gái ngơ ngác không nói chi. Dù sức của chàng họa sĩ chẳng bao lăm, chàng cũng trân mình xách hai chiếc va ly đi theo cô gái. Cô gái đi trước, chàng hai tay nhấc va ly theo sau. Ra khỏi cửa ga, nàng đi thẳng vào đồn cảnh sát. Chàng ngỡ ngàng nhưng cũng theo vào. Cô gái tới gặp một ông cảnh sát và trình: "Ông này lấy cắp hai cái va ly của tôi!". Chàng họa sĩ ngã ngửa người không biết nói sao. Cuối cùng chàng móc túi đưa mấy lá thư của ông phu xe trao cho trước đây ra để xác định hai người có biết nhau. Cô gái nhìn mấy lá thư cãi lại: "Không phải chữ của tôi!". Cô mượn giấy bút của cảnh sát để viết ít chữ so sánh. Chữ của cô hoa mỹ gấp trăm lần chữ trong mấy bức thư. Cảnh sát cho cô nhận hai cái va ly và ra về. Chàng trai Cát Tường bị giữ lại để tường trình sự việc. Cuối cùng anh phải nhờ nhà văn Nhất Linh, thời đó rất nổi tiếng, đến bảo lãnh về. Chàng mới vỡ lẽ là đã bị ông phu xe lừa, tự viết giả thư của người đẹp để kiếm chút tiền thưởng.

Cô gái tên Nội về lại Bắc Ninh kể sự việc cho mẹ nghe. Bà chủ tiệm ren tức giận kẻ đã bôi nhọ thanh danh con gái rượu của bà vì "viết thư cho trai" nên đâm đơn kiện. Mặc dù bị ông phu xe lừa nhưng trước tòa, họa sĩ Cát Tường vẫn bị phần lỗi. Tòa xử anh phải bồi thường một đồng danh dự cho cô Nội.

Dám cưới Nguyễn Cát Tường, Bắc Ninh 1936. Chú rể đứng phía trái,dang dang hai tay. Cô dâu Nguyễn Thị Nội mặc áo trắng đi cạnh cô phù dâu. Tất cả dâu và phù dâu đều mặc áo kiểu Lemur

Chuyện tưởng đã kết thúc nhưng chưa. Ngẫm ra câu "hữu duyên thiên lý năng tương ngộ" đúng ra phết. Ít lâu sau, chàng họa sĩ được mời xuống Bắc Ninh trong một thương vụ quan trọng. Chàng tới gặp đối tác. Bất ngờ người ra rót nước mời khách lại là cô Nội. Họ nhận ra nhau nhưng làm lơ. Bà mẹ chính là đối tác với họa sĩ Cát Tường trong thương vụ này. Bà rất mến trọng tài năng của chàng trai trẻ và vừa lòng với cách ăn nói lễ độ và khiêm nhường của chàng. Cảm tình khiến bà muốn kén chàng làm rể. Cuối năm 1936, sau khi mãn tang chồng, bà tổ chức đám cưới hết sức đình đám tại Bắc Ninh cho con gái. Trong ngày vu quy, cô dâu mặc chiếc áo dài do chú rể sáng tạo riêng cho nàng. Vốn con nhà buôn bán, cô Nguyễn Thị Nội đã là một cánh tay đắc lực giúp chồng phát triển áo dài Lemur tại Hà Nội. Tiệm may Lemur ở số 16 phố Lê Lợi tấp nập khách hàng tới may áo dài Lemur.

Người phụ nữ thứ hai góp công phổ biến áo dài Lemur là cô Nguyễn Thị Hậu, sanh năm 1919, khi đó mới 16 tuổi. Thoạt đầu phụ nữ ngại mặc áo Lemur vì mới quá và hơi hở hang với tính e dè của phụ nữ. Thêm vào là dư luận công chúng không có thiện cảm với chiếc áo dài mới này. Ngay nhà văn Vũ Trọng Phụng cũng đưa ra ý kiến đây là thói học đòi lệch lạc với thuần phong mỹ tục, không thể hiện được "tính cách Việt Nam". Cô Hậu là một người mẫu chuyên chụp hình đăng báo đã bất chấp dư luận, mặc quảng bá chiếc áo dài Lemur. Cô gái với tuổi trăng tròn lẻ này khi đó đang theo học ngành luật, tốt nghiệp và trở thành luật sư. Năm 1966, bà luật sư 47 tuổi được bổ nhiệm làm Thị Trưởng thành phố Đà Lạt. Người tiền nhiệm của bà là Đại Tá Trần văn Phấn, Tỉnh Trưởng tỉnh Tuyên Đức kiêm Thị Trưởng Đà Lạt. Bà là nữ thị trưởng duy nhất của Việt Nam và đã biến đổi bộ mặt của thành phố Đà Lạt thành một thành phố hoa diễm lệ. Bà cho mua hạt giống các loại hoa về trồng rải rác khắp hai bên đồi thông của dinh tỉnh trưởng và tại các thắng cảnh của thành phố. Trong suốt cuộc đời từ khi làm người mẫu tới lúc làm Thị Trưởng Đà Lạt, bà luôn mặc áo dài.

Từ người mẫu Nguyễn Thị Hậu tới Thị Trưởng Nguyễn Thị Hậu.

Trở lại với áo dài Lemur, một cải cách táo bạo của họa sĩ Nguyễn Cát Tường, ông đã phát biểu như sau trên tuần báo Phong Hóa, số 86, ra ngày 23/2/1934: "*Áo dài cho các bạn gái phải như thế nào? Trước hết, nó phải hợp với khí hậu xứ ta, phù hợp với thời tiết các mùa, phù hợp với công việc, phù hợp với khuôn khổ, phù hợp với mực thước của từng thân hình, và phải gọn gàng, giản dị, mạnh mẽ, đồng thời phải có vẻ mỹ thuật và lịch sự. Tuy nhiên, điều quan trọng là nó phải mang cái tính cách riêng biệt của nước nhà. Các bạn là phụ nữ Việt Nam, vậy nên áo dài của các bạn cần phải có một vẻ đẹp riêng biệt để không bị nhầm lẫn với phụ nữ nước ngoài... Hãy cùng để ý xem áo hiện thời của các bạn có điều gì không tiện lợi và thừa thãi không? Mỗi thân thể con người đều có hình dáng riêng, vùng nở và chỗ thắt hợp với nhiều khía cạnh về mỹ thuật, không thể coi như trơn tuột như cái hộp kẹo sìu hay ống bột Nestle. Vì thế, áo dài phải điều chỉnh để phù hợp với người mặc, phải có đường lối văn minh, để vẻ đẹp ấy mới có thể hiện ra bên ngoài. Ngoài ra, kiểu mẫu áo dài cũng cần phải tùy theo từng người mà điều chỉnh thêm bớt. Ví dụ như áo cho người gầy cần nhiều nếp gấp (xếp ly) để thêm phần sự phong phú, trong khi áo cho người mập cần để lẵng để trông tôn dáng khiêm nhường hơn. Để các bạn hiểu rõ hơn về những điều chỉnh và thêm bớt đó, tôi sẽ tiếp tục giới thiệu những mẫu kiểu áo mà tôi đã nghĩ ra...".*

Trong từ điển Oxford có từ "áo dài" được ghi là "loại trang phục của phụ nữ Việt Nam với thiết kế hai tà áo trước và sau dài chấm mắt cá chân, che bên ngoài chiếc quần dài". Mô tả này đích thị là áo dài Lemur. Trên báo Ngày Nay số 1, đầu xuân 1935, nhà văn Thạch Lam, dưới bút danh Việt Sinh, đã giải thích tại sao cần cải cách y phục phụ nữ : "Vật chất thường bao giờ cũng đi trước tinh thần và tư tưởng của phụ nữ. Sự cải cách này giúp và cần yếu cho sự cải cách kia". Họa sĩ Cát Tường cũng viết trên báo Phong Hóa số 86 : "Các nhà đạo đức thường nói quần áo chỉ là những vật dùng để che mưa nắng, nóng lạnh, ta chẳng nên để ý đến cái sang cái đẹp của nó làm gì (...). Theo ý tôi, quần áo tuy dùng để che thân thể song nó có thể là tấm gương phản chiếu ra ngoài cái trình độ trí thức của một nước. Muốn biết nước nào có tiến bộ, có mỹ thuật hay không, cứ xem y phục của người nước họ cũng đủ hiểu".

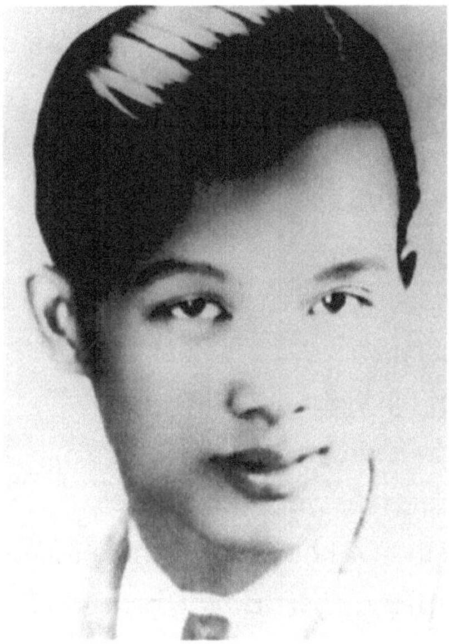

Họa sĩ Cát Tường.

Cha đẻ của áo dài Lemur còn có nhiều cải cách các phụ kiện đi đôi với áo dài nhằm tôn vinh vẻ đẹp của áo dài tân thời. Ông nói: *"Nói ra sợ không ai tin, điều quan trọng nhất của y phục phụ nữ là chiếc quần. [...] Từ cạp đến đầu gối nên thu hẹp bớt để vừa khít với thân hình, như thế những vẻ đẹp thiên nhiên của từng người mới lộ ra được. Còn từ đầu gối trở xuống đến chân, hai ống quần lại phải may rộng dần ra để khi đi đứng cái dáng điệu của các bạn được tăng thêm vẻ nhẹ nhàng"*. Đôi hài của phụ nữ xưa cũng đã được ông thay thế bằng guốc cao gót. Rồi áo yếm, đồ lót cho hợp với áo dài. Ngoài áo dài ông còn vẽ kiểu cho áo mặc mùa hè, áo cánh, áo khoác đi biển, áo tắm.

Áo dài Lemur đã xóa sổ chiếc áo dài tứ thân lụng thụng xưa rích xưa rang. Ngay tại Huế, vùng đất thần kinh nệ cổ, áo Lemur cũng được phổ biến đến đặt thành vè:

Ve vẻ vè ve
Nghe vè mốt áo
Bận áo lơ-muya
Đi giày cao gót
Xách bót-tơ-phơi
Che dù cánh dơi
Đi chơi cụ Ngáo
Ăn cháo không tiền
Cởi liền lơ-muya.

Tài sáng tạo của họa sĩ Nguyễn Cát Tường còn phong phú hơn nhiều. Trong bài "Bố tôi, họa sĩ Lemur Nguyễn Cát Tường" được phổ biến vào năm 2006, ông Nguyễn Tất Đạt, con trai của họa sĩ Nguyễn Cát Tường, đã tiết lộ : *"Tôi đã được xem nhiều kiểu áo mà bố tôi vẽ vào cuối thập niên 30 nhưng cho tới ngày nay vẫn chưa có ai dám mặc vì nó " tân tiến quá": hở cổ, hở vai, hở ngực. Những kiểu áo đó nằm trong tập tài liệu quý giá mà mẹ tôi đã nâng niu và cất giữ từ mấy chục năm nay. Những lúc nhớ chồng, bà thường mở ra để nhìn lại những hình ảnh cũ, những kỷ niệm xưa nay đã nhạt nhòa trong nước mắt. Không may, tất cả những tài liệu này, tài liệu duy nhất mà mẹ tôi đã cẩn thận cất giữ từ khi bố tôi ra đi đã bị thất lạc trong biến cố 1975".*

Nói về tích cách táo bạo trong các mẫu áo dài mà ông Nguyễn Tất Đạt để cập tới, chính họa sĩ Cát Tường đã có lần biện bạch : "*Sở dĩ tôi cho hơi chật ở chỗ bụng là vì tôi muốn phân biệt rõ ràng phần ngực với phần bụng. Trái hẳn với ý tưởng của một vài nhà đạo đức Việt Nam, người Tây Âu đều cho bộ ngực cần nhất cho nhan sắc phụ nữ. Một người con gái đẹp mà "không có ngực", nghĩa là ngực lép kẹp như chiếc đồng hồ Omega thì không thể nào gọi là một người đẹp hoàn toàn được. Có người khi trông thấy một thiếu phụ có bộ ngực nở nang thường ra chiều mai mỉa,vì họ cho thế là chướng, là lẳng lơ. Đối với người đó nếu ta đem ý tưởng Âu Tây, tinh thần mỹ thuật ra giảng, chắc họ không khi nào chịu hiểu. Họ có biết đâu rằng chính người mình cũng hay dùng câu : thắt đáy lưng ong để tả một người con gái đẹp. (Một số báo sau tôi sẽ có bài nói về cách luyện bộ ngực cho được nở nang). Từ bụng trở xuống, ta nên thu hẹp lại cho mất vẻ lòa xòe*".

Để thực hiện những tư tưởng phóng khoáng về toàn cảnh xã hội, họa sĩ Cát Tường đã vung tay thành lập nhiều cơ sở thực tiễn. Ngoài tiệm may Lemur chuyên may và giới thiệu những kiểu áo mới nhất, còn có phòng trà Thiên Hương tại 14 phố Hàng Da, tiệm hớt tóc và tắm nước nóng nam, một xưởng làm guốc cao gót, một cửa hàng cho thuê khoảng 30 chiếc xe tay và xích lô, một xưởng chế tạo đồ chơi trẻ em làm bằng gỗ. Ông đã có sáng kiến tạo ra những khối bằng gỗ có thể ráp nối nhau thành đồ chơi, tương tự như đồ chơi Lego ngày nay.

Nhưng ngày nay chúng ta chỉ biết tới Lemur là nhờ chiếc

Các kiểu áo dài Le Mur.

áo dài cải cách. Áo dài đã phủ hết những cải cách khác của ông. Ông Nguyễn Tất Đạt, con trai họa sĩ Cát Tường, đã có một kỷ niệm vui về chiếc áo dài của bố ông. Nhân một lần về thăm lại Hà Nội, ông tới ăn tại nhà hàng Thủy Tạ. "*Gọi thức ăn xong nhìn quanh tôi đã thấy thực khách ngồi đã gần đầy. Trên một sân khấu nhỏ, dưới ánh đèn màu tươi sáng, dăm ba thiếu nữ mặc quần áo kiểu xưa đang hát các bài quan họ Bắc Ninh cho thực khách thưởng lãm. Xế bàn chúng tôi bên kia lối đi có một đôi vợ chồng người ngoại quốc đang ngồi ăn. Bà ta có mái tóc óng vàng làm nổi bật khuôn mặt trắng trẻo. Đặc biệt là bà ta mặc một chiếc áo dài Việt Nam, chiếc áo dài màu tím có điểm những hoa cúc nhỏ thật nhã. Tôi ngắm bà ta rồi tôi lại nhìn lên sân khấu. Tôi thấy ngay đây là một cơ hội hiếm có: một người ngoại quốc mặc chiếc áo dài Lemur trước một sân khấu có các thiếu nữ Việt Nam mặc áo tứ thân với chiếc yếm đỏ thắm. Một cảnh tượng rất tương phản và độc đáo. Tôi đánh liều đứng dậy bước qua bàn cặp vợ chồng người ngoại quốc và xin phép ông được chụp hình bà vợ của ông ta với chiếc áo dài Việt Nam. Tôi cũng tự giới thiệu tôi là con của họa sĩ Nguyễn Cát Tường, người đầu tiên đã biến đổi chiếc áo tứ thân ra chiếc áo dài mà bà ta đang mặc. Bà ta nói:"Tôi không tin lời ông nói. Chúng tôi mới từ Sài Gòn ra, tôi mua chiếc áo này ở trong đó, sao ông lại nói chiếc áo này do bố ông vẽ kiểu". Tôi đành phải cắt nghĩa cho hai vợ chồng người Bỉ mà tôi mới quen. "Trước năm 1934 phụ nữ nước tôi đều mặc những chiếc áo tứ thân như vậy. Sau đó bố tôi mới cải biến ra chiếc áo dài Lemur mà bà đang mặc và nó đã trở thành chiếc áo dài phổ thông mà tất cả phụ nữ Việt Nam bây giờ đều mặc".*

Bố ông Nguyễn Tất Đạt đã có một cái chết không bình thường, tới nay vẫn còn là nghi vấn. Cuối năm 1946, ông mang gia đình rời Hà Nội tản cư về làng Tràng Cát, xã Kim An, huyện Thanh Oai, tỉnh Hà Đông. Ngày 17/12/1946, ông trở về nhà lấy thuốc men, quần áo cho các con và người vợ sắp tới ngày sinh. Ông đã bị dân quân bắt tại Hà Nội và đưa đi biệt tích. Gia đình lấy ngày 17 tháng 12 làm ngày giỗ hàng năm.

Sau khi ông bị bắt và biệt tích, bà vợ Nguyễn Thị Nội vất vả nuôi năm con trong thời loạn. Có khi bà phải mang các con sang tận bên Lào để tìm đường sống. Khi Hiệp Định Genève chia đôi đất nước vào năm 1954 được ký kết, bà nấn ná chờ tin tức chồng nhưng chẳng vân mòng chi, bà di cư vào Nam trên chuyến bay cuối cùng rời Hà Nội. Sau 1975, bốn con của bà qua Mỹ nhưng bà ở lại Sài Gòn với cô con gái út. Bà mất vào ngày 21/12/1979, thọ 67 tuổi.

07/2025

CA TỪ

Trong một đêm nhạc thính phòng trình bày nhạc Từ Công Phụng và Ngô Thụy Miên được tổ chức tại Vancouver, Canada, ít năm trước đây với sự có mặt của hai nhạc sĩ, tôi có tham dự. Phần đầu các ca sĩ hát nhạc của họ Từ, phần sau nhạc của họ Ngô, có nghỉ giải lao ở giữa. Trong giờ giải lao, tôi vào sau sân khấu để hàn huyên với ca sĩ Diễm Liên. Chúng tôi đang nói chuyện thì nhạc sĩ Ngô Thụy Miên đi ngang qua, nói với Diễm Liên: "Nhớ hát đúng lời nhạc nhé!". Diễm Liên le lưỡi, cười. Tôi giữ ý đi ra cho cô…ôn bài.

Ca từ của một bản nhạc là công trình tim óc của một nhạc sĩ, được trau chuốt không kém phần nhạc. Nhà thơ Nguyễn Đình Toàn đã cho in cuốn sách "Thơ & Ca Từ" được ra mắt tại nhà sách Tự Lực vào ngày 23/4/2022 vừa qua. Phần ca từ được in không có nhạc. Điều này chứng tỏ phần ca từ của một bản nhạc là những gửi gấm thiết tha của tác giả vào

Hàn huyên với Diễm Liên.

tác phẩm, được họ rất trân trọng. Có lẽ chúng ta nên dừng lại để nói chút đỉnh về ca từ của Nguyễn Đình Toàn. Chúng ta biết tới họ Nguyễn qua văn xuôi và thơ. Ít ai biết ông đã học và mê nhạc từ lúc còn nhỏ. Mộng của ông là thành nhạc sĩ nhưng ông đã đi lạc vào văn chương. Ông làm thơ từ hồi nhỏ nên ca từ của ông cũng là thơ. Nhạc được ông cho phổ biến rất hạn chế vì theo ông, không phải ai cũng cưu mang được nhạc do ông sáng tác. Vậy mà nhạc của ông cũng bị chép sai lời. Trong bài viết "Xuân Cười Trên Căn Gác Nhà Nguyễn Đình Toàn", tác giả Trịnh Thanh Thủy đã chuyện trò với ông về những ca từ bị ghi sai của ông. *"Tôi cho ông biết trên mạng họ để lời bài hát của ông rất nhiều nhưng để sai lời cũng lắm. Tôi hỏi ông vài chữ trong bài "Chiều Trong Tù" mà tôi nghĩ ca sĩ đã hát sai như "Trong đau thương tóc người cứng khô." Tôi hỏi: "'cũng khô,' phải không chú?" Ông bảo: "Đúng là ca sĩ hát sai, 'cũng khô' mới đúng. Trong tù suốt 365 ngày - một năm, lúc nào trong đầu cũng như có lửa, muốn phụt khói ra khỏi đầu. Không có tóc nào chịu nổi nên cái tóc nó cũng khô rốc đi. Còn chữ 'Vầng mây trắng' không đúng. 'Vồng mây trắng' mới đúng. 'Vồng mây' là loại mây nhẹ hơn, mây không tạo thành 'vầng'. Họ viết: 'Ta nghe ra trong niềm xót xa,' 'Ta nghe ra trăm niềm xót xa' mới đúng". Ông cắt nghĩa thêm câu 'Tay quơ ngang vết hằn năm tháng' bằng cách giơ tay lên quơ ngang vầng trán, và vầng trán ông hiện ra với những nét nhăn ngày tháng đã ghi dấu trên tuổi tác người". Còn câu cuối, 'Cho đêm mù, một cơn đau dài' bị ghi sai là 'Cho đêm mờ, một cơn đau dài.' Chú dùng chữ 'mù' mạnh hơn chữ 'mờ,' vì nếu 'đêm mờ' nghe nó yếu, không đủ mạnh."*

Về phần ca sĩ, người thưởng ngoạn chúng ta cũng phải hiểu cho họ nếu họ hát sai lời. Cứ tưởng tượng họ phải thuộc lời của hàng trăm bản nhạc, nghe đã thấy ngán ngẩm. Một người từ xưa tới nay không bao giờ thuộc hết lời của bản nhạc như tôi, thấy còn kinh hoàng hơn nữa. Những bản nhạc được gọi là nhạc quê hương tương đối có lời nhạc xuôi theo câu chuyện còn dễ nằm lòng, còn những bản nhạc thính phòng ca từ kiêu sa viết theo cảm hứng của tác giả, các ca sĩ khó lòng mà theo nổi. Mỗi chữ là một đánh đố cho ca sĩ. Nếu bài nhạc là một bài phổ thơ thì còn chết một cửa tứ nữa. Thí dụ như bản "Mộng Dưới Hoa", nhạc sĩ Phạm Đình Chương phổ bài thơ "Tự Tình Dưới Hoa" của nhà thơ Đinh Hùng trong đó có câu: *'Mắt em lả bóng dừa hoang dại'*. Câu này thường

Nhà thơ/ Nhạc sĩ Nguyễn Đình Toàn (Hình: Trịnh Thanh Thủy)

bị các ca sĩ hát thành: *'Mắt em là bóng dừa hoang dại'*. Chữ "lả" diễn tả hình ảnh nên thơ của đôi mắt người thiếu nữ đẹp như bóng dừa rủ xuống. "Lả" hát thành "là" mất toi hình ảnh nên thơ này. Nhạc sĩ Phạm Đình Chương rất không vui về chuyện hát sai lời này. Ông cũng chính là ca sĩ Hoài Bắc, nên mỗi khi hát tới câu này, ông đột ngột dừng lại và nói: "Lả bóng dừa hoang dại, các bạn ạ, đừng hát "là bóng", mất đẹp của câu thơ đi". Và ông hát tiếp!

Chẳng phải chỉ có thơ phổ nhạc, bản nhạc "Xóm Đêm" của ông, ra đời vào thập niên 1950, lời do chính ông viết, có câu: *'Qua phên vênh có hai mái đầu...'*. Các ca sĩ trẻ ít người biết "phên" là cái gì nên tự ý đổi thành *"Qua chênh vênh có hai mái đầu"*. Thời của họ, những tấm phên được đan bằng tre dùng để ngăn làm vách của những căn nhà nghèo ở Sài Gòn thập niên 1950, bị vênh lên vì mưa nắng lâu ngày tạo thành một khe hở, đâu còn nữa. Họ làm sao có thể tưởng tượng được cảnh nhạc sĩ nhìn qua khe phên vênh thấy hai mái đầu chụm lại dưới ánh đèn "hắt hiu vàng ánh điện câu". Tôi ngờ rằng nhiều ca sĩ trẻ cũng không biết "điện câu" là thứ điện chi.

Từ trái: Hoài Bắc, Thái Thanh, Hoài Trung.

Khoảng cách thời gian giữa khi bản nhạc được sáng tác và bản nhạc được ca sĩ hát lên cũng làm các ca sĩ lúng túng. Nếu chịu khó tìm hiểu tác giả và tác phẩm trước khi trình diễn, họ có thể khắc phục được lỗi hát sai lời này nhưng làm sao đòi hỏi được như vậy khi họ phải hát cả chục bài trong một buổi trình diễn. Chỉ quy lỗi cho các ca sĩ cũng tội cho họ trong khi các bản nhạc xưa không được ghi chép cẩn thận từ gốc để có thể dựa vào mà chỉnh sửa. Với mạng xã hội ngày nay cung cấp mọi thứ kể cả ca từ của các bản nhạc một cách cẩu thả từ thế hệ này qua thế hệ khác dẫn tới việc lời nhạc được truyền bá sai lạc làm các ca sĩ hát sai lời. Nhạc sĩ Quốc Dũng đã trăn trở với tình trạng ca từ năm cha ba mẹ này. Ông cho biết trước đây các bản nhạc được phổ biến dưới hình thức tờ bướm in lời do chính tác giả viết và chính tác giả phổ biến nên ca từ bài hát ít khi sai. Những năm gần đây, các nhà xuất bản gom nhiều bản nhạc in thành tuyển tập. Họ làm ăn thiếu nghiêm chỉnh khi giao cho một người thu thập và sao chép lại. Nguồn thu thập của họ có khi không nguyên gốc, không phải văn bản từ chính tay tác giả nên chuyện sai lời là dễ hiểu.

Không chỉ các ca sĩ trẻ hát sai lời, các ca sĩ gạo cội cũng hát sai như điên. Ca sĩ Quang Dũng khi ca bài "Lá Đổ Muôn Chiều" của Đoàn Chuẩn và Từ Linh đã hát: *'Còn nhớ phương nào hoa đã rơi'* thành *'Còn nhớ hôm nào hoa đã rơi'*. Hát "phương nào" thành "hôm nào" là đổi không gian thành thời gian. Viết tới đây tôi nhớ tới một lời nhạc của nhạc sĩ Phạm Duy: "Đừng cho không gian đụng thời gian"!

Khánh Ly hát sai lời nhạc Trịnh Công Sơn là điều ít ai

Danh ca Khánh Ly và nhạc sĩ Trịnh Công Sơn.

nghĩ có thể xảy ra. Vậy mà có. Trong một buổi tọa đàm vào năm 2018, Khánh Ly đã thừa nhận như vậy. Bà cũng cho biết là khi sinh thời, nhạc sĩ họ Trịnh chưa bao giờ có những yêu cầu với những người hát nhạc của mình. Ông thích mọi người biểu diễn nhạc của ông theo cách riêng. Với ông, họ hát nhạc của ông đã đủ làm ông hạnh phúc. Ca sĩ Khánh Ly đã từng nói: "*Các ca sĩ bây giờ hát nhạc Trịnh theo tâm tư của họ, cảm xúc của họ lúc đó. Mình không thể chê: cô này phải hát thế này, cô kia phải hát thế kia. Cái khổ của người khi hát quên lời là bị trách móc. Tôi hát sai thì không ai nói gì cả. Đấy là bởi tấm lòng thương cảm của mọi người đối với tôi, dành cho tôi nên không ai trách tôi hát sai, dù tôi hát sai lời nhiều. Có ca sĩ trẻ hát cùng tôi, họ hát đúng còn tôi hát sai nhưng khán giả vẫn mặc định... họ hát sai, tôi hát mới đúng. Chúng ta hãy thông cảm, hiểu cho những ca sĩ... hát đúng bây giờ".*

Nhạc sĩ Văn Cao từng gọi nhạc Trịnh Công Sơn là "ca thơ". Ca từ của ông không phân biệt được đâu là ca đâu là thơ. Ông nổi tiếng là rất tinh tế trong ca từ, lời phức tạp, nhiều tầng nghĩa. Ông thường dùng những từ rất độc đáo và lạ lẫm. Ca từ của ông riêng một cõi, không nhầm với ca từ của bất cứ ai khác. Trong bài "Chiều Một Mình Qua Phố", ông viết *'khi nắng khuya chưa lên'* nhưng bị hát nhầm là *'khi nắng mưa chưa lên'*. Nghe đã thấy…nhột. Trong bài "Quỳnh Hương" có câu *'miệng cười khúc khích trên lưng'* vẽ lên một hoạt cảnh rất tình tứ và dễ thương của một thiếu nữ áp trên lưng người yêu, cười khúc khích. Vậy mà có ca sĩ hát *thành 'nụ cười khúc khích trên môi'*. Nghe rất tầm thường, mất đi một hình ảnh vừa tinh nghịch vừa dễ yêu. Bài "Một Cõi đi Về", câu hát *'ngọn gió hoang vu thổi suốt xuân thì'* bị đổi thành *'thổi buốt'* hay tệ hơn, *'thổi xuống'* xuân thì. Một câu trong bài "Diễm Xưa": *'Nhỡ mai trong cơn đau vùi'* bị đổi thành *'Nhớ mãi trong cơn đau vùi'* làm mất đi một câu trách móc nhẹ nhàng của tác giả. Chữ 'con tinh' trong bài "Một Cõi Đi Về": *'con tinh yêu thương vô tình chợt gọi'* nhiều ca sĩ không hiểu đã đổi thành *'con tim'*. *"Con tinh"* là một danh từ rất Huế chỉ những cô gái nhỏ, xinh xắn và nghịch ngợm bị người thân mắng yêu là "đồ yêu tinh". Khi bị đổi thành *'con tim'* thì tầm thường, chẳng ra làm sao. Nhưng vui nhất là câu *'em đi qua chuyến đò, thấy con trăng đang nằm ngủ'* trong bài "Biết Đâu Nguồn Cội" bị trần tục hóa thành *'thấy con trâu đang nằm ngủ'*!

Nhạc sĩ Nguyễn Vũ.

Nhạc sĩ Nguyễn Vũ vừa ra đi vào ngày 24/9/2025, khi tôi đang viết bài này, là nạn nhân khá cay đắng. Bài hát nổi tiếng nhất của ông "Bài Thánh Ca Buồn", ra đời vào năm 1972, bị sửa lời lia chia. Trong suốt nửa thế kỷ, ông rất rầu rĩ với đứa con bị hành hạ của mình. *'Rồi một chiều áo trắng thay màu'* là một câu trong nhạc phẩm đã bị hát thành: *'Rồi một chiều áo trắng phai màu'*. Chỉ đổi một chữ *"thay"* thành *"phai"* đã làm mất ý nghĩa của câu nhạc. Ông giải thích:

"Áo trắng thay màu có nghĩa chiếc áo trắng thơ ngây của cô nữ sinh ngày nào giờ đổi thay sang một màu áo khác khi 'em qua cầu xác pháo theo sau'". Chuyện đổi cả một cuộc đời đã trở nên vô nghĩa khi cho áo trắng "phai" màu. Áo trắng thì sao phai màu được. Ông đã từng tức giận khi nói với một phóng viên: "Áo trắng phai thành màu gì? Màu…cháo lòng hả?". Câu *'Rồi những đêm thế trần đón Noel'* bị đổi thành: *'Rồi những đêm thánh đường đón Noel'*. Nghe có vẻ hợp lý nhưng không hợp với ý tác giả. Nhạc sĩ cho biết: "Với tôi, Noel từ lâu đã không còn là một lễ hội tôn giáo dành riêng cho người theo đạo nữa. Noel trở thành lễ hội chung của mọi người. Đó là ngày hội lớn được đón nhận bởi mọi quốc gia, mọi sắc tộc, mọi tầng lớp xã hội". Vậy nên Noel không gói gọn trong "thánh đường" mà trở thành niềm vui của "thế trần". Chưa hết. Ông cho biết: " Câu tôi viết là *'Long lanh sao trời đẹp thêm môi mắt'*, nhưng thường ca sĩ lại hát *'Long lanh sao trời đẹp thêm đôi mắt'*. Hay ở câu: *'Cùng nhau quỳ dưới chân Chúa cao sang'*, vì trong đạo Công giáo có lễ hôn chân Chúa, nhưng nhiều ca sĩ lại hát không đúng thành *'Cùng nhau quỳ dưới tượng Chúa cao sang'*. Một câu khác, tôi viết *'Ôi giọng hát em mênh mang buồn'* thì có người lại hát *'mênh mông buồn'*.

Kể ra thì còn nhiều câu hát bị sửa lời như trong ca khúc "Đêm Đông" của nhạc sĩ Nguyễn văn Thương, câu *"Chiều chưa đi màn đêm rơi xuống"* bị đổi thành *"Chiều chưa đi màn đêm buông xuống"*. Trong bản "Riêng Một Góc Trời", nhạc sĩ Ngô Thụy Miên có câu: *"Nụ hôn đã mơ say, bờ môi ướt mi cay, nay còn đâu"*. Chữ *"mơ"* rất đắt, khi ca sĩ đổi

CAO TUỔI

Ngày 1/10 mỗi năm là ngày quốc tế người cao tuổi *(International Day of Older Persons)*. Năm nay nhờ có ông Hoàng Xuân Sơn nhắc mới nhớ. Tôi cũng thuộc loại cao tuổi, cao thước mấy không rõ. Nhưng cũng thấy khoái trong bụng khi có ngày quốc tế. Chẳng lẽ con chó con mèo có ngày quốc tế nhắc nhở tới mà mình lại không có sao? Năm nay ông nhà thơ họ Hoàng nhắc tới bài viết "Ạch Đụi Tra Lão" của ông nhà văn Hồ Đình Nghiêm viết nhân ngày này từ năm 2019. Ông bạch hóa cuộc đời ái tình và sự nghiệp của những người viết lách chúng tôi tại Montreal. *"Ở khu chăm nói tiếng mẹ đẻ, tôi thân thiết với hai nhà thơ: Luân Hoán, Hoàng Xuân Sơn. Hai nhà văn: Võ Kỳ Điền, Song Thao. Tôi gọi bốn vị bằng anh, vì tôi tri thiên mệnh trong khi họ thuộc dạng cổ lai hy. Họ chẳng thích nuôi râu, chứ nếu thả giàn để râu ria ra rậm rạp thì e "bác Hồ" phải nể mặt tủi hờn đọ không lại kính nhi viễn chi. Quá khứ, Luân Hoán gốc Đà Nẵng*

(Trung). Hoàng Xuân Sơn gốc Huế (Trung). Võ Kỳ Điền gốc Phú Quốc (Nam). Song Thao gốc Hà Nội (Bắc). Ba phương lưu lạc dặm ngàn đã tìm về chốn đất lành "chim" đậu này. Cớ sao cứ quen miệng đất lành chim đậu? Những giống loài khác muốn xớ rớ, lân la tới thì không đậu được sao? Giả dụ như ve sầu, như gà mái, như bướm vàng? "Hoàn cảnh" nhà thơ Luân Hoán giống như tôi: Lấy vợ cùng quê, chung phường khóm. Riêng nhà thơ Hoàng Xuân Sơn và nhà văn Song Thao lại có sự khác biệt. Khác mà hoá ra chẳng khác, cái mới hay! Chị Hoàng Xuân Sơn gốc Hà Nội trong khi chị Song Thao là gốc Huế. Nói dễ mất lòng là thế này (cho dễ hiểu): Chị Hoàng Xuân Sơn mà trò chuyện với anh Song Thao thì nghe ra cung bậc lên bổng xuống trầm chuẩn mực hỏi ngã rất ư thanh lịch của Bắc kỳ 9 nút. Và anh Hoàng Xuân Sơn đối đáp cùng với chị Song Thao thì mỗi chữ tự động chêm vào dấu nặng (y như tôi vậy, Huệ mợ Huệ mộng. Có đáng ghét không?) Bực cả mình, chẳng mộng lệ an gì sất. Nhà thơ Hoàng Xuân Sơn từng lên giọng, thay tôi, đả phá cách giả giọng Huế của phường ngoại đạo, những hài kịch rẻ tiền, đầy bôi bác. Bác Sơn ta đó chính là Huế chay!"

Hồi nẳm ông Hồ mới "tri thiên mệnh", những người còn lại đều "cổ lai hy". Sáu năm đã qua kể từ ngày ông nhà văn họ Hồ chấp bút bài "ạch đụi tra lão". Nay chẳng còn ai trong số chúng tôi kèn cựa nữa. Tất cả đều "cổ lai hy" hết trơn hết trọi. Ngày đó, chúng tôi cà phê cà pháo buổi tối, chén chú chén anh buổi trưa đều chi. Cứ hú một tiếng là quần hùng có mặt đông đủ. Nay có khác. Ậm à ậm ừ chẳng ra làm sao. Chuyện cà phê buổi tối, quên đi! Chỉ có thỉnh thoảng nhấp

Từ trái: nhà văn Võ Kỳ Điền, nhà văn Nguyễn Đông Ngạc (đã mất), Song Thao, nhà văn Lê Tấn Lộc (đã mất), nhà văn Trang Châu, (Montréal, 1992)

chút rượu vào buổi trưa mà cũng…ạch đụi. Chẳng bao giờ có đủ quân số. Được ông này thiếu ông kia. Không nhức đầu sổ mũi cũng mỏi lưng chồn gối. Chỉ có bốn trụ luôn có mặt là Trang Châu, Song Thao, Hoàng Xuân Sơn, Lưu Nguyễn. Đi đứng có thể loạng quạng bước thấp bước cao nhưng nhìn nhau là tươi rói. Chuyện có mặc tã hay không, hổng biết. Nhưng bằng vào áo quần thẳng thớm, không có chỗ lồi lõm khả nghi, tôi đoán chừng không có độn điếc chi hết. Ông Hồ Đình Nghiêm khi tới khi không, khi trồi khi sụt. Ông Võ Kỳ Điền, sống trong nhà già cách Montreal một dòng sông nên không cách chi chống gậy tới hô "có mặt" được. Ông Luân Hoán thì đã "cáo lão" nhất định tử thủ ở nhà với vợ.

Năm nay, ngày cao tuổi, ông Hoàng Xuân Sơn thả lên Facebook vài câu thơ.

Năm nay xin làm Thấp Niên
Cao lên
Cao mãi
Sợ phiền Ông Xanh

Một bạn thơ ở phương xa, nhà thơ Hoàng Lộc, một tình nhân không biết mỏi mệt, cũng cao tuổi, cũng cổ lai hy, nhưng con tim vẫn còn tươi rói.

cứ muốn chơi ngon hơn ngài Nguyễn Công Trứ
bảy ba tuổi lập thiếp mà kể vô
ta tám mươi còn lăm le cưới vợ
một đời tròn vẫn ngạo nghễ trượng phu

Bạn ở phương xa chọc quê cụ Nguyễn Công Trứ, dân Montreal chúng tôi có "cụ" Võ Kỳ Điền cũng ngon không kém. "Cụ" Hoàng còn cưỡi tàu bay vi vu về tới tận quê nhà, rạch đầu gối máu còn tèm lem, "cụ" Võ chúng tôi nằm bẹp ở nhà dưỡng lão cũng thê thiếp như ai. Ai ngon hơn?

Mỗi lần tụ lại theo tiếng gọi của bia rượu, chúng tôi vẫn mỗi người một ngựa, nhong nhong kéo về điểm hẹn. Bát thập có thừa mà vẫn tay lái lụa. Tác giả Tâm Hữu, trong bài "Tuổi Già và Bằng Lái Xe ở Mỹ", đã hài ra câu nói của bà chị dâu : "Chú à, bây giờ già rồi, bằng gì cũng không quý bằng cái bằng lái xe cả. Tuần rồi chị *renew* lại được cái bằng lái xe mà mừng hơn là khi qua đây lấy lại được cái bằng dược sĩ!".

Rồi ông Tâm Hữu hồn nhiên kể chuyện lái xe của ông bạn Viên Linh của chúng tôi ở bên Mỹ. Tháng 4 năm 2017, ông Viên Linh ra mắt tập thơ "60 Năm Thơ Tuyển" tại hội trường nhật báo Người Việt, ông Tâm Hữu làm MC. Tối

Từ trái: Song Thao, anh chị nhà văn Trang Châu, chị Hoàng Xuân Sơn, nhà thơ Lưu Nguyễn, nhà thơ Luân Hoán, nhà thơ Hoàng Xuân Sơn, họa sĩ Hồ Thành Đức (đã mất), chị Song Thao, họa sĩ Bé Ký (đã mất), chị Luân Hoán. (Montréal, 1998).

ngày hôm trước ông này hỏi đã có sách chưa, được ông Viên Linh trả lời : "Có rồi nhưng còn nằm ở ngoài đường". Sao sách lại nằm ngoài đường, ông nhà thơ trần tình: "Tôi lái xe từ nhà in về, lúc mặt trời chiều rọi thẳng vào mắt, bị lóa không lái được, lại đói bụng, tôi tấp vào một khu *shopping*, ăn một tô phở và đi bộ về nhà". Ông Tâm Hữu tá hỏa. Sách nằm ngoài đường như vậy, lỡ bị trộm xe thì toi. Khi đó đã 9 giờ tối, ông vội lái xe tới cứu bồ. Hỏi : " Xe đang đậu chỗ nào có nhớ không?". Trả lời :" Không nhớ lắm nhưng sáng mai đi lại chặng đường đó tôi sẽ kiếm ra". Kết cục thấy cái xe đậu trước một trạm xăng, còn tiệm phở mà ông Viên Linh ăn tối qua lại nằm bên kia đường Magnolia!

Con xe như đôi chân chúng ta. Chẳng ai muốn què quặt. Không biết mấy ông bạn văn thơ của tôi lái xe ra sao vì mỗi ông một xe, một mình mình biết một mình mình hay. Một ông bạn văn ở Montreal, nay đã yên bề dưới đất, là ông Phùng văn Hạnh lái xe thoải mái nhất. Hồi sinh tiền, ông thỉnh thoảng xuống nhà tôi chơi. Khi tới, ông tấp xe vào lề, không cần biết chiếc xe nằm ra sao, tắt máy đi xuống. Thường thì khi ra tiễn ông về, tôi thấy chiếc xe của ông nằm đầu cắm vào trong, đuôi xe chổng mông ra ngoài cả thước. May không có ông mã tà nào chạy ngang qua tặng cho ông bức tình thư đỏ lét! Nước lái của ông ra sao tôi không rõ cho tới khi nghe tin cảnh sát đã chặn xe ông lại, không cho ông lái tiếp, gọi người nhà tới lái xe của ông về.

Một ông bạn thơ khác, nay cũng đã thành người thiên cổ, ông Tô Thùy Yên, đã chịu khó đưa tôi đi nơi này nơi khác khi tôi tới Houston thăm các bạn thơ văn. Ông lái xe rất cẩn thận, có lẽ tốc độ dưới tốc độ quy định của thành phố. Vậy mà ông đạp thắng liên miên làm tôi bất đắc dĩ phải gật gù chào khách qua đường không quen biết.

Các tay lái cao tuổi thường có tật này tật kia. Trang mạng *vegoutmag.com* có một bài viết về các thói quen này. Thứ nhất là hay bật đèn báo quẹo sớm. Thói quen này có là do tính cẩn thận của người sống lâu trên đời. Báo trước cho người khác biết cho chắc ăn. Cũng vì tính cẩn thận nên để đèn báo quẹo mà lần khân chưa dám quẹo, chờ cho tới khi thiệt an toàn mới quẹo. Tuổi trẻ họ lái cách khác. Bấm đèn là nhanh tay bẻ tay lái quẹo liền. Họ rất khó chịu lối lái chậm mà chắc nhưng làm trở ngại lưu thông của cánh cao tuổi.

Từ trái: nhà văn Nguyễn Mộng Giác (đã mất), nhà thơ Đặng Hiền, nhà thơ Nguyễn Tiến Đức (đã mất), nhạc sĩ Cao Thanh Tùng (đã mất), nhà sử học Tạ Chí Đại Trường (đã mất), nhà văn Lữ Quỳnh, Song Thao (Santa Ana, California, 12/2006)

Thứ hai là quan sát điểm mù. Dĩ nhiên ai cũng quan sát kính chiếu hậu khi đổi làn đường. Nhưng cánh trẻ họ quan sát nhanh và thực hiện nhanh. Cánh già cẩn thận nhìn đi nhìn lại nhiều lần kính chiếu hậu trước khi đổi làn đường. Với mật độ giao thông đậm đặc ngày nay, nhất là vào giờ cao điểm, việc quay đầu lại quan sát lâu sẽ làm chậm hành động chuyển làn đường, gây phiền toái cho những tài xế khác. Rủi ra lại đụng vào xe trước không chừng!

Thứ ba: thắng liên tục khi gặp đoạn đường dốc. Lái xe trên đường, nếu thấy xe phía trước hiện lên đèn đỏ liên tục, gần như chắc chắn đó là một cụ tài xế. Cũng tại cái tính cẩn thận mà nên nỗi!

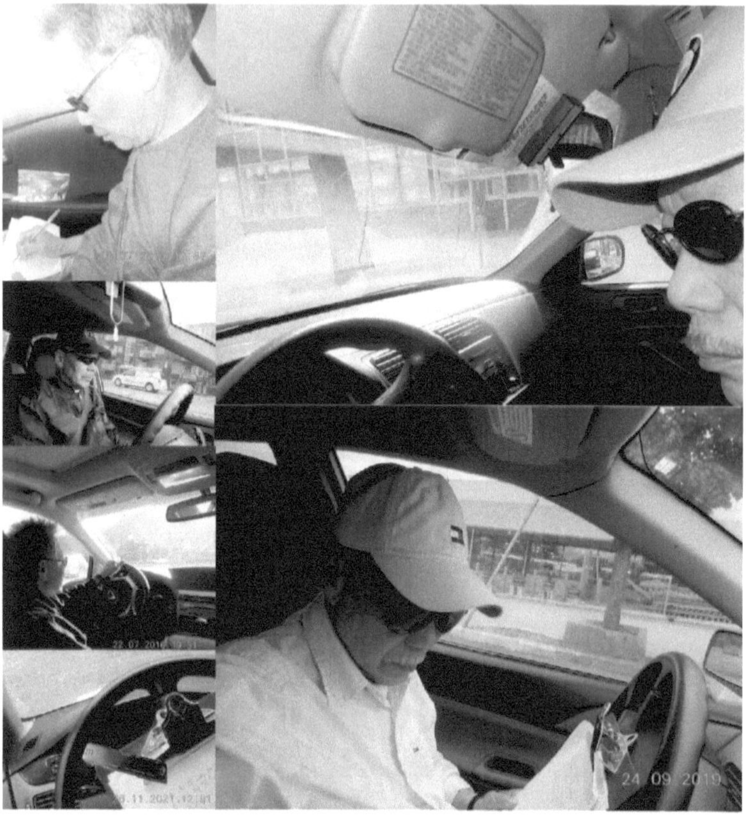

Ông Luân Hoán vừa lái xe vừa làm thơ.

Trang mạng này còn hài ra nhiều trường hợp khác nhưng kể ra hết sợ các cụ giận bỏ lái xe, đường phố sẽ đìu hiu mất vui đi. Nói vậy chứ giận chi thì giận, các cụ vẫn bám riết lấy tay lái. Luật chỉ ghi tuổi tối thiểu có thể lái xe chứ không ghi tuổi tối đa phải rời tay lái. Trên lý thuyết các cụ có thể bám tay lái tới khi xuống lỗ. Làm chi được tao? Một cụ ông Nhật 96 tuổi, nơi có nhiều người cao tuổi nhất thế giới, cương quyết : "Tôi không thể ngồi nhà suốt ngày để chờ chết. Với tôi, ngồi không một chỗ cũng đồng nghĩa với cái chết và tôi không muốn thế. Nếu cảm thấy có thể gây nguy hiểm cho người khác hay bản thân mình khi lái xe thì tôi sẽ dừng lại. Nhưng chừng nào vẫn còn cảm thấy lái xe an toàn, tôi vẫn sẽ tiếp tục lái".

Bỏ lái xe đối với người cao tuổi không chỉ là bỏ chiếc tay lái mà là một dấu ấn tâm lý khó phai. Họ sẽ xuống tinh thần, như mất một người thân. Bác sĩ tâm lý Naoto Kamimura của Đại học Kochi bên Nhật nói : "Họ cảm thấy trở nên vô dụng khi trả lại bằng lái xe". Ông người Nhật Yoshio Ogasawara, 81 tuổi, vẫn bám tay lái sau khi phải mổ cột sống, tâm sự : "Lái xe giúp tôi khỏe mạnh hơn. Khi nào chúng ta còn lái xe có nghĩa là chúng ta vẫn đang tồn tại".

Khi không còn có thể cầm lái, những người cao tuổi ngậm ngùi chấp nhận một cách khiên cưỡng. Cô Tomomi Makino, nhân viên bán xe Toyota tại Shizuoka ở Nhật cho biết khi từ biệt chiếc xe thân yêu, các khách hàng gần hết tuổi đời của cô chia tay chiếc xe với nhiều cảm xúc. Tại Nhật, khi một khách hàng ngưng lái xe, hãng bán xe sẽ cho người tới mua lại chiếc xe. Nhưng chuyện không giản dị. Cô cho biết: "Nhiều người dễ dàng đưa ra ý kiến phải tước giấy phép lái xe của người cao tuổi khi thấy họ có thể là mối nguy hiểm cho người khác. Nhưng chúng ta đừng quên cảm xúc của họ". Chiếc tay lái xe đã từ lâu trở thành một phần thiết yếu trong cuộc sống của họ. Khi cô tới nhận xe của một ông cụ tự nguyện bỏ lái xe, ông cụ nói : "Tôi nên dừng lại trước khi làm tổn thương một ai đó". Và ông khóc tu tu!

Người ta thường dụ các cụ bỏ tay lái bằng cách tặng các cụ một số quyền lợi. Hoặc tặng các *voucher* mua hàng, hoặc tặng thẻ xe buýt giá rẻ hoặc cho các cụ miễn phí vào các viện bảo tàng hoặc các phòng triển lãm nghệ thuật. Tại Montreal chúng tôi các phương tiện giao thông công cộng rất tiện lợi. Có xe buýt, có xe điện ngầm. Chúng nối nhau chằng chịt khiến muốn tới đâu cũng được. Nhưng dĩ nhiên dùng phương tiện công cộng sẽ mất nhiều thời gian hơn là phom phom lái xe riêng. Một bước lên xe dĩ nhiên khoan khoái hơn phải chờ đợi xe công cộng mất thời giờ lại tốn sức cuốc bộ từ trạm xe này tới trạm khác. Vì vậy nên chúng tôi vẫn chơi xế riêng tới "họp tổ" khi còn có thể lái được.

Tuổi nào nên ngừng lái xe, chúng tôi nghĩ chẳng bao giờ có cái tuổi vớ vẩn đó. Nhưng thời gian nó không nghĩ như vậy. Tới một ngày nào đó nhất định chúng sẽ lên tiếng. Khi đó hãy hay. *Que sera sera.*

Sao tôi chán cái anh thời gian thậm tệ. Chỉ có thời gian cuối tháng, khi tiền già chạy vào *compte* nhà băng của tôi là tôi ít chán. Nhưng dù thích hay không thích, chán hay không chán, thời gian cứ lầm lũi húc vào cuộc đời chúng ta. Không ai lột da sống đời được. Bộ là rắn hay sao? Bạn bè đồng trang lứa phần lớn đã bỏ ra đi. Những Hoàng Ngọc Biên, Nguyễn Mộng Giác, Nguyễn Xuân Hoàng, Phùng Nguyễn, Tô Thùy Yên, Du Tử Lê, Viên Linh, Nguyễn Đình Toàn, Nguyễn Mạnh Trinh, Đặng Phùng Quân, Nguyễn Đức Quang, Phùng Nguyễn, Huy Phương, Nguyễn Đạt Thịnh, Hà Huyền Chi, Phan Xuân Sinh, Tạ Chí Đại Trường, Cung Tiến, Chân Phương, Bùi Bảo Trúc, Nguyễn Tiến Đức, những Khánh Giang, Hà Túc Đạo, Nghiêu Đề, Đinh Cường, Bé Ký, Hồ Thành Đức, Rừng, Khánh Trường, Cao Thanh Tùng,

Hàng đứng: nhà báo Ngọc Hoài Phương (đã mất), một thân hữu, Song Thao.
Hàng ngồi: nhà văn Viên Linh (đã mất), nhà thơ Tô Thùy Yên (đã mất), nhà báo Huy Phương (đã mất) (California 7/2004).

Nhật Ngân, Quỳnh Giao, Ngọc Hoài Phương và nhiều bạn khác xấp xỉ tuổi chúng tôi. Tại Montreal chúng tôi đã tiễn các bạn văn Nguyễn Khắc Ngữ, Nguyễn Đông Ngạc, Trường Kỳ và mới đây Lê Tấn Lộc. Anh bạn thân thiết Nguyễn Đông Ngạc, quen nhau từ Sài Gòn, gặp lại nhau ở Montreal, đã vùng vằng bỏ đi từ rất sớm, năm 1996 lận, tính tới nay đã 34 năm . Anh để lại tặng tôi một bài thơ, 5 câu cuối như sau:

hãy như mây lồng lộng trời cao
hãy như sóng bồng bềnh biển cả
hãy như thời tiết dâng đời hoa trái
hãy như lòng trời đất bao la
chung cuộc cũng chỉ như là thế thôi

Cũng chỉ như là thế thôi, tuổi có cao tới cỡ nào cũng chẳng chạm được mây trời. Thôi thì cứ nhờ trời, ông cao xanh ấy cho nhiêu nhận nhiêu!

10/2025

CHAY TỊNH

Bà Cilla Carden ở Perth, Úc, là người ăn chay trường. Hàng xóm láng giềng không được như bà. Họ nướng thịt thơm lừng. Bà than phiền mùi thịt nướng và khói làm bà khó chịu. Nhân tiện bà liệt kê thêm những thứ hàng xóm làm bà khó chịu bao gồm: trẻ con làm ồn, mùi khói thuốc lá, đèn trước cửa nhà họ sáng quá, súc vật họ nuôi kêu lớn quá, cây họ trồng trong vườn công cộng không vừa mắt bà. Bà than với báo Nine News: "Tôi không thể vui hưởng nơi sân sau nhà, tôi không thể ra ngoài đó". Người hàng xóm, ông Toan Vu, đã chuyển lò nướng *barbecue* đi chỗ khác, không cho trẻ con ra chơi ngoài sân vào ban đêm, tắt đèn trước cửa để "dĩ hòa vi quý" nhưng bà vẫn chưa vừa lòng. Bà đâm đơn kiện. Tòa xử bà thua. Bà dọa tiếp tục kháng án lên tòa trên. Cư dân trong khu xóm hè nhau tổ chức một buổi *barbecue* tập thể và cho trẻ em thỏa thích chơi bóng rổ ngay sát khu đất nhà bà cho bõ ghét. Có tới 9 ngàn người hưởng ứng ngày

"BBQ tập thể cho Cilla Carden".

Không rõ bà Cilla Carden ăn chay vì lý do gì. Bà là một chuyên viên *massage* vật lý trị liệu và bản tin không đề cập chi tới chuyện tôn giáo. Có thể vì môi trường hay giản dị vì bà chán ăn thịt. Nhưng vì bất cứ lý do gì, người ăn chay đích thực luôn giữ tâm tịnh. Họ luôn cảm thấy bình an, không tranh đấu, ganh đua với người khác. Bà Cilla Carden không tịnh. Người ăn chay là những người tịnh từ lời nói, việc làm cho tới tâm hồn bên trong. Thường họ hiền hòa, vui sống với người chung quanh. Tiến sĩ Từ Ngữ, chuyên gia dinh dưỡng, Phó Chủ tịch kiêm Tổng thư ký Hội Dinh Dưỡng Việt Nam, cho biết: "Ăn chay có rất nhiều tác dụng mà không phải ai cũng biết, ít nhất không có hoặc ít có các bệnh rối loạn chuyển hóa như ung thư, tim mạch, tiểu đường, đột quỵ. Nói đến ăn chay chúng ta nghĩ đến rau, củ, quả, trái cây, xét về góc độ môi trường, ăn chay không tàn phá môi trường, hạn chế hiệu ứng nhà kính. Trong nhiều trường hợp ăn chay còn làm con người ta trở nên điềm tĩnh hơn, bớt hung hăng".

Tôn giáo nào cũng khuyên và có những quy định về việc ăn chay. Công giáo buộc mỗi năm ăn chay có hai ngày: Thứ Tư Lễ Tro và Thứ Sáu Tuần Thánh. Ngày tôi còn nhỏ, chuyện ăn chay không nhẹ nhàng như vậy. Lâu quá nên nếu tôi nhớ không lầm thì hồi đó buộc phải ăn chay mỗi ngày thứ sáu quanh năm. Ngày nay mỗi năm chỉ ăn chay hai ngày, nhẹ gánh quá, nhưng ma quỷ cám dỗ khiến đạo hữu vẫn xoay quanh. Trước khi ăn chay vào ngày thứ tư lễ Tro, người ta bày ra *"Mardi Gras", "Fat Tuesday"*, Thứ Ba Béo, ăn cho thỏa thích để ngày hôm sau ăn chay. Tôi đọc được trên Face-

Bà Cilla Carden.

book một *status* không ghi tên tác giả, viết như sau: *"Còn nhớ những ngày còn thơ ấu, chúng tôi nghe nói đến thứ Tư lễ Tro là trong lòng cảm thấy rộn lên một niềm vui. Vui vì những ngày ấy, vào tối thứ Ba trước đó, bố tôi gọi là "thứ ba béo", được ăn thêm bữa đêm, quãng 10 giờ với cháo gà, xôi nóng để bụng no, ngày mai ăn chay, kiêng thịt. Sáng ngày ăn chay, chúng tôi được ăn uống bình thường (ăn xôi tối hôm trước) tức là không phải nhịn ăn sáng, trong lúc bố mẹ và các anh chị lớn thì giữ chay. Bữa cơm trưa thế nào cũng có món canh chua cá lóc hay tôm luộc cuốn bánh tráng, chả cá, mực xào. Ngoài ra còn salad trộn dầu giấm. Xem ra còn ngon hơn ngày thường. Bữa tối thì ăn ít hay ăn nhẹ nên ai nấy đều ăn trưa cho no căng bụng. Thế cũng là hoàn tất một ngày ăn chay"*. Nói tới *Mardi Gras* phải nói tới ngày hội ở New Orleans, tiểu bang Lousiana. Không chỉ ăn thịt thà cho no nê cái bụng mà còn diễu hành để các bà các cô vạch ngực trần cho no nê con mắt. Năm 2015, tôi đã tới New Orleans vào dịp này. Chẳng có ông nào, già trẻ lớn bé, mà không giương mắt đảo qua đảo lại nghía chanh quýt cam bưởi. Mỗi bà mỗi cô trình diễn được các ông đeo cho một dây chuỗi màu mè lóng lánh để…tri ân. Chay tịnh có một ngày mà "bức xúc" như vậy. Mà không phải nhịn ăn đâu, chỉ ăn ít đi chút xíu. Ăn chay của đạo Công giáo nhẹ hều, mỗi năm có hai ngày, chỉ cần ăn nhẹ hoặc không ăn bữa sáng, ăn no bữa trưa, ăn ít đi phân nửa vào bữa tối. Luật không buộc trẻ em và người già ăn chay. Nhưng tất cả phải kiêng thịt. Chỉ không ăn thịt, còn *seafood* và trứng thì tự do ăn, *no problem*. Thêm một mục nữa là không uống rượu hoặc ăn lai rai trong ngày. Vậy mà một cặp vợ chồng trẻ, họ hàng của tôi, đã mua sẵn phở, đợi tới khi đồng hồ điểm 12 giờ khuya, qua ngày ăn chay được một phút, hâm phở cho nóng, ăn ngon lành. Chắc tô phở du kích đó ngon phải biết!

Ăn chay khổ sở như vậy không đúng tinh thần chay tịnh của đạo. Ăn chay không chỉ bớt ăn mà còn là chay lời, chay lòng, chay tư tưởng. Diễn nôm ra là phải giữ miệng lưỡi, nói năng phải đàng hoàng tử tế, điều chi đáng nói thì nói, không phát ngôn luông tuồng làm mất lòng người khác, gây đau khổ cho tha nhân. Giữ cho tâm hồn được thanh cao, hướng về những ý nghĩ đạo đức. Ngôn sứ Isaia giải thích rõ về cách ăn chay hợp với ý Chúa: "Cách ăn chay mà Ta ưa thích chẳng phải là thế này sao: mở xiềng xích bạo tàn, tháo gông cùm trói buộc, trả tự do cho người bị áp bức, đập tan mọi gông cùm? Chẳng phải là chia cơm cho người đói, rước vào nhà những người nghèo không nơi trú ngụ, thấy ai mình trần thì cho áo che thân, không ngoảnh mặt làm ngơ trước người

Mardi Gras ở New Orleans, Lousiana.

anh em cốt nhục". Tóm lại, ăn chay "đẹp lòng Thiên Chúa" là làm việc bác ái, hướng tới tha nhân, tha thứ bao dung với người khác, rộng lòng giúp đỡ những anh em kém may mắn hơn một cách cụ thể.

Chuyện chay tịnh của Phật giáo phức tạp hơn chuyện ăn chay của Công giáo. Đức Phật khi tại thế không ăn chay, Ngài đi khất thực. Bá tánh cho chi ăn nấy. Phật giáo sau này chia làm hai tông phái: Nam tông và Bắc tông. Nam tông không tránh ăn thịt động vật. Họ ăn thịt với năm điều kiện gọi là "ngũ tịnh nhục": mắt không thấy giết, tai không nghe tiếng kêu khóc của con vật bị giết, không chủ đích giết cho mình ăn, con vật tự chết và thịt con thú khác ăn còn thừa. Nghĩa là cứ che mắt là ăn thịt được.

Bắc tông khác: không đụng tới thịt sinh vật , không sát sinh và không khuyến khích sát sinh. Theo Thượng Tọa

Thích Trí Chơn,Viện Chủ tu viện Khánh An, thì ý nghĩa của việc chay tịnh như sau: *"Nuôi dưỡng lòng từ bi: Ai trong chúng ta cũng có tâm từ bi, tâm thương người, thương vật, thương đồng loại, thương môi trường, thương hoàn cảnh sống. Chúng ta chỉ ăn thực phẩm rau, củ, quả sẽ giúp nuôi được tâm thiện lành. Thứ nhất: Bảo vệ môi trường sống: Các nhà khoa học đã nghiên cứu và nhìn thấy tác hại của việc nuôi những loài súc vật để đáp ứng cho sinh hoạt của con người, tác động rất lớn đến môi trường. Ví dụ, Mỹ đã thống kê một năm có khoảng 200 triệu hectares cây cối, rừng bị phá đi để trồng hoa màu cho súc vật ăn sau đó chế biến thực phẩm hay một đĩa rau thành phẩm chỉ tốn khoảng 20 lít nước nhưng một đĩa thịt thì phải tốn cả ngàn lít nước trong thời gian nuôi dài, chế biến. Thứ hai: Bảo vệ sức khỏe con người: khi con vật đứng trước sự sống - chết thì tâm sân giận nó nổi lên để phản ứng với sự chết chóc, ngay trong lúc đó nó tiết ra những độc tố của tâm sân giận"*.

Theo Thượng Tọa Viện Chủ viện Khánh An thì ý thức của con người về ăn uống thể hiện phẩm chất chứ không phải cái ăn thể hiện phẩm chất. Ăn chay sẽ hấp thụ nhiều tố chất của rau củ quả, những chất hiền hậu giúp con người tươi mát hơn, tâm từ bi mở rộng. Nhưng ăn mặn cũng vẫn có khả năng để trở thành một nhân cách lớn nếu biết ý thức về cái ăn, lấy mình đặt vào môi trường, vào việc xây dựng đời sống gia đình, sống hài hòa với hoàn cảnh. Có những hoàn cảnh không cho phép con người chay tịnh như sức khỏe chẳng hạn. Ngài nói: " *"Nếu thấy sức khỏe tụt giảm thì phải cân đối lại. Còn sau khi ăn chay sức khỏe ổn định và phát triển thì chúng ta ăn tiếp, ăn chay trường là điều rất khuyến khích. Còn nếu ăn phản tác dụng, đuối sức, gia đình lục đục mình sống tự nuôi bản ngã mình đi trước người khác về ăn chay thì phải coi lại".*

Chuyện ăn chay theo nghĩa đen như trên không phải là chính yếu. Chính yếu là cái tâm khi ăn chay. Ăn chay là để cải thiện tâm thức của mỗi chúng ta, giúp tâm thức bình an hơn, từ bi hơn, trong sáng hơn và bén nhạy trước những khổ đau của chúng sinh. Khi lòng từ bi được phát huy đến cực độ sẽ đưa tâm thức tới Trí Tuệ, tức là Giác Ngộ. Đó là ý nghĩa của ăn chay theo Phật giáo. Còn nếu ăn chay mà tâm kiêu ngạo, tự mãn, cho rằng mình ăn chay nhiều hơn người khác, so sánh hơn thua là tâm chưa yên. Ăn chay là để tránh nghiệp, kết thiện duyên, hướng tới những giá trị tốt đẹp, chân thiện mỹ.

Cơm sườn bì chả chay.

Chay lòng quan trọng hơn chuyện kiêng khem thông thường. Tôi muốn nói tới chuyện ăn chay giả mặn rất thịnh hành ngày nay. Tại Việt Nam hay tại hải ngoại, chuyện tìm một nhà hàng chay không phải là điều khó. Thực đơn của những nhà hàng này y chang như thực đơn của các nhà hàng thông thường. Có điều họ không dùng thịt mà dùng rau củ quả chế biến những món ăn y như các món ăn mặn. Các nhà hàng này làm những món chay giả mặn để cho những người chưa quen ăn chay tập ăn chay. Về phương diện sức khỏe, những món chay giả mặn này có hại cho sức khỏe vì họ dùng nhiều hóa chất để biến rau củ quả thành thịt thà. Đó là thứ ăn chay giả hiệu, không hợp với tinh thần ăn chay của Phật giáo.

Thượng Tọa Thích Huệ Minh ở Bình Chánh, Sài Gòn, chia sẻ: "*Trên phương diện Phật học, đặt tên món chay như món mặn là không nên vì miệng ăn thực phẩm chay nhưng con mắt nhìn thấy giống thức ăn mặn. Tâm mình liên tưởng tới thức ăn mặn, như vậy mình gây ra sát nghiệp trong tâm tưởng. Trong đạo Phật, tâm tưởng quan trọng vì tâm dẫn đầu các lời nói và việc làm. Do đó, các Phật tử thường không ăn thực phẩm chay giả mặn, các chùa cũng chủ trương ăn các món thuần chay và sử dụng nhiều rau củ quả trồng tự nhiên, không hóa chất*". Hình như lời nhắc nhở này không được các chùa lưu tâm. Nhiều chùa đã nấu các món chay giả món mặn để các bậc tu hành cũng như chúng sinh thưởng thức. Tôi ít khi tới chùa nhưng tai vẫn thường nghe các Phật tử thường xuyên tới chùa kháo nhau so sánh thức ăn chay của chùa này ngon hơn chùa kia và tỏ lòng khâm phục những tài hoa thạo việc biến chế. Chuyện chùa nấu món chay giả mặn có lẽ khá phổ biến. Dạo coi trên Facebook, tôi thấy có hai cái quảng cáo về các loại thức ăn này của hai chùa tại thành phố Montreal chúng tôi. Tôi ghi ra đây nguyên văn các món ăn bán tại hai chùa. Một chùa kê ra: Bún Bò Huế Chay, Bún Riêu Chay, Cơm Tấm Bì - Sườn - Chả Chay, Mì Hủ Tiếu Xào Chay, Bì Cuốn Chay, Bò Bía Chay, Chả Giò Chay, Chả Lụa Tàu Hủ Ky Chay, Cà Ri Chay, Canh Khổ Qua Chay, Khổ Qua Kho Chay, Dưa Cải Kho Thịt Ba Chỉ Chay, Kho Thập Cẩm Chay, Đậu Sả Nghệ Chay, Mít Kho Chay, Gà Kho Củ Sen Chay, Gà Lá Chanh Chay, Măng Kho Chay, Mắm Chưng Chay, Chả Trứng Chay, Cá Cơm Kho Tiêu Chay, Phá Lấu Chay, Bì Chay, Mắm Thái Chay, Ớt Sa Tế Chay, Xôi Mặn Xá Xíu Chay, Xôi Nếp Than Nước Cốt Dừa, Bánh Ít Lá Gai Tươi:, Bánh Bột Lọc Chay, Bánh Giò Chay. Một chùa bán: Bánh Chưng Chay, Chả Lụa Chay, Bì chay, Mắm Thái Chay, Phá Lấu Chay, Cá Kho Chay, Chả Chiên, Dồi Chay, Bánh Giò Chay, Bánh Bột Lọc Chay, Chả Giò Chay, Patê Chay. Thiệt là đủ các món thỏa mãn cái miệng ăn chay trong cái đầu ăn mặn!

Buồn tình, tôi mở cuốn "Hồn Bướm Mơ Tiên" của Khái Hưng ra coi xem sư cụ chùa Long Giáng và các chú tiểu Lan và Mộc ăn uống ra sao. Khi cháu của sư cụ là Ngọc tới vãn cảnh chùa, muốn ăn cơm cùng, chú tiểu Lan mỉm cười đáp: "*Vâng, ông nói rất phải. Đã đến cảnh chùa thì cũng phải ăn kham khổ. Trước cụ tôi cũng chỉ xơi cơm hẩm. Mấy năm nay, vì cụ tuổi tác, yếu đuối mà xơi mỗi bữa có một chén, nên nhà chùa cấy riêng một mẫu tám để cụ dùng. Nhưng mời ông*

Xôi mặn chay.

hãy vào nghỉ trong nhà tổ để đợi cụ xuống". Ngọc nhác nhìn mâm cơm đặt trên bàn mủm mỉm cười. Buổi tối thấy nhà chùa có vẻ náo nhiệt, nhộn nhịp, kẻ lên người xuống, lách cách bát đĩa, nồi mâm, chàng vẫn tưởng các chú tiểu sửa soạn một bữa tiệc sang để thết khách quý. Ai ngờ trên chiếc mâm gỗ vuông chỉ lỏng chỏng có đĩa dưa, đĩa cà và đĩa muối vừng". Lúc đó chú Lan bưng lên một bát đậu phụng kho tương, khói bay nghi ngút. Chú hơi cau mặt, hỏi chú Mộc: "Sao chú không bảo bà Hộ rán đậu?". " Dầu lạc hết rồi, mai mới mua được". Chú Lan quay lại nói với Ngọc: "Thưa ông, bữa nay ông hãy xơi tạm. Nếu mai ông muốn dùng cơm mặn, xin bảo bà Hộ làm riêng để ông dùng". Ngọc tươi cười đáp: "Cảm ơn chú, nhưng tôi thích ăn cơm chay".

Tôi ngồi lẩn thẩn nghĩ, chùa Long Giáng của Hồn Bướm Mơ Tiên chẳng lẽ có từ thời tiền sử!

11/2025

CUÔI BA DÙM

Phải nói ngay nghĩa của ba chữ lạ hoắc "cuôi ba dùm" này kẻo các ông sốt ruột: ngủ thân ái. Kiến thức ngôn ngữ miền Thượng của tôi không cho phép tôi xác định đây là tiếng Mường, Mán, Thái, Mông hay tiếng chi khác. Năm 1964, trên tạp chí Bách khoa tại Sài Gòn, có đăng truyện ngắn có cái tên thách đố này của nhà văn Vũ Hạnh. Khi biết nghĩa của ba chữ huyền bí này, đám thanh niên chúng tôi tò mò tìm đọc ngay một cách thích thú. Tuổi chúng tôi ngày đó, chuyện ngủ nghê nghe đã thấy hấp dẫn, nhất là chuyện ngủ trên núi rừng cao ngun ngút chẳng bao giờ nghĩ là leo lên được. Các thiếu nữ miền cao để ngực trần, có bùa có ngải, luôn là những nhan sắc huyền hoặc của một thế giới hầu như chỉ hiện diện trong ý nghĩ mơ hồ của chúng tôi. Vậy nên chuyện "ngủ thân ái" bỏ qua sao đặng?

Nhân vật "tôi" trong "Cuôi Ba Dùm" được chúng tôi nín thở theo dõi bước đi suốt nhiều trang báo. Chàng may mắn gặp được một cô gái đường rừng xinh đẹp trẻ trung tên Y Sao bèn gạ gẫm ngay. Vũ Hạnh viết: *"Tôi mến Y-Sao lắm lắm". Nàng cười vui vẻ: "Y-Sao cũng mến các anh lắm lắm". Con đàng gần đến, nếu dừng bước lại thì hóa xa xôi, tôi bèn đánh bạo nói tiếp: "Đêm nay tôi ngủ nhà Y-Sao nhé?". Y-Sao gật đầu. "Cuôi-ba-dùm nhé?". Y-Sao lại gật, mỉm cười tự nhiên, cúi xuống nướng bắp. Thế là nàng chịu "cuôi-ba-dùm moi măn" (ngủ thân ái một đêm) với tôi rồi! Không ngờ câu chuyện dễ dàng như vậy. Nhiều khi ta chạy hàng chục vòng tròn vô ích chung quanh chỗ ngồi dọn sẵn từ lâu"*. Đêm hôm đó, người mạn trên hồn nhiên thật thà, người mạn dưới ranh ma quỷ quyệt về nhà nàng. *"Y-Sao ngoan ngoãn nằm xuống. Tôi vuốt má nàng. "Thương Y-Sao lắm". "Y-Sao thương các anh lắm". "Cứ thế! Không thương tôi à?". "Thương chứ. Thương nhiều lắm đấy". "Y-Sao làm vợ tôi đêm nay nhé?". "Chẳng hiểu". Tôi nghĩ: "Trời ơi! Gì mà chẳng hiểu, chẳng hiểu! Ngốc đến thế này thì thôi!". Và bèn đổi giọng nài nỉ: "Tôi mở cái cà tiu nhé?". "Đừng!". "Không cho thì tôi chết đấy". "Chẳng có chết đâu". "Ghét Y-Sao lắm!". Y-Sao không nói. Mặt nàng đọng lại trong dáng trầm ngâm khó hiểu. Thấy dùng văn hóa chẳng ăn thua gì, tôi quyết định dùng quân sự. Tôi vỗ về nàng, rồi thừa dịp nắm cà tiu của nàng và giằng mạnh xuống"*.

Chiến tranh nội bộ bắt đầu nơi chiếc chiếu trên sàn nhà với cuộc tấn công chiếm thành của anh chàng miền xuôi. Bên cố tấn công, bên hết sức phòng thủ. "*Hình như một thứ mặc cảm tự tôn của kẻ sống ở miền xuôi, tự hào văn minh hơn dân miền núi, đã củng cố thêm cho tôi ôm chặt lấy nàng.*

Y-Sao chuyển hết sức mình cố đẩy tôi ra một cách tuyệt vọng, nhưng không kêu cứu lời nào, hình như nàng phải nhận lấy trách nhiệm đối với chính nàng cho đến phút cuối. Tôi hổn hển bảo: "Y-Sao nghe lời tôi đi". Nàng đáp phều phào: "Không đâu... không đâu... không đâu...". Nhưng nàng lả người, mềm hẳn cả sức kháng cự. Tôi nới vòng tay, đặt nàng nằm xuống, vừa toan cúi xuống mình nàng thì nhanh như con sóc rừng, Y-Sao đã lộn người lại, nhào tới phía trước. Tôi thấy nàng đứng thẳng dậy, rút vội trên sàn chiếc dáo, quỳ xuống chĩa mũi nhọn hoắt về phía ngực tôi, trợn trừng cặp mắt, nói như tiếng rít: "Đừng bắt Y-Sao làm xấu cái buôn... Y-Sao không quen, không biết anh đâu!".

Vũ khí tự thân của anh chàng tưởng đã chiếm được thành chẳng so được với cây dáo của thiếu nữ miền rừng, chàng đành thúc thủ. Chữ nghĩa tưởng là vậy hóa không phải vậy. "Ngủ thân ái" không có nghĩa là "ngủ mặn". Miền cao luôn thiếu muối!

Anh chàng thích chuyện mặn mà không chiếm được thành. "Cuôi Ba Dùm" có muối nằm ở chỗ khác. Tuốt bên châu Phi lận. Himba là một bộ tộc bán du mục sống ở phía Bắc Namibia có dân số khoảng 50 ngàn người. Bộ lạc này có truyền thống cho vợ "cuôi ba dùm" với khách một cách cụ thể nhất. Khách tha hồ tự tung tự tác chứ không gặp phản ứng như anh chàng "tôi" của Vũ Hạnh. Người đàn ông sẽ nhường vợ ở trong phòng riêng với khách, còn mình thì lẳng lặng đi ngủ tại một nơi khác. Phụ nữ nơi đây rất phục tòng chồng, chồng bảo sao làm vậy, không có ý kiến. Phong tục này có tên là "*okujepisa omukazendu*". Anh Wode Maya,

Cô gái thuộc bộ tộc Himba và khách.

một *youtuber* nổi tiếng của Ghana đã tới thăm bộ tộc Himba. Anh cho biết: "Khi một vị khách đến gõ cửa, người đàn ông trong gia đình sẽ vui mừng và nhiệt tình chào đón bằng cách đãi khách một đêm ngủ với người vợ. Người chồng sẽ tránh bằng cách qua ngủ phòng khác, hoặc nếu không còn phòng, ông sẽ ra ngủ ngoài trời". Anh Wode đã hỏi một thành viên của bộ tộc tại sao họ lại dễ dãi mang vợ ra đãi khách như vậy và nhận được câu trả lời: "Không phải chúng tôi tạo điều kiện cho phụ nữ ngoại tình. Chúng tôi tặng vợ cho khách vì đó là văn hóa của chúng tôi. Đó là cách chúng tôi đối xử tốt với khách của mình".

Một nghiên cứu xét nghiệm di truyền cho thấy có trên 70% đàn ông trong bộ lạc Himba nuôi con của người khác. Dân Việt ta thường mỉa mai là nuôi con tu hú! Một bộ phim tài liệu mang tên "African History" đã ghi nhận: "Sanh con ngoài giá thú hoặc ngoại tình không bị coi là chuyện lớn". Cũng theo bộ phim này, chuyện cho vợ cuôi ba dùm với khách được coi là có ích cho cộng đồng vì làm giảm sự ghen tuông có thể làm ảnh hưởng đến cuộc hôn nhân thông thường. Chúng ta khó chấp nhận câu giải thích này vì suy nghĩ của chúng ta về mối quan hệ vợ chồng khác với những suy nghĩ đơn giản của người Himba. Himba có chế độ đa thê. Khi con gái tới tuổi cập kê, chính cha mẹ chọn chồng cho con.

Tại khu tự trị Tây Tạng thuộc Trung Cộng lại có quan niệm khi một người khách để ý tới vợ người khác, đó là ý của thần thánh và là một điều tốt hứa hẹn đem đến cho cộng đồng những điều may mắn. Giá trị của người phụ nữ nằm trong việc có nhiều người ước muốn họ. Một trinh nữ trước khi lấy chồng phải ngủ với ít nhất 20 người đàn ông khác nhau. Dân số trong một bản làng thường thưa thớt, kiếm được 20 người đàn ông để trao thân không phải là dễ. Các nàng phải tự mình tới các con đường nhiều người qua lại để xin tình. Nhiều khi chính các bà mẹ phải dẫn con gái đi. Thường họ mất nhiều ngày chờ đợi mới tìm đủ 20 người chịu vầy cuộc mây mưa. Xong cuộc, họ phải xin người tình một đêm một vật chi đó như một chiếc vòng đeo tay rẻ tiền, một chiếc gương nhỏ hay một đôi bông tai đơn giản để chứng tỏ đã giao duyên. Khi về, họ phải trình với các lão làng những kỷ vật này để chứng minh họ đã ngủ đủ với 20 người đàn ông. Nếu có cô gái nào phá rào làm đám cưới khi còn trinh, họ sẽ bị đuổi ra khỏi làng.

Trên trái đất này còn có nhiều vùng thoải mái như vậy chứ không chỉ có ở bộ tộc Himba hoặc Tây Tạng. Như dân Eskimo ở Chukotka thuộc Liên Bang Nga hay Alaska ở Mỹ. Từ ngàn xưa, dân Eskimo đã phải sống trong những điều

Thuê vợ của người Eskimo.

kiện khắc nghiệt. Muốn sinh tồn họ phải chịu nhiều vất vả. Phụ nữ cũng phải chung tay tham gia vào những vất vả này. Ngoài việc sanh đẻ , trông nom con cái, họ cũng phải đi săn bắn như đàn ông. Chính vì vậy mà họ không bị lép vế trong gia đình. Điều này khác với phụ nữ của bộ tộc Himba. Theo truyền thống lâu đời, người Eskimo có tục cho thuê vợ ngắn hạn nên việc đổi vợ chẳng phải là chuyện chi ghê gớm, chỉ là một bước tiến xa hơn của việc cho thuê vợ. Một người đàn ông đi săn bắn, thường dài ngày, được phép thuê vợ của người khác nếu chồng cô này thỏa thuận. Một khi cuộc thuê được chốt xong, người đàn ông có quyền sử dụng như một người chồng chính hiệu. Người đàn bà phải phục tùng như một người vợ kể cả chuyện giường chiếu.

Các nhà nghiên cứu đã thắc mắc và lý giải được tại sao bộ tộc này lại luông tuồng như vậy. Trong một bản làng, người dân thường kết hôn với nhau nên lâu ngày chày tháng chuyện hôn nhân cận huyết khiến những đứa trẻ được sanh ra khá yếu ớt, còi cọt và chết yểu. Chuyện cho những người thuộc bản làng khác thuê vợ là một cách để cải tạo giống nòi, sanh ra những đứa trẻ khỏe mạnh, thông minh hơn. Đây là chuyện đã được khoa học chứng minh là đúng. Tôi còn nhớ có lần Bác Sĩ Trần Ngươn Phiêu, khi giữ chức Bộ Trưởng Bộ Xã Hội, nhân phát biểu với báo giới về sức khỏe của các bé nhi đồng, đã nói về hôn nhân cận huyết là một nguyên nhân ảnh hưởng tới sức khỏe của các em. Ông vui miệng có ý nói tới chuyện nên nhìn chuyện phụ nữ kết hôn với người ngoại quốc một cách tích cực hơn. Nhận xét có tính khoa học này lúc đó đã bị một luồng dư luận trên báo chí chỉ trích ông một cách thậm tệ. Họ mang ông ra giễu cợt khá ồn ào.

Chuyện "lấy giống" từ những người của cộng đồng khác để tạo ra một dòng giống khỏe mạnh và thông minh hơn tưởng chỉ khoa học ngày nay mới tìm ra nhưng các cộng đồng du mục xưa đã biết từ khuya. Chuyện cuôi ba dùm tới nơi tới chốn tại các bộ tộc Himba, Eskimo, Siberia, vùng Turkic cổ và Mông Cổ nhằm mục đích này. Với họ, giao phối không chỉ là chuyện sinh lý thuần túy mà là cách để tạo ra những sinh linh mạnh khỏe hơn. Tại các vùng núi non hiểm trở, khi phụ nữ sinh con có rất nhiều yếu tố rủi ro, tỷ lệ tử vong của mẹ và trẻ sơ sinh cao. Chuyện duy trì dòng giống là một vấn nạn mà họ giải quyết bằng cách "lấy giống" từ những người lạ.

Trên Facebook mấy ngay gần đây có một bài của tác giả Phong Vệ bàn về chuyện này. Theo tác giả thì các chiến binh Mông Cổ là những người to cao, khỏe mạnh, xoải vó

Thành Cát Tư Hãn và 11 bà vợ cùng các con.

ngựa chinh phục nhiều vùng trên thế giới là vì họ biết chọn giống mà tác giả gọi là "ngoại giao sinh học". Nhiều người đã *share* lại bài viết này. "Ngoại giao sinh học" nghe lớn lối quá nên tôi khá dè dặt khi đọc. Nhưng từ bài này tôi tò mò về đoàn quân bách chiến bách thắng vào thế kỷ 13 và nhất là về thủ lãnh Thành Cát Tư Hãn của đoàn quân này.

Thành Cát Tư Hãn sanh năm 1162, mất năm 1227, đã chinh phục được 24 triệu cây số vuông, tính ra tới 16% tổng diện tích toàn cầu. Vó ngựa của Hãn đã dẫm nát vùng đất từ

Thái Bình Dương tới biển Caspian, từ sa mạc Gobi tới đất ngàn lẻ một đêm Ba Tư. Nói tới Thành Cát Tư Hãn người ta thường chỉ biết tới như một thủ lãnh đoàn quân đánh Nam dẹp Bắc, oai phong lẫm liệt. Một trong những nghiên cứu loại này là của nhà sử học Mỹ Harold Lamb với cuốn sách nổi tiếng *"Emperor of All Men"* (Hoàng Đế của Muôn Người) xuất bản vào năm 1927. Harold Lamb, dân New Jersey, Mỹ, tốt nghiệp Đại Học Columbia, là chuyên viên nghiên cứu về lịch sử và văn hóa Á châu. Ít người chú ý tới một khía cạnh khác của cuộc chinh phục thế giới của Thành Cát Tư Hãn: khía cạnh tính dục.

Trong 20 năm chinh chiến ngắn ngủi, Thành cát Tư Hãn có một chính sách đặc biệt là bắt giữ tất cả các cô gái xinh đẹp nhất ở mỗi vùng đất mà vó ngựa của ông dẫm tới. Cuối mỗi cuộc hành quân ông chọn những cô ưa thích để mây

Tượng Thành Cát Tư Hãn ở Ulan Bator, thủ đô Mông Cổ.

mưa. Ngoài ra ông còn có thú vui ăn nằm cùng vợ hoặc các con gái của các thủ lãnh đối nghịch. Kết quả là ông đã gieo giống để các phụ nữ này sanh ra hàng ngàn đứa trẻ lai Mông Cổ. Các con của ông cũng toàn là những nhà sản xuất khá mạnh. Người con cả Truật Xích có tới 40 con. Cháu của Thành Cát Tư Hãn là Hốt Tất Liệt , người thành lập ra nhà Nguyên ở Trung Quốc, có tới 22 con đẻ và khoảng 30 con rơi con vãi.

Năm 2003, một nhóm chuyên gia quốc tế chuyên về di truyền học phổ biến một nghiên cứu nổi tiếng trên tạp chí *American Journal of Human Genetics* về di sản *gene* của người Mông Cổ. Họ đặt câu hỏi: "Có bao nhiêu người là hậu duệ của Thành Cát Tư Hãn?". Để trả lời câu hỏi này, họ nghiên cứu 5 ngàn mẫu máu thu thập trong 10 năm từ 40 nhóm dân cư sinh sống trong và gần lãnh thổ của đế chế Mông Cổ. Chỉ có một quần thể bên ngoài biên giới cũ của đế chế Mông Cổ mang *gene* của ông là nhóm dân tộc Hazaras, nói tiếng Ba Tư, ở Afghanistan và Pakistan. Nhà di truyền học Spencer Wells, đồng tác giả của nghiên cứu này, cho biết: "Người Hazaras cung cấp cho chúng tôi manh mối đầu tiên về mối quan hệ với Thành Cát Tư Hãn. Từ nhiều đời trước, họ truyền miệng nhau truyền thuyết họ là hậu duệ dòng chính của Thành Cát Tư Hãn".

Spencer Wells nghiên cứu sâu rộng về nhiễm sắc thể Y trong 5 ngàn mẫu máu. Nhiễm sắc thể này luôn truyền từ đời cha sang đời con. Nhà di truyền học cho biết: "Chúng tôi xác định được một dòng nhiễm sắc thể Y có yếu tố bất thường. Nó được tìm thấy ở 16 dân tộc sinh sống khắp khu vực rộng lớn ở châu Á, trải dài từ Thái Bình Dương tới biển Caspian và xuất hiện với tần suất cao: 8% đàn ông thuộc 16 dân tộc mang nhiễm sắc thể đó, tương đương 0,5% dân số thế giới, vào khoảng 16 triệu người. Cứ 200 đàn ông còn sống ngày nay tại vùng này thì có một người là hậu duệ của ông".

Trời! Tôi tá hỏa tự hỏi tôi có thuộc vào dòng giống của ông thần này không? Tôi nghĩ rằng không vì tôi đã từng ăn lẩu Mông Cổ và thấy dở ẹc. Nhưng thiệt khéo lo xa. Mông Cổ đã hai lần bị quân ta đánh cho chạy có cờ vào năm 1258 và 1285, ở đó mà…dum ba cuồi!

07/2025

DÍNH NHƯ SAM

Trong một lần tới thăm Hải Học Viện Nha Trang cách đây khoảng vài chục năm, tôi đã thấy một cặp sam sống trong một lồng kính. Phải thú nhận là tôi rất ngạc nhiên. Chúng dính vào nhau, một con trên một con dưới. "Dính như sam" thì tôi thuộc nằm lòng nhưng không ngờ chúng dính cứng như vậy. Dò hỏi nhân viên của Viện, tôi được cho biết hai con dính vào nhau như vậy suốt ngày đêm. Con đực kích thước chỉ nhỏ bằng nửa con cái luôn nằm dính trên lưng con cái. Cứ như mẹ cõng con đi chơi. Thân nam nhi mà coi bộ lép vế. Đeo dính sát sạt như vậy ngày đêm thì teo tắt là cái chắc. Vết đôi chân con đực bám vào hằn rõ trên mai con cái. Cùng sống chết với nhau như vậy nên ngư dân thường bắt được cả cặp. Nếu chỉ bắt được một con, gọi là sam độc, họ thả trở lại biển. Chẳng phải nhân nghĩa chi nhưng vì họ không bán được cho người ta làm thịt. Thực khách luôn mua làm thịt cả cặp, ăn một con họ tin rằng sẽ bị độc. Vậy sam sống cùng sống, chết cùng chết, lúc nào cũng dính nhau. Như…sam!

Chuyện dính nhau khắng khít như vậy được người đời tôn vinh, như biểu tượng của sự chung tình. Chẳng vậy mà nhiều nước có những truyền thuyết về sự chung thủy này.

Dân Việt Nam ta có chuyện về sự tích con sam như sau. Ngày xưa có hai vợ chồng ngư dân rất thương yêu nhau. Một bữa, người chồng đi biển chẳng may gặp bão mất tích. Sau nhiều tháng chờ chồng mà không tin tức chi, người vợ bỏ nhà ra đi. Bà cứ theo bờ biển đi riết mong tìm được chồng. Một bữa, gặp một đỉnh núi, bà mệt mỏi trèo lên rồi ngủ thiếp đi. Bỗng bà nghe thấy một tiếng sét khiến bà choàng tỉnh. Bà thấy một ông lão, đầu tóc bạc phơ, tự nhận là thần Cây, đứng trước mặt. Ông lão hỏi sao bà dám tới nằm trước nhà ông. Bà tình thật nói bà đi tìm chồng, mệt quá nên ngủ thiếp đi. Ông lão nói chồng bà còn sống và đang ở một hòn đảo xa. Ông trao cho bà một viên ngọc, dặn bà phải ngậm vào miệng, nhắm mắt, bay qua đảo. Không được há miệng kẻo ngọc rơi không bay được nữa. Trời bỗng nổi gió, bà thấy thân mình nhẹ bẫng, bà bay theo gió tới đảo. Vợ chồng gặp nhau, mừng mừng tủi tủi, ôm nhau da diết. Họ cùng nhau bay về nhà. Người chồng ôm lưng vợ bay qua biển. Người vợ luôn miệng nói cho thỏa nỗi hàn huyên. Bỗng viên ngọc rớt khỏi miệng, hai vợ chồng cũng rơi theo xuống biển hóa thành đôi sam. Con sam đực luôn ôm lưng con sam cái như khi họ ôm nhau bay qua biển.

Truyền thuyết của dân Khmer lại khác. Ngày xưa có một vị vua khi đã luống tuổi mới sanh được một hoàng tử. Một

Dính như sam.

bữa hoàng hậu đưa con đi chơi, bất ngờ một con chim thần *garuda* nhào xuống tha hoàng tử đi mất. Một thiếu nữ miền biển Nam Krès xin vua đi cứu. Chim quắp hoàng tử bay qua biển tính đem hoàng tử về tổ để ăn nhưng nửa đường gặp bão đánh rơi hoàng tử xuống một hải đảo. Thiếu nữ tới kịp thời để cứu. Nàng bảo hoàng tử bám trên lưng để nàng bơi vượt biển về quê nhà. Bơi tới giữa biển, váy áo của nàng bị tụt mất. Quá mắc cỡ, nàng bơi trở lại để tìm váy áo. Hoàng tử chìm dần và bị chết đuối. Nàng hoảng hốt lặn xuống cứu nhưng khi hoàng tử ôm lại vào cổ nàng thì nàng kiệt sức. Họ hóa thành đôi sam lúc nào cũng ôm dính vào nhau.

Nhật Bản là đất nước tứ bề được ôm ấp bằng biển nên cũng...truyền thuyết như Việt Nam và Khờ me. Có một đôi vợ chồng nghèo mới cưới, chưa con cái chi nên suốt ngày quấn quýt nhau. Người vợ chiều chồng nên làm hết việc nhà, không để chồng đụng tay vào việc chi. Được vợ chiều chuộng, anh chồng ỷ lại, tối ngày cứ bám vào vợ, chẳng thiết làm ăn chi. May là người vợ rất đảm đang, khỏe mạnh lại thêm có nghị lực nên ít lâu sau gia đình khấm khá hẳn lên. Có của ăn của để, cuộc sống sung túc, anh chồng sinh hư, cứ ỳ ra, bạc nhược yếu đuối vì không đụng tay đụng chân vào việc chi, tinh thần lại bại hoại không có óc cầu tiến. Một tay vợ quán xuyến hết mọi việc lớn nhỏ. Thậm chí khi đi xa một chút, anh bắt vợ cõng. Một bữa, hai vợ chồng bơi thuyền ra cửa biển chẳng may gặp bão. Hai người chìm lỉm xuống bể nước mặn. Anh chồng vẫn cố bám vào vợ. Họ biến thành đôi sam dính lấy nhau.

Xứ Thái Lan cũng không chịu lép vế. Họ cũng có truyền thuyết về sam. Có một cặp vợ chồng rất thương yêu nhau. Người chồng chẳng may bị tai nạn nhưng được Phật cứu thoát nên rất mộ đạo. Họ ăn chay trường, làm công quả cho chùa, sống có tình có nghĩa với dân làng, luôn giúp kẻ khốn khó. Cuộc sống của họ rất yên lành và đạo đức. Chiều chiều họ thường ngồi trước cửa nhà, ngước lên nhìn những đám mây bay trên trời. Đám mây nào cũng có hình Phật. Trong một chuyến đi vãn cảnh chùa xa, khi qua cầu, chẳng may hai vợ chồng rớt xuống sông. Người vợ để chồng ôm trên lưng cố bơi vào bờ nhưng bị đuối sức. Cả hai chìm xuống sông. Phật tổ cảm tấm lòng đạo đức của hai vợ chồng nên hóa kiếp cho họ biến thành đôi sam mãi mãi dính vào nhau. Nhưng vì sống dưới đáy sông nên Phật cho họ có đôi mắt trên lưng để có thể nhìn thấy Phật trên cao như khi họ còn sống. Vì ăn chay trường nên khi thành sam họ có máu xanh.

Cả bốn truyền thuyết của Việt Nam, Khờ Me, Nhật Bản

và Thái Lan đều chứng tỏ chuyện dính như sam là chuyện vợ chồng khắng khít với nhau. Tất cả đều đề cao vai trò của người vợ. Vậy nên các anh chồng bị lép vế, ăn no lại ôm lưng vợ. Thiệt bất công cho cánh mày râu. Nhưng tình vợ chồng là giường mối của xã hội, cứ khắng khít là OK, tuy cánh mày râu không vui chút nào. Ngày nay các anh chồng thường phải vất vả kiếm cơm nuôi vợ con, chồng cứ bám vào lưng vợ thì gia đình xuống cấp là cái chắc.

Dân ca Nam Bộ có bài "Lý Con Sam" cũng ca ngợi tình vợ chồng khắng khít, coi nhẹ chuyện đói no, cứ dính vào nhau, uống nước sông mà sống. "*Sông sâu nước chảy có luồng / Con Sam có cặp theo luồng nước ờ ờ ớ sông / Hỡi ai biết cặp con Sam / Mình đồng chân sắt, mắt lại trên lưng /*

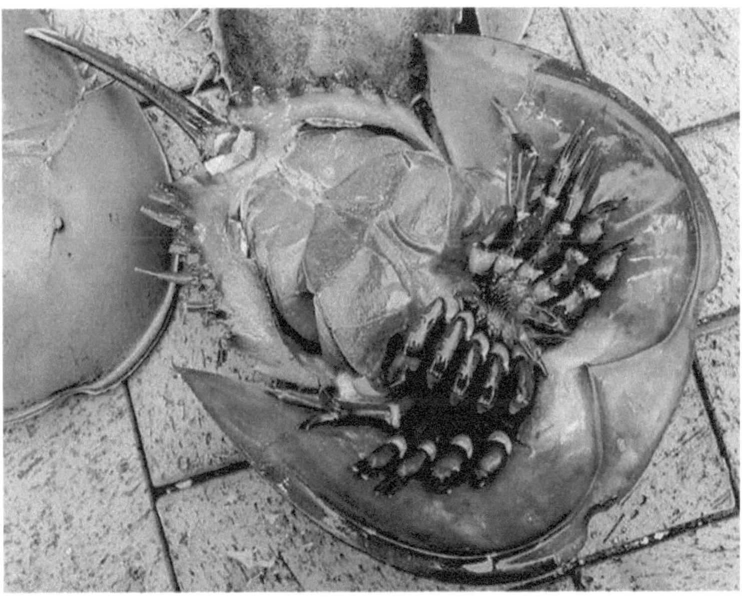

Bụng sam.

Uống nước thôi cầm chừng / Đói no xin nhờ vợ, ta đừng có theo ai / Ấy là đôi cặp con Sam / Sam bơi, Sam lội, Sam vùi / Dưới ờ ờ ớ sông / Sông sâu cách trở qua đò / Đi đêm có gậy theo dò / Bóng ờ ờ ớ đêm / Nghĩa nhân có đặng keo sơn / Bền lòng son sắt ắt đẹp uyên ương / Chớ thiếp luôn chiều chồng / Mới nên duyên chồng vợ / Xin chàng chớ quên em / Ấy là duyên nợ con Sam / Sam bơi Sam lội cho chồng / Ấm ờ ờ ớ no..".

Men theo các truyền thuyết của nhiều nước chúng ta có thể hiểu sam sống ở nhiều vùng biển thuộc Á châu. Chúng thường sống nơi những dải cát có thủy triều cao, có chiếc đuôi dài và nhọn với nhiều gai hình móc câu để có thể dễ dàng lật ngửa lại nếu bị sóng xô ngã. Tại Việt Nam sam có nhiều tại các vùng biển Cát Bà, Hạ Long, Đà Nẵng và có rải rác nơi vùng biển Cần Giờ và Vũng Tàu. Sam là sinh vật được trời phú cho thừa thãi tay chân và mắt mũi. Cái chi cũng hơn…người. Sam biển thở bằng mang, một bên mang có 150 tấm mỏng hình lá cây dùng để hút oxy trong nước. Sam có 6 đôi chân trong đó 4 đôi dùng để di chuyển trong cát và dưới đáy biển. Hai chân phía sau, to và khỏe hơn, dùng để đẩy toàn bộ cơ thể và dùng để bơi. Hai chân phía trước ngắn hơn dùng để kẹp, giữ con mồi và đưa thức ăn vào miệng. Sam có tới bốn mắt, hai mắt lồi ra ở bên thân và hai mắt trên đầu nằm sát vào nhau. Mai của sam trông giống như chiếc mũ sắt, dày và cứng như vỏ cua. Phần đuôi có gờ với đầu nhọn hình tam giác rõ nét.

Các nhà khoa học đã tìm thấy hóa thạch sam sống từ 200 triệu năm trước và hình hài không thay đổi qua thời gian dài dằng dặc này. Tên khoa học của sam là *Limalus Polypherius,* loài hải sản thuộc họ chân khớp duy nhất trong phân bộ đuôi kiếm *Xiphosurida.* Sam biển có kích thước trung bình từ 30 tới 60 cm, sam cái cồ nô hơn, lớn gấp đôi sam đực. Sam cái nặng khoảng từ 1,5 ký tới 3,5 ký, sam đực từ 1 ký tới 1,5 ký. Trong đời mỗi con sam lột xác khoảng 20 lần.

Tháng 5 và tháng 6 là mùa sinh sản của sam. Chúng sẽ dạt vào bờ cát để đẻ trứng. Mỗi lần đẻ rất nhiều và trứng rất nhỏ. Khi sam cái đẻ, sam đực vẫn bám trên lưng. Trứng nở ra những con sam nhỏ, vỏ rất mềm và chưa có đuôi. Chiếc vỏ này không phát triển theo sức lớn của cơ thể nên, khoảng 4 tháng sau khi nở, chiếc "áo mai" này trở nên chật chội, cần thay áo mới. Chiếc áo mai cũ sẽ tự rụng và sam lột xác lần thứ nhất.

Sam có một thứ đặc biệt rất quý giá. Đó là máu sam.

Tiết canh sam.

Không giống như các loài có máu khác thường có máu màu đỏ, máu sam màu xanh dương nhạt. Thứ máu khác màu này rất có giá trị với khoa học. Mỗi ga-lông máu sam có giá khoảng 60 ngàn đô Mỹ. Mỗi năm, giới khoa học trên toàn cầu chi ra khoảng 50 triệu đô để mua máu sam. Màu xanh của máu sam là do nguyên tố đồng có trong thành phần máu của chúng. Màu máu đỏ trong các động vật khác là do có chất sắt. Các nhà khoa học phát hiện ra trong máu sam có chứa một nhân tố đông máu đặc biệt có tên là *Limulus Amebocyte Lysate*, viết tắt là LAL. Chất này có khả năng phản ứng với vi khuẩn Gram âm nguy hiểm. Chỉ mới từ năm 1970, các nhà khoa học mới đưa LAL vào sử dụng. Trong bài viết "Máu Sam Biển – Món Đặc Sản Có Giá Ngàn Đô", nhà báo An Yên đã cho biết như sau : "*Chỉ với việc nhỏ một vài giọt LAL vào thiết bị y tế hay vaccine, hợp chất này sẽ ngay lập tức phủ lên bất kỳ vi khuẩn Gram âm nào mà nó phát hiện bằng một cái kén dạng dẻo, đây cũng chính là dấu hiệu cảnh báo cho chúng ta biết sự hiện diện của vi khuẩn trong các vật tư y tế, thứ có thể cướp đi mạng sống của người bệnh. Chất LAL nhạy đến mức có thể cô lập mối đe dọa nhỏ như một hạt cát trong một bể bơi lớn. Cục Quản lý Thực Phẩm và Dược Phẩm Mỹ (FDA) luôn yêu cầu thuốc chích và các dụng cụ y tế tiếp xúc với cơ thể người bệnh phải qua kiểm tra bằng máu sam. Do đó, máu sam có tác dụng cứu sống hàng nghìn bệnh nhân mỗi ngày. Bác sĩ John Dubczak thuộc Phòng thí nghiệm Charles River (Mỹ) cho biết, công nghệ phát hiện độc tố như máu sam đang ngày càng trở nên nhạy và chính xác hơn. Phòng thí nghiệm Charles River đang phát triển các thiết bị thử độc tố có thể được sử dụng bên ngoài phòng thí nghiệm, thậm chí trên không gian như Trạm vũ trụ quốc tế (ISS). Chúng ta có thể sử dụng nó để xác định xem có những loại vi khuẩn nào tồn tại trên bề mặt ISS", chuyên gia Norman Wainwright, Giám Đốc Nghiên Cứu và Phát Triển phòng thí nghiệm Charles River cho biết. Hệ thống này cũng có thể giúp thực hiện các nghiên cứu sinh học cần thiết nhằm mở rộng sự hiện diện của con người trên không gian, từ sức khỏe của phi hành đoàn, nghiên cứu môi trường tàu vũ trụ cho đến nghiên cứu tìm sự sống trong hệ mặt trời. Máu sam cũng đang được ứng dụng trên trái đất. Các nhà khoa học Nhật Bản cũng thực hiện thử nghiệm phát hiện tình trạng nhiễm nấm và nghiên cứu phát triển liệu pháp chống virus, chống ung thư dựa trên cơ chế cô lập và vô hiệu hóa độc tố của máu sam. Giới khoa học cũng đang nghiên cứu những cơ chế tương tự để tránh phụ thuộc vào máu sam. Một trong số đó là sử dụng chip điện tử để báo động khi tiếp xúc với độc chất. Một hệ thống khác do Đại học Wisconsin-Madison phát triển sử dụng tinh thể lỏng với chức năng phát hiện và cảnh báo tương tự. Tuy nhiên, bác sĩ Peter Armstrong thuộc Đại học California cho biết, chưa có cơ chế nào có thể đạt được độ chuẩn xác và nhạy như LAL trong máu sam".*

Máu sam quý như vậy nên khi dùng máu sam trong y học, các nhà khoa học phải bảo tồn nguồn máu quý giá này. Khi lấy máu sam, người ta chỉ lấy 30% lượng máu trong cơ thể sam rồi thả lại chúng về với biển cả. Chỉ một tuần sau lượng máu của chúng sẽ phục hồi. Đó là chuyện của khoa học, ngư dân đánh bắt sam để bán làm thịt chẳng *care* chuyện này.

Chuyện trả sam về biển là chuyện vẽ vời của những người không biết nhậu thịt sam. Dân đi biển thường đánh bắt cả cặp sam dính với nhau. Nếu chỉ có một con dính lưới, họ sẽ thả xuống biển lại. Sam là một loài tình nghĩa nên ngư dân cũng có tình với sam. Tuy nhiên vì sam là một nguồn thu lớn nên họ phải nhắm mắt bán sam cho dân nhậu để phanh thây xẻ thịt làm mồi đưa cay. Dân nhậu có tập quán ăn thịt sam phải ăn cả đôi đực cái. Nếu ăn một sẽ bị ngộ độc. Họ nghĩ sam cặp dính vào nhau là âm và dương, nếu ăn một con sẽ mất quân bình! Tin như vậy là bá láp. Các nhà dinh dưỡng học cho biết thịt sam cái, nếu có trứng càng tốt, chứa nhiều chất bổ dưỡng hơn thịt sam đực. Thịt sam đực thường gầy và mất nhiều tinh lực cho việc giao phối nên dở hơn. Dân nhậu có nhiều sáng kiến trong việc chế ra các món ăn từ sam.

Sam biển chỉ sống được ba ngày tính từ khi đánh bắt nên muốn được động đũa động chén với thịt sam không phải là chuyện lúc nào cũng được. Du khách thuộc loại chịu chơi khi tới Hạ Long nhất định phải thưởng thức thịt sam cho bằng được. Chế biến thịt sam cho thành món ăn phải nhờ tới các đầu bếp thành thạo và chuyên nghiệp. Sam biển thường ăn sứa nên phần gan và ruột của chúng cực độc. Khi mổ bụng san tuyệt đối không để gan và ruột bị bể. Chỉ lấy nguyên phần bụng và trứng.

Trước hết là món tiết canh sam. Cái lạ là bát tiết canh có màu xanh vì máu sam có màu xanh. Chỉ mới nhìn màu bát tiết canh, thường là đỏ mà nay lại xanh, đã là một đặc sản. Dân chuyên làm thịt sam soi lỗ trên mình sam còn sống cho máu sam phun có vòi vào đĩa hứng làm tiết canh. Ngon như thế nào, phải nếm mới biết được.

Ngoài tiết canh sam, dân nhậu còn chế ra nhiều món bắt rượu khác. Một trong những món được ưa chuộng nhất là món trứng sam nướng. Sam bụng đầy trứng được nướng trên than hoa đến khi chín vàng, mùi thơm ngào ngạt. Ướp trứng đã nướng với mỡ hành, đậu phọng, ăn kèm với bưởi hoặc củ cải ngâm dấm, chấm nước chấm chua ngọt. Thường buồng trứng của một con sam phải ba bốn người ăn mới hết. Dùng món này đưa cay sẽ quên đường về. Thịt sam cũng được chế biến thành bảy món như bò bảy món. Ngoài tiết canh, trứng sam nướng, còn có gỏi sam, chân sam chua ngọt, chả sam, sam xào và miến sam. Để tiết kiệm nước miếng cho bạn đọc, tôi không đi sâu vào các món khác.

Một phần cũng để phần nào xa lánh thứ trần tục để nhìn cặp sam như một hình ảnh trân quý của tình chồng vợ keo sơn gắn bó. Như ba câu kết thúc của bài "Lý Con Sam": *Ấy là duyên nợ con sam / Sam bơi sam lội cho chồng / Ấm ờ ờ ớ no"*. Làm thân sam đực thiệt có phúc. Cứ cơm no bò cưỡi. Lộn! Sứa no sam cưỡi!

07/2025

ĐỨNG HAY NGỒI

1 - ĐỨNG

Lang thang trên Facebook, tôi trúng được *status* "Chuyện Bốc Mùi" của Trần Thu Hà. Tác giả viết: "*Bốc mùi nghĩa đen luôn đó ạ. Cách đây vài ngày mình có viết về chuyện bây giờ nhiều nam giới đi tiểu ngồi để giữ nhà vệ sinh sạch sẽ. Không ngờ bài đó bốc mùi dữ dội vậy, Nhiều bạn tức giận, rất nhiều* comment *tức giận, và có cả mấy bác mấy anh mang về Facebook họ để mắng tiếp, khá nặng lời, và không quên tấn công cá nhân. Khộ ghê, đúng là cái đề tài này bốc mùi! Nhìn lại, mình cũng có cái lỗi là viết không rõ ý. Đang đi từ những cảm nhận ban đầu lúc ở sân bay rằng thấy họ sạch sẽ, tới chuyện thấy nhà vệ sinh (nữ) sạch sẽ, thơm tho. Nhoằng một cái, mình lại kể chuyện ở nhà bạn bè mình thì nam giới tiểu ngồi để giữ vệ sinh... Cua hơi gắt, nhảy cóc từ chuyện này qua chuyện kia. Nhưng mình đã gặp 6-7 người bạn, họ sống ở mấy nước khác nhau, rải rác trong những cuộc đi chơi và nói chuyện dông dài thì tình cờ mình đều nghe họ kể chuyện nam giới nhà họ tiểu ngồi. Hóa ra báo Việt Nam cũng đã đăng từ năm 2021, 2022 rồi. Và số liệu khảo sát tỷ lệ nam giới tiểu ngồi đang tăng lên rất nhanh, chỉ vài năm mà từ thiểu số chuyển thành đa số...Đó, chuyện chỉ có vậy, mà bị nói là bịa, nào là biến thái, nào là thổ tả, là chui vào WC nam rình, là "cức" Tây cũng thơm! Mình không "gác cổng" được hết các* comment, *nhưng nếu mình nhìn thấy những* comment *tệ như vậy thì mình sẽ xóa nha. Cảm ơn các bạn đã đọc. Từ mai mình chỉ nói chuyện gì thơm thơm thôi, chứ chuyện này khai quá, khắm quá, thành thật xin lỗi nha!".*

Cái *status* này đưa tôi về thời còn tắm mưa cởi truồng. Ngày đó đám con trai chúng tôi rất hãnh diện vì cái vòi nước của mình. Chúng tôi thi nhau vươn vòi cho tia nước cao hơn trước cặp mắt kính phục của đám con gái chỉ biết rủ rỉ ngồi tháo nước. Nói đó là cái ngông của con nít cũng không đúng vì người lớn cũng có chung niềm hãnh diện như vậy. Chẳng thế mà các ông khoái chí kháo nhau hạ thấp thân phận... ngồi: "Đàn bà con gái đái không qua ngọn cỏ".

Chưa đủ đô "tự hào", các cụ còn bày ra chuyện Trạng Quỳnh tiếp sứ Tàu. Năm ấy, được tin sứ nhà Thanh khét tiếng hống hách sắp sang nước ta, vua Lê, chúa Trịnh tỏ ý lo ngại. Tin vào tài ứng đối của Quỳnh, triều thần giao cho trạng giữ việc tiếp sứ. Trạng cho dựng một ngôi quán nhỏ bên bờ sông Cái, xin vua triệu bà Đoàn Thị Điểm ra đó ngồi bán hàng. Còn mình tự chèo một chiếc đò, nhận đón chở sứ bộ qua sông. Mấy tên trong sứ bộ Tàu vừa đến nước ta, qua ngôi quán bà Điểm, nhác trông cô hàng nước xinh tươi óng ả, liền thả lời bỡn cợt. Một tên líu lớ đọc bâng quơ: "Nam bang nhất thốn thổ bất tri kỷ nhân canh". (Nghĩa là: Một tấc đất nước Nam không biết bao nhiêu người cày. Ý nói mỉa đàn bà nước này lẳng lơ). Bà Điểm đang nhai trầu, nhổ toẹt một bãi nước cốt xuống đất, nói trống không: "Bắc quốc chư đại phu, giai do thử đồ xuất". (Nghĩa là: Bọn quan to, ông lớn ở nước phương Bắc đều từ chỗ ấy mà chui ra cả). Câu đối lọt vào tai bọn sứ bộ, chúng giật mình, câm họng. Dè đâu chị hàng bán nước mà tài học cũng siêu việt đến thế! Tiếp đến lúc xuống đò, Quỳnh đã mặc giả làm chú lái, cầm sào đợi sẵn. Đò ra giữa dòng sông, một tên trong đoàn sứ bộ hổng ruột, lỡ xổng ra một tiếng "bủm". Hắn đã không biết sượng mặt, còn đọc một câu chữa thẹn lếu láo: "Lôi động Nam bang". (Sấm động nước Nam). Trạng Quỳnh đang cầm chèo, liền đứng thẳng, vạch quần đái vống cần câu xuống nước mà nói: "Vũ qua Bắc hải" (Mưa qua bể Bắc). Từ đó, cả bọn Ngô ngọng bấm nhau ngồi im thin thít.

Không biết bà nhà thơ Đoàn Thị Điểm có lúc nào rảnh rỗi ngồi bán nước trà ở đầu sông không, hay bà bị lôi vào chuyện…ngoại giao này vì cái tếu của các cụ nhà nho oái oăm muốn biểu diễn lòng tự hào dân tộc. Nhưng hành động của trạng Quỳnh tôi rất muốn là chuyện có thật. Nếu ngày nhỏ, tôi được làm như Trạng Quỳnh thì thật lẫm liệt!

Chuyện đứng oai phong lẫm liệt như vậy nên các bé gái sanh lòng ghen tị. Một bé gái 4 tuổi, đang học mẫu giáo, quyết làm…cách mạng. Bé dõng dạc đứng xả nước như đám con trai. Kết quả: ướt quần. Khi về nhà, bé hỏi mẹ: "Mẹ ơi, tại sao con không thể đứng tè như bọn con trai vậy? Tại sao con phải ngồi xổm, còn đứng thì ướt quần?". Bà mẹ chỉ biết trả lời là vì cơ thể của con trai và con gái khác nhau. Cô bé (có thể sau này sẽ là một nhà khoa học!) nói: "Bọn con trai có chiếc vòi nhỏ còn con thì không. Mai mẹ đi chợ mua cho con một cái nhé!". Bà mẹ bối rối không biết phải nói sao cho bé gái hiểu. Thấy bộ ấm trà trên bàn, bà nhẹ nhàng nói với con: "Con thấy đấy, mỗi con người, đồ vật đều có những tên gọi khác nhau để phân biệt. Và theo đó, công dụng, cách sử dụng nó cũng sẽ khác nhau. Mẹ lấy ví dụ từ chiếc ấm và chén nước để con gái mẹ thấy sự khác biệt giữa con trai với con gái nhé! Đây là cái ấm nước này và nó có chiếc vòi để rót, con hãy tưởng tượng như chiếc "vòi nhỏ" của các bạn trai vậy. Với cái ấm có vòi, mẹ chỉ cần nghiêng một chút thì nước sẽ tự chảy ra. Còn với cái chén, con nghiêng thì sẽ bị tràn, ướt chứ không rót vào đúng chỗ. Cũng tương tự, khi tè bạn nam chỉ cần đứng cũng có thể tè được nhưng con gái thì không thể. Cái chén này sinh ra đã không có vòi, mẹ không thể mua thêm, mà mua thì cũng không thể gắn vào chén được. Cấu tạo cơ thể con người cũng vậy, sinh ra đã thế và không thay đổi được. Vậy nên, con đừng thử đi tiểu đứng nữa nhé!".

Đàn ông xả đứng, đàn bà xả ngồi, chuyện như đã định trong sách trời, cấm khác được. Nhưng chuyện đàn bà đứng xả nước là chuyện thường ngày ở huyện khi tôi còn nhỏ. Chuyện này đi vào lịch sử đàng hoàng. Theo Đại Việt Sử Ký Toàn Thư thì khi quân Minh sang xâm chiếm nước ta vào đầu thế kỷ 15, chúng đã đẩy mạnh chính sách đồng hóa.

Váy của phụ nữ miền Bắc.

Tháng 9 năm Giáp Ngọ 1414, chúng ra lệnh "cấm con trai, con gái không được cắt tóc; đàn bà con gái phải mặc áo ngắn, quần dài, hóa theo phong tục phương Bắc". Năm 1427, sau cuộc khởi nghĩa Lam Sơn, Lê Lợi lên ngôi hoàng đế, lập ra nhà Hậu Lê. Việt Giám Thông Khảo Tổng Luận chép: "Hơn hai chục năm loạn lạc, một sớm dẹp yên, non sông từ ấy cải quan, đất nước nhờ đấy yên tĩnh". Năm Cảnh Trị thứ ba (1665) đời vua Lê Huyền Tông (1663-1671), nhà vua ra sắc dụ cấm đàn bà con gái mặc quần theo kiểu Tàu mà trở lại mặc váy theo truyền thống dân tộc. Nhà vua rất chú trọng chuyện váy viếc này nên ra lệnh phổ biến rất gắt gao. Khâm Định Việt Sử Thông Giám Cương Mục ghi: "Các ty Thừa chính, Hiết sát các xứ và phủ, huyện, châu, mỗi nha môn phải sao một bản treo ở công đường làm việc. Ở các làng thì xã trưởng chép vào một tấm biển treo ở trong đình, cứ ngày hương ẩm, hội hợp già trẻ, trai gái trong làng, rồi đem giáo điều giảng đọc hiệu bảo, khiến mọi người biết mà khuyên răn để tiến lên phong tục tốt đẹp".

Vậy là đàn bà con gái từ đèo Ngang trở ra nhất định phải…váy. Còn từ Quảng Bình trở về miền Nam, kể từ năm 1558 khi Nguyễn Hoàng được vua Lê cho vào trấn thủ Đàng Trong, dần dần củng cố để đối đầu với chúa Trịnh ở đất Bắc. Một trong những đối đầu là cái quần. Việt Nam Văn Hóa Sử Cương chép: "Vào khoảng năm 1744 chúa Võ Vương ở phương Nam bắt dân gian cải cách y phục. Theo giáo sĩ Koffler thì chúa bắt bỏ lối quần áo thô bỉ của người đường ngoài, mà châm chước theo lối quần áo của người Tàu. Có lẽ từ bấy giờ, người đàn bà Đàng Trong bắt đầu mặc áo gài khuy và mặc quần, mà không mặc áo thắt vạt và mặc váy như người Đàng Ngoài nữa". Quần và váy thành chuyện chính trị. Năm 1802, Nguyễn Ánh thống nhất giang sơn lập nên nhà Nguyễn. Tới đời vua Minh Mạng (1820-1840), triều đình hai lần ra sắc dụ bắt phụ nữ Đàng Ngoài phải mặc quần như Đàng Trong. Năm 1822, nhân dịp ra Hà Thành nhận lễ thọ phong của nhà Mãn Thanh, vua Minh Mạng khó chịu khi thấy phụ nữ miền Bắc mặc váy nên vào năm Đinh Hợi (1827) triều đình ra sắc dụ bắt phụ nữ miền Bắc phải mặc quần như các phụ nữ trong Nam. Sắc dụ mặc sắc dụ, các bà tỉnh bơ nhất định không muốn rời chiếc váy đã mặc bao năm qua. Vừa thông thoáng vừa mát…dạ. Mười năm sau, năm Đinh Dậu (1837), vua ra sắc dụ thứ hai nhắc lại chuyện mặc quần, lời lẽ khá gay gắt: "Ngày trước, từ Linh Giang [sông Gianh] trở ra Bắc, dân vẫn mặc y phục như tục cũ. Đã ban dụ truyền lệnh sửa đổi theo y phục từ tỉnh Quảng Bình trở vào miền trong, để phong tục đồng nhất. Lại cho thời hạn rộng rãi, khiến dân được thong thả may sắm quần áo. Từ năm Minh Mạng thứ 8 đến nay, đã mười năm rồi, vẫn nghe nói dân chưa sửa đổi. Vả lại, từ tỉnh Quảng Bình trở vào Nam, mũ khăn, quần áo đều theo cách của nhà Hán, nhà Minh, xem khá tề chỉnh. Theo phong tục cũ của người miền Bắc, con trai đóng khố, con gái mặc áo thắt vạt, dưới mặc váy. Đẹp xấu đã thấy rõ rệt. Có kẻ đã theo tục tốt, cũng có kẻ vẫn giữ nguyên thói cũ, phải chăng cố ý làm trái mệnh trên? Các tỉnh thần nên đem ý ấy mà chỉ bảo, khuyên dụ nhân dân. Hạn trong năm nay, phải nhất tề thay đổi. Nếu đầu năm sau còn giữ theo y phục cũ, sẽ bị tội". Quan quyền miền Bắc rối rít đốc thúc lính tráng bắt ép các bà các cô bỏ váy mặc quần. Trên các ngả đường, chợ búa đều có lính đứng quan sát, phụ nữ nào còn mặc váy bị đuổi về. Dân tình phản đối đặt vè chế giễu:

Tháng sáu có chiếu vua ra
Cấm quần không đáy người ta hãi hùng.
Không đi thì chợ không đông
Đi thì phải mượn quần chồng sao đang.
Có quần ra đứng bán hàng,
Không quần ra đứng đầu làng trông quan!

Lệnh cấm của triều đình gắt gao như vậy nhưng phụ nữ vẫn vùng lên cứ váy mà mặc. Cho tới thập niên 1940, tại các vùng nông thôn, chị em ta vẫn cứ diện váy. Khi đó, tôi còn nhỏ, sống tại vùng ngoại thành Hà Nội, vẫn ngày ngày mục kích các bà đái đứng. Trước cổng mỗi nhà thường đặt một cái chum thấp, thường là thứ cũ , mẻ sứt, để người qua đường có thể xả nước tiểu vào giúp gia chủ làm chất tưới cây. Các ông thì vạch quần như thường lệ. Các bà mặc váy đứng giang chân trên miệng chum xả như các ông. Dĩ nhiên ngày đó đâu có dư vải để các bà các cô có nội y!

Chuyện phái đẹp tiểu đứng chưa hết. Báo điện tử Soho

Bồn tiểu đứng cho nữ sinh tại trường Đại học Sư phạm Thiểm Tây với giỏ đựng phễu.

cho biết tại trường Đại Học Sư Phạm Tây An, tỉnh Thiểm Tây bên Trung Quốc, các nữ sinh bắt buộc phải tiểu đứng. Theo tính toán của nhà trường, mỗi lần các nàng xả khoảng 300 *mililitre* nước tiểu phải cần tới 6 lít nước để rửa sạch trong khi nam sinh tiểu đứng chỉ cần 3 lít nước là đã rửa sạch trơn tru. Tính trung bình mỗi ngày một nữ sinh đã dùng hơn nam sinh khoảng từ 10 tới 12 lít nước. Tính ra nếu các nữ sinh tiểu đứng, nhà trường tiết kiệm được tới 160 tấn nước mỗi ngày! Trước cái lợi này, nhà trường thiết lập các bồn tiểu bên nhà vệ sinh nữ như bên nam, chỉ cần cung cấp thêm ống dẫn nước tiểu giống như cái phễu (quặng) là xong. Tới nay loại nhà tiểu đứng cho các nữ sinh này đã hoạt động được 6 năm nhưng vẫn có những lời ong tiếng ve cho rằng tiết kiệm được nước nhưng tốn thêm tiền giấy làm phễu cũng như không. Gọi là phễu nhưng chiếc phễu này có hình thù như một máng dẫn nước hơn. Không thấy nói chi tới chuyện tâm lý các nữ sinh khi tiểu đứng. Chắc cũng khoái tỉ!

Ý tưởng dùng phễu cho các bà các cô tiểu đứng không phải là một ý tưởng tồi. Các nhà vệ sinh công cộng thường không được sạch sẽ, các bà rất ngại ngồi bệt xả nước hoặc khi di chuyển bằng xe, bàng quang đòi ngừng giữa đường, ngồi xổm trên cỏ cây vừa dơ dáy vừa sợ côn trùng đột kích nên được dõng dạc đứng như các ông là tiện nhất. Khi đó cần phải có cái phễu dẫn thủy nhập điền. Ngày nay các bà có thể mua loại phễu này tại các nhà thuốc tây. Có hai loại: bằng giấy dùng một lần và bằng nhựa dùng được nhiều lần. Thứ bằng nhựa có bao để giữ lại cho khỏi bốc mùi. Loại phễu này cũng rất tiện lợi cho các bà bầu, các bà bị đau lưng khỏi ngồi xuống đứng lên.

Thứ phễu này không mới mẻ chi. Nó đã xuất hiện từ cả trăm năm trước. Theo thời gian, phễu đã được cải tiến để dễ sử dụng.

Phễu tiểu giấy và nhựa.

Chuyện đang ngồi mà đứng là chuyện mới mẻ. Dù có chiếc phễu giúp các chị em hoàn tất công đoạn tháo nước nhưng việc sử dụng cũng cần phải…học tập. Phễu có phần sau vát dài hơn phần trước. Khi dùng phải đặt phễu sát vào người, nếu không nước có thể bị rỉ ra ngoài hay dính vào quần áo. Cơ thể chị em không được tạo ra để xả theo thế đứng nên khá lọng cọng khi xả, từ việc điều tiết nhịp xả tới việc dùng tay giữ cho đúng vị trí phễu. Dù sao thì với sự khéo léo thường có của giới quần thoa, chuyện cũng không khó khăn chi cho lắm.

Duy có điều trên sản phẩm tưởng chỉ dùng cho chị em ta này lại ghi *"unisex"*. Bộ dân đứng lại muốn ngồi sao?

2 - NGỒI

Một thăm dò được thực hiện từ ngày 28/3/2023 tới 20/4/2023 với 7024 người trên 18 tuổi tham gia của cơ quan thăm dò YouGov bên Anh tại 13 nước cho thấy như sau: 40% các ông Đức luôn tiểu ngồi và 22% khi đứng khi ngồi. Bên Úc 25% các ông luôn luôn tè ngồi trong khi Thụy Điển đạt 22%, Pháp và Đan Mạch 19%, Canada 16%, Tây Ban Nha 14%, Ý 13%, Ba Lan 10%. Bên Mỹ cũng chỉ có 10% các đấng mày râu luôn luôn ngồi, 13% phần nhiều là ngồi khi tè, 23% thỉnh thoảng ngồi và 31% không bao giờ ngồi. Ba quốc gia có các ông ngồi tè ít nhất là Anh có 9%, Mexico 6% và Singapore 5%.

Thăm dò trên có một thiếu sót quan trọng là bỏ qua nước Nhật. Tại quốc gia Á châu văn minh bậc nhất này, theo khảo sát của hãng Lion Corp vào năm 2021, có tới 60,9% các ông tè ngồi. Ăn đứt "thủ khoa" Đức của Âu châu. Chuyện các ông ngồi ở Đức cũng như ở Nhật phổ biến đến nỗi có tên đàng hoàng. Ngồi tè ở Nhật là *"suwari-shon"*. *"Sunwari"* là "ngồi" và *"shonben"* là "tiểu tiện". Tại Đức có từ *"Sitzpinkler"* là "ngồi tiểu" nhưng với ý nghĩa khinh miệt. Được hỏi tại sao lại ngồi mà không đứng cho hiên ngang, phần lớn các ông đều trả lời là vì...thương vợ.

Tiểu đứng thường văng tung tóe khiến việc chùi bàn cầu rất vất vả. Người chùi thường là các bà vợ. Muốn vợ đỡ vất vả thì chịu khó ngồi xuống. Một anh chồng

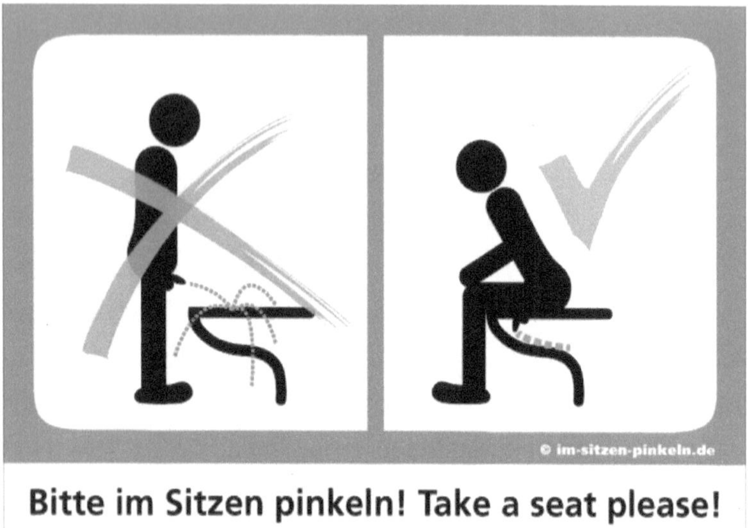

Một bích chương nhắc nhở ngồi tiểu tại Đức.

thuộc hàng cháu của tôi, tuổi trẻ nên nhất định đứng tè, viện cớ không quen ngồi. Cô vợ hỏi : "Tại sao ông ngồi được khi đi ẻ mà không ngồi được khi đi tè?". Trước lý lẽ vững chắc của vợ, anh chồng từ đó đành ngồi. Tại Đức các bà vợ thường không phải lý lẽ với chồng như vậy. Các bà mẹ Đức thường dạy con từ nhỏ : "Nếu con muốn làm một người lịch sự, hãy ngồi xuống khi đi tiểu". Theo báo The Atlantic, phong trào nữ quyền ở Đức còn khuyến khích các bà dán trên nắp bàn cầu dòng chữ : "Đây là nơi phải tiểu ngồi". Từ năm 2004, công ty Patentwert của Đức đã sản xuất một loại bồn cầu có gắn thiết bị tên WC Ghost nhắc nhở các ông phải nhấc bệ ngồi trên *toilet* để ngồi tiểu. Lời nhắc nhở nhại giọng của cựu Thủ Tướng Đức Gerhard Schroeder vang lên như sau : "Này, nơi đây không được phép đứng tiểu, bất tuân sẽ bị phạt. Vì vậy nếu không muốn gặp rắc rối, tốt nhất hãy ngồi xuống tiểu". Tại sao các chị em lại lôi ông cựu thủ tướng vào chỗ khai nồng này, tôi lục lọi Google tìm hiểu. Ông Gerhard Schroeder mần chức này từ tháng 7/1986 tới tháng 6/1990. Sau khi rời chức vụ cầm đầu chính phủ Đức, ông có làm ăn với các công ty Gazprom và Rosneft, hai ông kẹ trong ngành dầu khí của Nga khiến người dân cho ông là một *"Putinversteher"* (người hiểu Putin). Năm 2022, khi Putin xua quân đánh Ukraine, ông Schroder vẫn bao che cho Nga bằng cách khuyến khích thương lượng, chỉ trích Ukraine khiến dân Đức bất mãn với ông. Năm 2022, Quốc hội Đức đã cắt tài trợ cho văn phòng của ông. Đảng Dân Chủ Xã Hội *(Social Democatic Party)* mà ông là thành viên bị áp lực phải khai trừ ông nhưng họ chưa làm. Thế nên khi nhại giọng nói của ông, họ đã cố ý hạ nhục ngài cựu thủ tướng. Thiết bị này đã bán được hàng triệu cái tại các siêu thị Đức.

Nhưng không phải ai cũng thích ngồi tè tuy một chàng ngoan cố đứng đã phải ra hầu tòa. Chuyện cũng xảy ra tại Đức vào đầu năm 2015. Một chàng trẻ tuổi đã kiện chủ nhà trừ tiền đặt cọc của anh vì anh đứng tiểu khiến sàn đá cẩm thạch nhà vệ sinh bị chất *acid uric* trong nước tiểu làm hoen ố. Chủ cho thuê nhà đã trừ tiền cọc và đòi người thuê phải bồi thường thiệt hại số tiền 1.900 *Euro*. Ông tòa ở Duesseldorf đã đưa ra lý do là đứng tiểu không có chi trái với chuẩn mực xã hội nên tha bổng cho chàng thanh niên nhất định hiên ngang

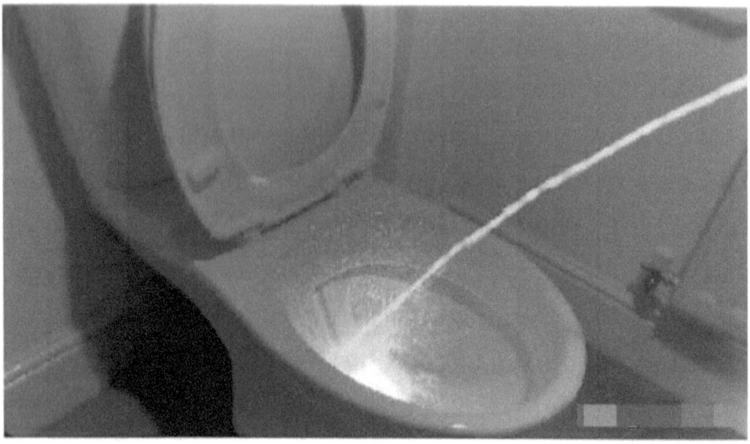

Hình chụp tia cực tím nước tiểu bắn tung tóe khi tiểu đứng.

đứng.

Nhưng trào lưu mới luôn khuyến khích chuyện ngồi tiểu. Năm 2006, các giáo viên tiểu học ở Na Uy đã yêu cầu phụ huynh cần dạy cho các em tiểu ngồi như một cách ứng xử văn minh. Năm 2012, đảng Tả Khuynh ở Sormland, Thụy Điển, đã yêu cầu các đảng viên nam ngồi thay vì đứng khi sử dụng các *toilet* tại các tòa nhà công cộng trong thành phố. Năm 2007, một cuộc khảo sát cho thấy 49% đàn ông có vợ chịu tiểu ngồi, tăng 15% so với năm 1999. Tại Đài Loan, năm 2012, chính quyền cũng khuyến khích các ông chịu khó ngồi khi xả nước. Tiểu ngồi đã dần dần chiếm thế thượng phong. Nhưng nhiều ông vẫn ngoan cố dõng dạc đứng xả nước.

Các ông này tự hào là luôn luôn điều khiển tia nước đúng mục tiêu nên không gây ra nạn bắn tung tóe. Súng ống trên chiến trường cũng có khi hỏng hóc nói chi tới súng ống thiên tạo của các ông. Tâm trạng không phải bất biến khiến súng ống khi này khi khác. Lúc trơn tru, lúc kẹt ống khiến sự điều khiển, nhất là khi bắt đầu khai…thủy, thiếu chính xác nên vung vãi tùm lum. Chẳng ai nói thánh nói tướng được chuyện này. Nhưng dù có bắn chính xác trăm phần trăm, chuyện vung vãi vẫn có. Người ta đã làm một thử nghiệm để coi sức tung tóe của nước tiểu khi đứng tè. Một loại chất lỏng huỳnh quang được sử dụng để mô phỏng nước tiểu. Họ phun chất lỏng vào vách sau của bồn cầu, nơi sát với bồn nước, mô phỏng người tè vào điểm đó. Quan sát bằng mắt thường, chúng ta thấy chất lỏng chảy thẳng xuống bồn cầu rất sạch sẽ. Nhưng khi chiếu đèn cực tím vào, người ta thấy chất huỳnh quang bắn tung tóe lên nắp bồn cầu và vòng đệm chỗ ngồi, vô cùng mất vệ sinh. Nếu chất lỏng huỳnh quang được phun thẳng vào chính giữa bồn cầu, nơi có nước, chất lỏng huỳnh quang còn bắn bạo hơn, tùm lum khắp nơi. Đây là vị trí mà 29% các ông tè đứng rất tự hào mình xả vào đúng chỗ! Vị trí mà nước tiểu ít bắn vung vãi ra nhất là mặt trước của bồn cầu, tức thành bồn cầu phía ngoài. Nhưng đây là vị trí mà các ông khó thực hiện được khi đứng xả. Chỉ có 2% các ông làm được…kỳ tích này!

Nếu đọc tới đây mà các ông vẫn nhất định tiểu đứng cho đúng cốt cách nam nhi thì hãy chịu khó nghe các nhà khoa học lên tiếng về lợi và hại của tiểu đứng và tiểu ngồi. Tiến sĩ Gerald Collins, bác sĩ phẫu thuật tiết niệu tại bệnh viện Alexandra ở Cheshire, Anh, đã nói với phóng viên báo Daily Mail vào tháng 6/2023 khuyên các ông nên ngồi tiểu vì tư thế này mang lại nhiều lợi ích hơn. Ngồi tiểu dễ làm trống bàng quang nhanh hơn, các cơ ở xương chậu và cột sống được thư giãn hơn. Những người bị bệnh phì đại tuyến tiền liệt càng nên ngồi tiểu. Có tới 80% các ông trên 80 tuổi bị chứng này khiến tuyến tiền liệt và các mô chung quanh nở rộng gây tắc nghẽn niệu đạo khiến việc đi tiểu khó khăn hơn, bàng quang không được làm trống đúng cách sanh ra bệnh có sỏi trong bàng quang, nhiễm trùng đường tiểu và nhiễm trùng thận. Vậy các cụ nên hạ cố ngồi tiểu để tránh các bệnh trên. Tiến sĩ Jesse N. Mills, Giáo sư khoa Tiết Niệu của Đại học California Los Angeles (UCLA) cũng cho rằng tiểu ngồi khiến các ông sử dụng cơ bụng nhiều hơn để "có thể tiểu hết những giọt cuối cùng và cảm thấy dễ chịu hơn".

Có những bậc nam nhi không có lựa chọn ngoài cách ngồi tiểu vì căn bệnh "lỗ tiểu lệch thấp", tên khoa

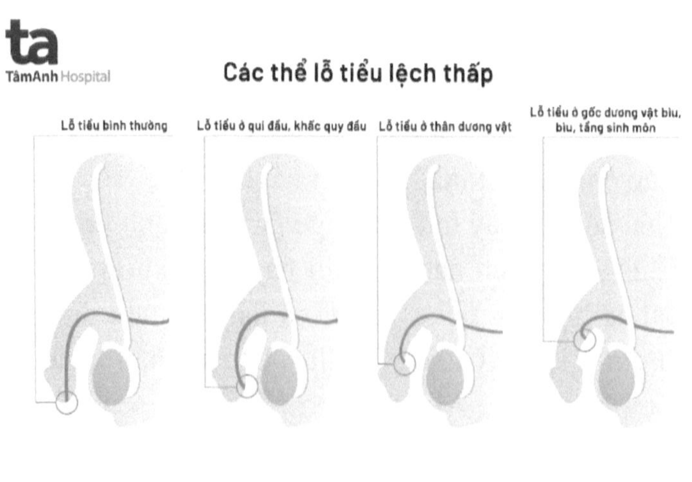

học là *hypospadias*. Đáng lẽ lỗ tiểu thông thường nằm ở đầu dương vật thì lại nằm thấp xuống phía dưới. Cho tới nay khoa học cũng chưa rõ nguyên nhân dị tật này nhưng theo thống kê cứ mỗi 1 ngàn trẻ sơ sinh thì có từ 3 đến 10 trẻ bị dị tật này. Các yếu tố môi trường, nội tiết và di truyền được cho là có liên quan tới dị tật. Về phương diện bào thai học, vào tuần thứ 8 trong thời kỳ bào thai, một loại tế bào của tinh hoàn gọi là tế bào Leydig sẽ sản xuất ra *testosteron* để kích thích làm dài củ sinh dục (sau này là dương vật). Do củ sinh dục phát triển dài ra, nên máng niệu đạo cũng phát triển dài ra theo và sự phát triển của niệu đạo sẽ gần như hoàn tất vào tuần thứ 13 của thời kì bào thai. Khi một nguyên nhân nào đó làm cho quá trình phát triển của máng niệu đạo bị ngừng lại sẽ gây tật lỗ tiểu lệch thấp ở trẻ nam. Tùy theo vị trí của lỗ tiểu mà người ta phân chia thành mức độ nặng nhẹ. Thể nhẹ là lỗ tiểu nằm ngay ở phần thấp của quy đầu hoặc ở nửa trước của thân dương vật. Thể trung bình là lỗ tiểu nằm ở nửa sau của thân dương vật. Thể nặng là lỗ tiểu nằm ở bìu hoặc tầng sinh môn (giữa bìu và hậu môn). Một số trường hợp lỗ tiểu lệch thấp ở bìu hoặc tầng sinh môn kèm theo dương vật lún hoặc kém phát triển khiến bộ phận sinh dục của bé trai mới sinh trông như của bé gái. Vì vậy, nhiều khi bố mẹ đã khai sanh nhầm con trai thành con gái. Mãi tới sau này, khi trẻ đã lớn, qua khám lâm sàng hoặc siêu âm mới thấy hình ảnh tinh hoàn. Khi xét nghiệm nhiễm sắc thể đồ mới tá hỏa, biết chính xác giới tính của trẻ.

Dị tật lỗ tiểu lệch thấp thường đi kèm với dương vật cong, ngắn và kém phát triển làm ảnh hưởng đến việc đi tiểu, quan hệ tình dục, sanh sản và tâm lý của người bệnh. Họ không thể tiểu đứng bình thường như những nam nhân khác mà phải tiểu ngồi. Nếu đứng tia nước không vọt ra ngoài mà chảy xuống chân và văng tung tóe không kiểm soát được.

Khi trưởng thành còn muôn vàn bất tiện khác khi lấy vợ. Chẳng hạn như dương vật ngắn, đau khi cương cứng, rối loạn cương dương hoặc khó giao hợp. Khả năng có con cũng thấp khi tinh dịch không thể đi vào trong âm đạo vì dương vật ngắn và cong.

Cách duy nhất để chữa trị bệnh *hypospadias* này là phẫu thuật. Các bác sĩ có thể làm cho dương vật thẳng lại và tạo hình niệu đạo để đưa lỗ tiểu về đúng vị trí ở đỉnh quy đầu. Khả năng thành công phụ thuộc vào tuổi của bệnh nhân và kinh nghiệm của bác sĩ phẫu thuật. Càng được mổ sớm càng có nhiều hy vọng thành công hơn vì khi trẻ còn nhỏ, các thành phần cấu tạo dương vật mềm mại, đàn hồi tốt, ít xơ, ít nhiễm trùng nên việc thành sẹo và lành vết thương nhanh chóng hơn. Ngoài ra, tâm lý của trẻ ít bị ảnh hưởng hơn, chúng coi việc chữa trị bệnh này cũng giống như chữa trị các bệnh thông thường khác. Với người lớn, chuyện sẽ khác. Bệnh nhân sẽ bị mặc cảm hơn, lo sợ hơn và tâm lý cái vòi của mình đã bị sửa chữa, không còn nguyên vẹn sẽ hằn sâu hơn. Mặt khác, cấu tạo dương vật không còn mềm mại, độ đàn hồi kém, sự xuất tiết tinh dịch dễ gây nhiễm khuẩn khiến việc liền sẹo khó khăn hơn dẫn đến rò niệu đạo sau phẫu thuật. Vì vậy có thể phải mổ đi mổ lại nhiều lần.

Căn bệnh khổ sở *hypospadias* khiến bệnh nhân không thể dõng dạc tiểu đứng mà không vung vãi, ướt quần ướt

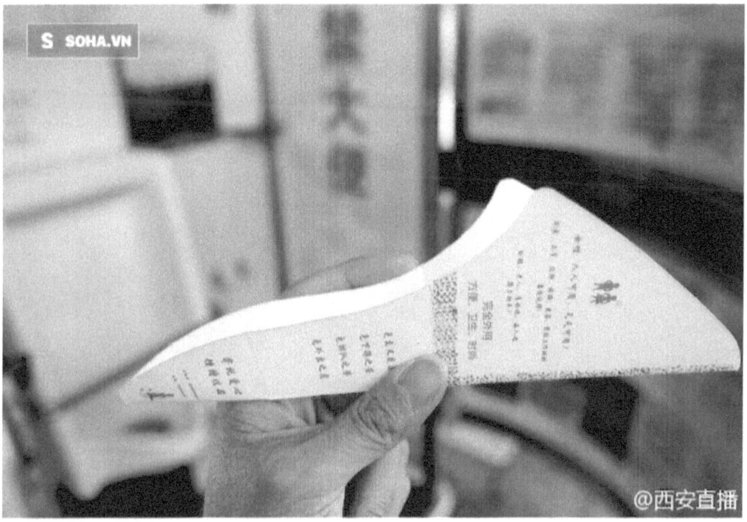

Phễu tiểu cho phụ nữ với hình vẽ đàn ông và đàn bà.

chân. Họ bị cưỡng bách gia nhập vào khối quần thoa ngồi làm chuyện “không qua ngọn cỏ”.

Không biết các bạn có còn nhớ trong phần trước nói về thế tè đứng, khi đề cập tới cái phễu giúp cho giới quần thoa hiên ngang tè đứng, tôi có thắc mắc tại sao trên phễu lại ghi chữ *“unisex”* lảng xẹc. Chừ mới biết tại răng!

01/2026

ÉN XUÂN

Ngày xuân con én đưa thoi,
Thiều quang chín chục đã ngoài sáu mươi.
Cỏ non xanh tận chân trời,
Cành lê trắng điểm một vài bông hoa
Thanh minh, trong tiết tháng ba,
Lễ là tảo mộ, hội là đạp thanh.

Én là biểu hiện của mùa xuân. Thơ văn Việt Nam nói tới xuân là luôn có chú chim én ghé chân vào. Thời của truyện Kiều cũng như thời nay. Ngày xuân, nhà thơ Trần Mộng Tú khóc bố, nỗi buồn khiến nhà thơ của chúng ta cà khịa với con chim én báo xuân về.

Bố ơi! Xuân về con cứ khóc
Vì không ai xẻ được gánh sầu
Chim én bay ngang mặc chim én
Hoa đào nở đỏ mặc hoa đào

Nửa thế kỷ trước, khi miền Bắc cưỡng chiếm miền Nam,

nhạc sĩ Văn Cao, sau hai chục năm ngưng sáng tác, đã viết bản nhạc "Mùa Xuân Đầu Tiên" vào mùa xuân Giáp Thìn 1976 theo đơn đặt hàng của báo Sài Gòn Giải Phóng để đăng trong báo Xuân năm đó. Bản nhạc có ba tiểu khúc đều khởi đầu bằng câu: *"Rồi dặt dìu mùa xuân theo én về"* và một điệp khúc. Tiểu khúc cuối như sau:

Giờ dặt dìu mùa xuân theo én về
Mùa bình thường, mùa vui nay đã về
Mùa xuân mơ ước ấy xưa có về đâu
Với khói bay trên sông gà đang gáy trưa bên sông
Một trưa nắng thôi hôm nay mênh mông

Bản nhạc bị phê bình là "nghe mơ hồ rắc rối, kêu gọi tình thương một cách chung chung, thiếu tính giai cấp, ủy mị, yếu đuối". Bị dán nhãn như vậy khiến bài hát không được phổ biến tại Việt Nam. Nhưng chương trình tiếng Việt của đài phát thanh Mạc Tư Khoa đã cho trình bày bài hát này. Ông Văn Thao, con trai của Văn Cao, tiết lộ: "Nhưng cũng thật bất ngờ (không hiểu bằng con đường nào), trong cái năm 1976 ấy "Mùa Xuân Đầu Tiên" được in ở nước Nga và được Liên Xô trả nhuận bút cho tác giả 100 rúp. Văn Cao phải viết giấy uỷ quyền qua đại sứ quán để con gái ông đang học bên đó lĩnh hộ. Ông bảo con gái: "Con cứ lấy mà tiêu, ở nước mình bao lâu nay bố có được biết đến đồng nhuận bút tác phẩm nào đâu". Tới năm 1988, 12 năm sau khi bản nhạc được in trên báo Sài Gòn Giải Phóng, Văn Cao cùng Hữu Loan, Hoàng Cầm, Trần Dần, Lê Đạt, Phùng Quán mới được phục hồi hội tịch của Hội Nhà Văn sau 30 năm bị đầy đọa vì vụ Nhân Văn Giai Phẩm. Nhưng số phận hẩm hiu của

"Mùa Xuân Đầu Tiên" còn kéo dài tới khi Văn Cao đã xuôi tay bỏ về với đất vào ngày 10/7/1995. Vào dịp giỗ 49 ngày của ông, trong hội diễn toàn quốc tại Đà Nẵng, một đêm nhạc Văn Cao được hình thành và bản nhạc "Mùa Xuân Đầu Tiên" mới được một ban tốp ca nữ cất tiếng hát lần đầu tiên tại Việt Nam.

Con én xuân trong ca khúc của Văn Cao đã bị trói cánh nhưng những cánh én của đất trời vẫn tung bay mỗi dịp xuân về. Nhà văn Mang Viên Long, trong bài: "Mùa Xuân và Chim Én", rong ruổi theo những cánh én báo hiệu xuân về này: "*Tôi và vài đứa bạn trong xóm, sau buổi học chiều không trở về nhà vội, đã rủ nhau lên những gò đất cao giữa đồng; làm bẫy bắt chim én. Chúng tôi cắm những thanh tre nhỏ vuốt nhọn, xuống đất - phía trên là một vòng tròn thòng lọng có buộc một con ruồi (hay cào cào nhỏ) và im lặng ngồi chờ. Chúng tôi mải mê nhìn theo từng đường bay lượn của đàn én, lúc bay bổng, lúc sà xuống thấp; tạo thành một điệu luân vũ êm đềm và quyến rũ. Mùa xuân như được chúng đan dệt, thêu thùa, để ngày càng đến gần rực rỡ. Tôi nhìn ngắm và tưởng tượng ra chim én chắc là đẹp lắm. Chắc là đặc biệt lắm. Nếu không, sao chim én có thể là biểu tượng cho mùa Xuân? Sao chim én yêu thích mùa Xuân mà trở về? Một cánh chim sà xuống quãng gò cao, và liền bị một chiếc bẫy cột chặt. Chúng tôi reo lên, cùng chạy đến để "xem mặt" chú chim én xấu số! Đó là một cánh chim nhỏ, thanh mảnh, lông đen, mắt sáng... Nhìn kỹ, tôi không thấy có một nét gì đặc biệt. Chim én không là loại chim đẹp, quý hiếm; nhưng hình như ở cái vóc dáng nhỏ bé ấy toát ra một sự thông minh, lanh lợi, hiền từ. Sau khi cùng ngắm nghía chú én - mỗi đứa được cầm trên tay một lần - tôi đề nghị: "Thả cho nó bay, tụi bay !". Không có đứa nào phản đối, có lẽ tất cả chúng tôi đều thương cái dáng vẻ bé nhỏ, dịu hiền của nó...Chim én được tôi thả ra - bay vút lên cao! Những buổi chiều sau, và những buổi chiều sau nữa trong đời, tôi thường ra gò hóng gió, và để nhìn chim én bay liệng... Chim én về càng đông, là tôi biết ngay mùa Xuân đã gần kề - Tết đến!".*

Tại Việt Nam có ba loại chim én: én bụng trắng, én hông trắng và én hông xám. Loại én chúng ta thường thấy nhất ở miền Nam là én bụng trắng. Đây là loại én thiên di, trốn mùa đông giá lạnh ở phương Bắc, bay về phương Nam để kiếm mồi, bắt cặp, làm tổ, ấp trứng nuôi con trong khoảng ba tháng rồi bay trở lại phương Bắc. Chúng sống tại miền Nam từ tháng 8, mùa thu, đến tháng 3 dương lịch, mùa xuân. Én bụng trắng là loại én thiên di, di chuyển từng đàn theo mùa trong khoảng cách cả vạn cây số. Én là loài chim bay rất nhanh, trung bình mỗi ngày bay được gần 600 cây số. Hình như én cũng thuộc câu tục ngữ: "Đi xa về gần". Các nhà khoa học đã gắn định vị để theo dõi chúng xoải cánh. Họ tìm ra là khi bay trở về, chim én thường bay nhanh hơn từ hai tới sáu lần. Họ tìm ra nguyên nhân của chuyện "đi xa về gần" của én. Khi bay đi chúng ít hứng thú vì xa tổ nhưng vào mùa xuân, khi trở lại nơi chôn nhau cắt rốn, chúng háo hức về nhà để tìm kiếm bạn tình nên bay hết tốc lực. Mãnh lực tình yêu thiệt không biết nói sao! Đó là tôi nói, các nhà nghiên cứu nói khác. Họ nghiên cứu cấu trúc của đôi cánh và nhận thấy khi bay, chim én có thể thay đổi hình dạng của đôi cánh và biết dựa vào lực đỡ của không khí để gia tăng khả năng bay lượn, bay nhanh mà không tốn nhiều năng lượng. Khả năng bay lượn của chim én thuộc hạng thượng thừa, chúng có thể săn mồi, cặp đôi và ngay cả ngủ trong lúc bay. Chim én thiên di thứ thiệt không đậu dưới đất mà đậu trên cây, dây điện hoặc mái nhà.

Tại nhà thờ Đức Bà Sài Gòn có loại én không thiên di trú ngụ. Chúng làm tổ dưới mái nhà thờ, canh chừng không cho các loại chim khác bén mảng tới lãnh thổ của chúng. Nhưng chuyện loài én thiên di bay về làm tổ tại nhà thờ San Juan Capistrano ở Quận Cam, California, mới là chuyện cả thế giới biết tới. Mỗi năm vào ngày 19/3, chuông nhà thờ ngân vang, các phóng viên và du khách từ các nơi đổ về chen lấn nhau trước nhà thờ. Một cuộc diễn hành với các dàn nhạc chơi inh ỏi trong khi mọi cặp mắt đều ngước lên

Chim én tại khu vực nhà thờ Đức Bà Sài Gòn.

trời mong ngóng đàn én bay trở về. Đây là ngày hội lớn nhất trong năm của giáo xứ. Lễ hội này bắt nguồn từ những ngày đầu thế kỷ 20. Trong cuốn "Capistrano Nights", linh mục St. John O'Sullivan, chánh xứ từ năm 1910 tới 1933, kể lại đầu đuôi câu chuyện. Một bữa nọ, khi đi trên đường phố, cha thấy một ông chủ tiệm cầm cây chổi chọc chọc vào cái tổ én bằng bùn dưới mái hiên tiệm. Mấy chú én liệng qua liệng lại chung quanh chiếc tổ đang bị đập bỏ. Ông này nói với cha là những tổ én này làm phiền ông và ông muốn trừ khử đi. Cha hỏi vậy thì những con én này sẽ trú ngụ ở đâu. Ông ta trả lời đó không phải là việc của ông, chúng muốn ở đâu mặc xác chúng. Cha O'Sullivan nói với bày én: "Tụi con có thể tới nhà thờ, nơi đó có đủ chỗ trú ngụ cho tất cả các con". Sáng hôm sau, cha thấy chúng tất bật làm tổ dưới mái nhà thờ. Tổ én làm bằng bùn trong khi tổ yến làm bằng nước miếng.

Gần nhà thờ có bãi bùn rất tiện lợi cho chúng. Từ đó én bay về làm tổ, kết bạn và đẻ trứng sanh con mỗi năm vào dịp lễ thánh Giuse, ngày 19/3. Hàng ngàn chim én có đuôi màu cam bay về nơi tổ cũ dưới những mái vòm và khe tường làm nhà thờ trở thành nổi tiếng. Tới ngày lễ thánh Gioan, ngày 23/10 hàng năm, thời tiết bắt đầu lạnh lẽo, đàn én rủ nhau bay đi Á Căn Đình. Đoạn đường xa chừng 6 ngàn dặm. Dân thành phố Caspitrano biết chắc là chúng sẽ trở lại vào ngày 19/3 để tạo không khí hội hè cho thành phố. Năm 1939, khi thành phố sửa soạn đón én trở về, nhạc sĩ Leon Rene cảm hứng sáng tác bản nhạc *"When the Swallows Come Back to Capistrano"*. Bản nhạc lập tức trở thành một bản *hit*. *"When the swallows come back to Capistrano / That's the day you promised to come back to me / When you whispered farewell in Capistrano / Twas the day the swallows flew out to the sea"*. (Khi bày én trở lại Capistrano / Đó là ngày các bạn hứa sẽ trở lại với tôi / Khi các bạn tạm biệt Capistrano / Đó là ngày bày én bay ra biển).

Bảng chào đón én tới nhà thờ Capistrano.

Mái cong nhà chùa, mái ngói nhà thờ, những mái nhà cổ là những nơi én chọn làm nơi trú thân. Những sợi dây điện giăng giăng ngang trời được én chọn làm nơi tạm dừng cánh. Chúng đậu từng hàng như những nốt nhạc đen trên dòng kẻ. Én chê không đậu trên mặt đất. Tác giả Nguyễn Ngọc Tuyết đã được chứng kiến cảnh én tụ hội tại Hà Tiên: "*Quán cà phê bên ngoài ghi bảng hiệu là Phương Thành, nhưng hình như cư dân tại đây đều quen gọi nó bằng một cái tên rất dễ thương và đầy ấn tượng là "Quán chim én". Đứng bên dưới nhìn lên, tôi thấy rất nhiều tổ chim đóng dày đặc dưới lớp ngói của cái mái nhà de ra ngoài, cạnh thanh rui nhà. Đúng là những tổ chim én quện vào nhau như mấy cái ổ rơm nhỏ xếp từng giề màu vàng sẫm. Thú vị hơn, cạnh đám tổ én là một chùm dơi đang bíu vào nhau, treo mình xuống ngủ mê mệt cho thấy một sự cộng sinh mới hay làm sao! Buổi sáng, chim én đã bay ra khỏi tổ kiếm ăn hết cả, có lẽ chiều chúng mới trở về. Một anh bạn còn quả quyết là có khi ngồi uống cà phê trên lầu quán này chim én còn bay vụt qua tay nữa đó. Vậy thì phải lên lầu thôi. Ngồi nhâm nhi ly cà phê sáng, tôi được biết quán cà phê trên con đường Trần Hầu này có từ lâu lắm, xem như một trong các quán cổ cựu của đất Giang Thành này. Và dường như đàn én và dơi cũng đã tụ về đây từ tám mươi năm trước. Tôi lại được nghe kể là mấy năm gần đây, khi chủ quán sửa sang, nâng cấp quán, bầy chim én đã bỏ đi nơi nào không rõ, đến khi quán xây cất xong chúng mới trở về. Lạ nhất là những nhà lân cận đều không có con én nào đến làm tổ, chỉ duy nhất cái chỗ tôi đang ngồi đây thôi. Đúng là những chuyện lạ lẫm thú vị khiến từng ngụm cà phê*

Én quần tụ về nhà thờ Capistrano.

tôi uống vào như thơm hơn, đậm đà hương vị hơn".

Én là loại chim săn mồi khi đang bay. Mồi của én là châu chấu, cào cào, ruồi muỗi, chuồn chuồn, mối cánh, rầy lúa... Như nhiều loại chim săn mồi côn trùng khác, chim én có đôi mắt vô cùng tinh tường. Khi chúng bay trên cao với tốc độ chóng mặt, đôi mắt chúng vẫn có thể thấy những con mồi trên đồng lúa. Nhờ én ăn côn trùng, lúa má của nhà nông tránh được nạn phá hoại của chúng. Nhưng chính đôi mắt tinh tường của chim én đã làm chúng mắc bẫy của con người. Những con én tù tội nhiều phần sẽ được bán cho các quán nhậu. Tội thân én, thịt da nhúm lại chỉ bằng ngón tay, thịt lại không ngon, vậy mà chúng đã biến thành món nhậu của những con người thích đi tìm của lạ. Một phần khác được bán cho những người chuyên bán chim cho người ta thả ra làm phước. Thường thường người có từ tâm chỉ mở cửa lồng cho én bay lại trời cao nhưng tại Huế, én được đưa tiễn có kinh có kệ. Tác giả Trần Hạ Tháp ghi lại hoạt cảnh thả én tại Huế: "*Hai bà cháu ngồi dựa vào nhau trong cùng một tấm áo mưa đầy bùn lầy đất ruộng. Chắc chắn họ phải cách nhau không dưới nửa thế kỷ tuổi trời. Vẫn có điều đồng bộ trong một ngày nguyên đán lạnh căm. Cả hai đều đang cố níu vào nhau để che đi run rẩy. Trong chỉ một giây, anh bạn mua nguyên lồng chim với giá đầu tiên, không mặc cả. Hai bà cháu sáng mắt lên nhìn nhau, không nói nên lời. Bà già nhà quê đứng dậy chấp hai bàn tay nhăn nheo vào nhau, con mắt hướng lên trời:*

"Cầu cho chú căn an, mạng vững"
"Vô bệnh vô hoạn, tật nạn tiêu trừ"
"Sự lành đem đến, sự dữ lánh xa"
"Phước thọ quan gia, đầy nhà con cháu"
"Cầu cho chú bạc đấu vàng thoi"
"Ngựa quỳ voi cỡi"
"Bước tới vận thời, đi chơi che lọng"
"Cầu cho chú trước cổng lân chầu"
"Ngoài hiên phượng đậu..."

Câu chúc dài đến nỗi anh bạn bật cười sốt ruột kêu lên:"Được rồi, thôi mệ ơi. Mệ thả ra đi". "Nì, chú tự tay phóng sinh chớ răng rứa. Phước ai, mua nấy". "Ai cũng được. Hề chi mệ. Én bay ra đâu cần biết ai thả". Khi con én cuối cùng vút khỏi lồng tre do chính bà già nhà quê tự thả, anh bạn quay lưng đi còn nghe hai bà cháu mãi thầm thì chuyện may mắn ngày xuân:"Mệ hỉ. Chú nớ điên...điên lạ hè".

Những cánh én được phóng sinh chao lượn về trời tiếp tục

báo hiệu mùa xuân. Ngày Tết khiến lòng người xởi lởi như những cánh én rộng mở. Đàn én làm nên mùa xuân nhưng một cánh én không làm nên mùa xuân, người ta thường nói vậy. *Une hirondelle ne fait pas le printemps.* Câu này của nhà triết học Hy Lạp Aristote từ thế kỷ thứ 4 trước công nguyên đã trở thành ngạn ngữ tại các nước Tây phương từ lâu. Chúng ta biết tới qua câu dịch từ sách báo tiếng Pháp thời Pháp thuộc. Từ điển Robert giải nghĩa câu này: một sự việc riêng lẻ không cho phép rút ra kết luận tổng quát. Người Anh lại có câu nói khác: "*One swallow does not make a summer*", (một con én không làm nên mùa hè). Sao đang xuân lại thành hè, thiệt rắc rối tơ vò. Nhưng câu này không sai vì vị trí của nước Anh khác với vị trí của các nước Á châu chúng ta, én bay về vào mùa hè nắng ấm. Với họ là mùa hè, với chúng ta là mùa xuân.

Én muôn đời với chúng ta là kết hợp hài hòa với mùa xuân. Thấy én là thấy tết. Tết là xum họp, đầm ấm, yêu thương. Nhưng cánh én xuân năm nay có phải là cánh én xuân năm qua không? *Ngày xuân con én đưa thoi.* Con thoi chạy đi chạy lại. Xuân này không là xuân trước, cũng không phải là xuân sau. Nhà văn Nguyễn Mộng Giác suy tưởng: *"Có những người nhìn xa hơn, không nhìn én như dấu hiệu mùa xuân, mà như một giai đoạn trong cuộc tuần hoàn. Nghĩa là hiểu nguyên vẹn toàn thể bốn chữ trong thơ Nguyễn Du: "con én đưa thoi". Cách nhìn này chấp nhận sự biến chuyển không ngừng của đời sống, hiểu rất rõ những ngọn cỏ non xanh mướt trong chiều thanh minh chỉ xanh mướt có một mùa. Trên nấm mồ hoang của Đạm Tiên, cỏ xanh chen lẫn với cỏ khô cỏ áy của những mùa xuân cũ. Chấp nhận ý nghĩa "đưa thoi" của cánh én là chấp nhận có sinh phải có lão, có bệnh, có tử. Chấp nhận sự thực hiển nhiên ấy, thật dễ. Nhưng sống cho đúng với chân lý hiển nhiên không dễ chút nào. Tất cả tôn giáo, triết lý, nghệ thuật, văn chương từ xưa tới nay, bằng nhiều phương cách khác nhau, đều có mục đích giúp cho người đời dễ dàng nuốt viên thuốc đắng ấy: giải thích cho được những phi lý bất trắc trên đường đời, an ủi những kẻ yếu đuối bệnh tật, giúp cho kẻ sắp từ trần một chuyến ra đi an lạc...Tuy nhiên, tất cả những cố gắng nói trên, như "con én đưa thoi", đều chỉ chạy vòng! Thoát ra khỏi cái vòng luân hồi miên viễn ấy mới thoát khỏi những cánh én chờn vờn của những mùa xuân giả".*

11/2025

GHIỀN MẰN MẰN

Mằn mằn là chuyện thường ngày ở huyện kể từ khi các thiết bị điện tử ứng dụng ra đời. Đó là điện thoại thông minh, máy tính bảng cỡ lớn cỡ nhỏ. Ngày nay hầu như nam phụ lão ấu đều thủ trong túi chiếc điện thoại thông minh. Ngay cả các bà bán hàng ngoài chợ cũng…mằn mằn khi không có khách. Mằn mằn chỉ hành động vuốt, bấm trên màn hình máy. Thằng cháu tôi ba tuổi đã vuốt vuốt thật điệu nghệ, nhanh như máy. Tôi chẳng lẽ chịu thua. Vậy là ghiền.

Sáng ra thức dậy, nằm nướng chút đỉnh không yên. Giơ tay với cái điện thoại coi thế giới có chi lạ. Thế giới thiếu chi chuyện lạ, ngày nào chẳng có…sự cố. Tuổi tôi, bạn bè hay chơi trò ú tim, hôm qua còn bàn loạn, nhắn tin vung vít, sáng nay đã thấy tin nằm nghiêm chỉnh chẳng thiết chi chuyện đời. Phần lớn những tin tức về bạn bè trốn ra đi đều có trên chiếc màn hình nhỏ. Một anh bạn không muốn chơi trò đau tim này với bạn bè nên mỗi sáng anh đều *post* một *status* có hình một loài hoa và câu *"Good Morning"* chỉ để cho bạn bè hiểu là sáng nào không thấy anh *"good morning"* là coi như *bye bye*. Màn hình nhỏ nhưng mọi chuyện lớn đều được mách bảo, có khi đúng có khi sai, nhưng vẫn có cái để nghía rồi ngẫm. Cả thế giới thu nhỏ lại trên màn hình. Chuyện chi vừa xảy ra trên cõi ta bà này là biết liền một khi. Thế giới trong tầm tay, vậy sao không ghiền được? Tôi ghiền nhưng cam đoan cứ chia véc-bờ, tôi ghiền, anh ghiền, nó ghiền, chúng tôi ghiền, các anh ghiền, chúng nó ghiền, cam đoan trúng phóc chẳng trật anh chị nào.

Một nghiên cứu của Đại học McGill tại thành phố Montreal chúng tôi được công bố trên tạp chí *Computers in Human Behavior* cho biết tỷ lệ người sử dụng điện thoại thông minh và thời lượng sử dụng ngày càng tăng. Chuyện này chẳng cần nghiên cứu cũng biết. Nhưng nghiên cứu của Đại học McGill cho biết sự gia tăng rõ ràng như thế nào. Bản nghiên cứu được thực hiện từ năm 2014 tới năm 2020 với sự tham gia của khoảng 34 ngàn người trên 24 quốc gia trong độ tuổi từ 15 tới 35 trong đó có tới 60% là nữ giới. Các quốc gia có tỷ lệ ghiền điện thoại thông minh cao nhất trên thế giới là Trung Quốc, Saudi Arabia và Malaysia. Mỹ xếp thứ 18 và Anh thứ 16. Đức và Pháp có tỷ lệ ghiền thấp nhất thế giới. Các kết luận này được đánh giá dựa trên thang điểm SAS *(Smartphone Addiction Scale).* Thang điểm tính từ 10 tới 60. Trung Quốc là quốc gia dẫn đầu về độ nghiện với 36/60, Malaysia 35,43/60, Brazil 32/60 và Đại Hàn 31,62/60. Canada chúng tôi đứng hạng 7 về ghiền điện thoại với độ nghiện 31,11/ 60.

Theo một thống kê vào năm 2023, con số người sử dụng điện thoại thông minh trên thế giới vào khoảng 6,925 tỷ người. Năm 2025 được dự đoán con số sẽ tăng thành 7,33 tỷ, gần gấp đôi con số 3,6 tỷ người của năm 2016. Tính theo tỷ lệ thì có 91,54% dân số trên thế giới ôm điện thoại thông minh trong người.

Trung bình mỗi người dùng *smartphone* khoảng từ 4,8 tới 6 tiếng mỗi ngày để nhận tin tức, nghe nhạc, xem phim, chơi *game* và mua hàng *online*. Dân Việt trong nước ngày nay rất mặn mà với *smartphone*. Ông Nitin Gajria, Giám Đốc Google Vietnam, mới đây cho biết dân ta cầm điện thoại lên xem mỗi ngày khoảng 150 lần. Bá cáo của Vietnam Mobile Market 2015 của tập đoàn Appota cho biết trung bình mỗi người Việt Nam sở hữu 1,4 thiết bị điện tử. Điện thoại thông minh là một thứ không kỳ thị giới tính. Số người dùng nam và nữ ngang nhau. Ông mần mần theo ông, bà lướt lướt theo bà, khỏi phải tị nạnh lôi thôi.

Trẻ em cũng không thua chi người lớn. Chúng mần mần ngon lành hơn người lớn. Máy tính bảng được coi như vú em dỗ trẻ ngon lành nhất mà không phải tốn cơm nuôi dưỡng. Lẳng lặng quan sát một gia đình trong một tiệm ăn, chúng ta dễ bắt gặp cảnh con nít dán mắt vào màn hình, lơ là chuyện nhai nuốt. Người lớn gọi đồ ăn xong cũng móc túi lấy ra cái điện thoại chôn mình vào thế giới ảo. Chẳng ai cần nói chuyện với ai. Mỗi người là một ốc đảo. Lớn nhỏ đều thông thạo mần mần, coi người ngồi bên cạnh như không có. Tình huống này làm nảy sinh một số vấn đề: cô đơn trong cuộc sống, khủng hoảng ngôn ngữ và giao tiếp, trưởng thành giả.

Mằn mằn không đợi tuổi.

Các vấn đề này ảnh hưởng nhiều nhất tới trẻ em, cản trở sự phát triển tự nhiên của chúng dẫn tới cản trở sự phát triển của xã hội.

Con người ngày nay luôn kè kè chiếc điện thoại trong người. Ra đường mà quên điện thoại hoặc điện thoại hết pin là nỗi sợ hãi tới lạnh sống lưng của chúng ta. Đó là một bệnh lý có tên đàng hoàng: bệnh *nomophobia*. Thuật ngữ này được các nhà tâm lý học dùng để miêu tả nỗi sợ hãi của người lệ thuộc quá nhiều vào điện thoại. Chiết tự tên *nomophobia* gồm "*nomo*" diễn nghĩa là "*no mobile phone*" và "*phobia*" là thuật ngữ tâm lý học miêu tả nỗi sợ. Tôi cũng thường bị hụt hẫng khi ra đường mà quên con dế thân yêu ở nhà. Ra ngoài, ít khi tôi mằn mằn coi thiên hạ sự mà dùng điện thoại để nghe tiếng cô đầm (không biết già hay trẻ) ỏn ẻn chỉ đường và để không hụt một cú phôn nào gọi tới mình. Vậy nếu bảo tôi bị bệnh *nomophobia* thì oan ức quá! Chuyện chi cũng chẳng nên vơ đũa cả nắm.

Dù chối bai bải mình không dính con vi-rút *nomophobia* nhưng cũng nên biết bệnh này là cái quái chi. Tiến sĩ John Laprose, chuyên ngành an ninh mạng của Đại học North America, Mỹ, phân tích những yếu tố hình thành tính cách của một con người gồm: trải nghiệm (hành động đã làm), sự mô phỏng (bị tác động bởi hành vi) và tính nhạy cảm (ảnh hưởng bởi lời nói). Một người có tình trạng tâm lý tốt khi các yếu tố này hòa hợp trong trạng thái tích cực. Tuy nhiên bản chất của con người là dễ dàng bị hoàn cảnh và những người chung quanh thao túng. *Smartphone* ra đời đóng vai trò thao túng hoàn hảo nhất. Hầu như ai cũng có khả năng xoay sở để có một chú dế kè kè bên mình. Nặng túi thì mua một cái mới tinh, nhẹ túi thì thầu lại cái cũ, cũ người mới ta. Thủ chiếc điện thoại trong túi khiến con người như có một thế giới riêng tự tin hơn. Gặp tai nạn xe hơi, chiếc xe bị hư hao trầy trụa, móc chiếc điện thoại ra, bấm một cái là bằng chứng nằm trong túi, đối phương hết chối cãi. Gặp chuyện ngoài đường, quay phim liền một khi, đó là thứ có giá trị cho nhà cầm quyền điều tra hoặc tung lên các mạng xã hội nhanh như chớp. Nhiều vị nhanh tay này còn kiếm bộn tiền nhờ bán cho truyền thông. Điện thoại đã góp phần thay đổi ngành báo chí truyền thông. Mỗi người là một phóng viên tài tử đưa tin nóng hổi. Tin tức được đa dạng hóa từ nhiều nguồn khiến sự thật khó che giấu. Tiến sĩ John Laprose nói: "Đây là một hiện tượng hoàn toàn mới mẻ. Việc con người được trang bị một thiết bị hoàn toàn đa dụng với tính cá nhân cực kì cao là chưa hề có tiền lệ. Sự ra đời của điện thoại thông minh cho phép con người ngụy tạo một vỏ bọc hoàn hảo, an toàn để tiếp xúc với cái xã hội vốn được cho là đầy rẫy nguy hiểm này". Leonid Bershidsky của trang *Medium.com* chia sẻ: "Chúng ta chạm vào *smartphone* khoảng hơn 2.500 lần/ngày. Như vậy là nhiều hơn 100 lần ta động chạm người ta thương yêu. Lý do lí giải cho con số không thể tưởng tượng trên là vì thiết bị không ngừng gửi rất nhiều thông báo làm người dùng chú ý chẳng hạn như mỗi lần có ai đó nhắn tin, ứng dụng cần cập nhật, thông tin quảng cáo và tỉ tỉ những thứ vô dụng khác. Một khi bạn khởi động *smartphone*, bạn sẽ không thể nào ngừng sử dụng". Hollands Haiis, chuyên gia về cai nghiện đồ chơi công nghệ, khuyến cáo: "Bất kì ai cũng có thể nghiện *smartphone*. Nếu con của bạn chỉ thích suốt ngày cắm đầu vào chiếc điện thoại hơn là ra ngoài gặp gỡ chơi đùa cùng chúng bạn, thì bạn đang gặp vấn đề trầm trọng hơn bạn tưởng".

Tại Đại Hàn, một nghiên cứu trên 1 ngàn học sinh tham gia đưa tới kết quả: có tới 72% em trong độ tuổi 11 và 12 dùng điện thoại trung bình 5,4 giờ mỗi ngày. Trong số này có tới 25% mắc chứng *nomophobia*. Bác sĩ Trần Quốc Khánh của bệnh viện Việt Đức báo động những chứng bệnh liên quan tới *nomophobia*. Bệnh về mắt bao gồm nháy mắt, ngứa và đỏ mắt, khó tập trung mắt, mắt mờ hoặc mỏi. Trẻ em dễ mắc những bệnh này. Nguy hiểm hơn là các bệnh: suy tĩnh mạch, xơ vữa mạch máu, béo phì nhất là ở bụng, tăng nguy cơ loãng xương. Bệnh về vùng cổ gồm: đau cổ, thoái hóa

Tranh thủ!

cột sống cổ, co cứng cột sống cổ, vẹo cột sống và gù lưng. Bệnh rối loạn giấc ngủ, mệt mỏi, suy giảm trí nhớ, giảm khả năng kết nối và tương tác trong não bộ. Các thanh niên còn bị nguy cơ giảm số lượng tinh trùng, giảm nhu động và khả năng sống sót của tinh trùng! Nhưng trầm trọng hơn là bệnh ghiền điện thoại khiến cho bệnh nhân sống tách biệt với xã hội thực, làm tổn thương não bộ. Một nghiên cứu của Giáo sư Jean Twenge, Đại học San Diego, đưa ra kết luận là thanh thiếu niên dùng *smartphone* trên 7 tiếng mỗi ngày có khả năng mắc bệnh trầm cảm cao gấp đôi những người sử dụng điện thoại mỗi ngày chỉ một tiếng. Và đặc biệt ở các trẻ vị thành niên sẽ tăng nguy cơ muốn tự tử.

Giới trẻ say mê dùng *smartphone* để chơi game là thứ ghiền hầu như hết thuốc chữa. Chẳng cứ gì giới trẻ, nhiều bạn bè tôi cũng chơi *game*. Tôi thực sự mù tịt về "mảng" mà người ta say mê nhất khi dùng *smartphone*. Nghe nói *game* ngày nay tiến bộ vượt mức, không chỉ những chuyện con nít như chơi với mấy viên bi hay hiền hòa như điều khiển nhân vật đi tìm cái nọ cái kia mà dữ dội hơn nhiều. Dữ dội như thế nào, tôi không rành rẽ. Nghe đâu có những thứ trang bị mua bán chi nữa. Rồi còn chơi *game* từ xa với bạn bè, chơi *game* xuyên lục địa với các cao thủ. Những thứ rắc rối đau đầu lắm, tôi chẳng dại gì đâm đầu vô.

Trước tình trạng ghiền hầu như hết thuốc chữa của giới trẻ, nhiều nghiên cứu đã được thực hiện để tìm ra cách giúp dân ghiền cai nghiện. Mới đây, vào tháng 2/2025, tập san y khoa *BMC Medicine* của Anh đã làm thử nghiệm với 111 sinh viên khỏe mạnh. Kết quả cho thấy việc giảm thời gian sử dụng điện thoại xuống 2 tiếng hoặc ít hơn mỗi ngày trong 3 tuần lễ đã cải thiện đáng kể về độ căng thẳng, trầm cảm và chất lượng giấc ngủ. Một nghiên cứu khác của tập san *International Journal of Environmental Research and Public Health* cho thấy khi giảm thời gian sử dụng *smartphone* xuống mức 30 phút mỗi ngày trong hai tuần sẽ cải thiện giấc ngủ, sự hài lòng với cuộc sống và giảm căng thẳng đáng kể. Rốt ráo hơn, nhóm nghiên cứu của Đại học British Columbia ở Canada đã làm thử nghiệm với 400 người, độ tuổi trung bình là 32, gồm 63% nữ và 37% nam. Họ đã yêu cầu 400 người này tải xuống một ứng dụng có chức năng chặn quyền truy cập *internet* trên điện thoại trong vòng 2 tuần. Trước và sau thử nghiệm, các tham dự viên được đo lường chức năng não và sức khỏe tinh thần. Kết quả sau hai tuần thử nghiệm, khả năng chú ý và tập trung được cải thiện với mức độ tập trung tương đương với người trẻ hơn họ 10 tuổi. Có tới 90% người tham gia cho biết sức khỏe tinh thần của họ được cải thiện rõ rệt, hiệu quả cao hơn việc sử dụng thuốc chống trầm cảm. Nhóm nghiên cứu kết luận: "Dù *internet* mang lại nhiều lợi ích, việc giảm sự kết nối liên tục với thế giới số có thể mang đến tác động tích cực đáng kể đối với sức khỏe tinh thần và khả năng tập trung".

Qua đường vẫn không quên mằn mằn!

Việc còn lại là của chúng ta có đủ ý chí để tự hạn chế thời gian sử dụng *smartphone* hay không. Thay vào đó là cố gắng tự suy nghĩ thay vì ới ông Google hay ông Trí Tuệ Nhân Tạo *AI,* đọc sách, chơi nhạc, học ngoại ngữ, chơi thể thao. Các bậc cha mẹ chịu khó hướng con em tới những thú vui khác như các thứ kể trên và đặc biệt nên giao tiếp với chúng thường xuyên hơn cho chúng có một đời sống gia đình lành mạnh.

Lý thuyết là vậy nhưng thực hành không dễ. Ghiền là "đức tính" khó cưỡng lại của mỗi chúng ta. Các cụ ngày xưa cũng ghiền như điên. Cụ Tú Xương *"một trà, một rượu, một đàn bà / Ba cái lăng nhăng nó quấy ta"*. Cụ Nguyễn Khuyến giở trò bài bây: "*Những lúc say sưa cũng muốn chừa / Muốn chừa nhưng tính lại hay ưa / Hay ưa nên nỗi không chừa được / Chừa được nhưng mà cũng chẳng chừa*". Thử tưởng tượng bê các cụ về sống ở thời *smartphone* ngày nay, các cụ có ghiền không. Tôi dám chắc như đinh đóng cột: ghiền là cái cẳng!

12/2025

HAIR

Hair tiếng Anh chỉ thị những thứ mọc trên người từ trên xuống dưới, trừ râu. Không biết tại sao lại có sự phân biệt này. Râu chỉ đàn ông và một số hiếm hoi các bà các cô có lại được gọi là *beard*. Thực ra các bà các cô chỉ có ria. Ria tiếng

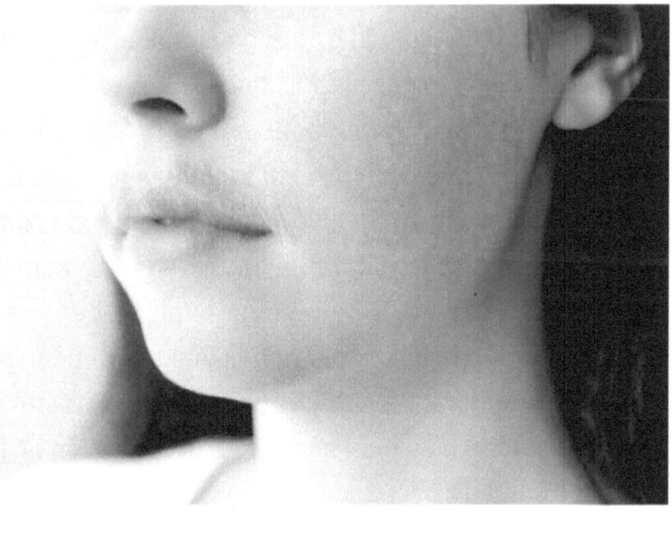

Anh gọi là *moustache* hay *mustache* là thứ mọc trên mép.

Tiếng Việt ta khác. Thứ mọc trên đầu gọi là tóc, thứ mọc quanh mép là râu, từ cổ trở xuống là lông. Sự phân biệt rạch ròi này biến lông thành một danh từ…nhạy cảm. Thực ra chính đầu óc chúng ta khiến lông thành nhạy cảm chứ thực ra cũng có lông tay lông chân, lông ngực lông bụng, là những thứ lông phơi ra ánh sáng. Trên Facebook tôi đọc được một *status* của một người không cho biết tên: "Tôi rất mất tự tin về đôi chân nhiều lông của mình và thường hay giấu chúng bằng cách mặc quần dài và chỉ mặc váy vào mùa đông khi đi tất dày. Không may, một hôm tôi bị tai nạn xe và phải nằm viện. Một anh bác sĩ đã khám cho tôi và hơi giật mình khi chạm vào chân tôi. Sau đó anh ấy đã mang báo cho tôi đọc và hầu hết những tờ báo này đều có quảng cáo về triệt lông vĩnh viễn. Mặc dù không nói ra nhưng tôi rất xấu hổ và hiểu được lời khuyên tế nhị của vị bác sĩ ấy".

Một anh tên Nhật, nhân viên ngân hàng cũng kể: "Chuyện này khá tế nhị, tôi cũng không quan tâm nhiều lắm đến việc này của bạn gái, cho đến ngày đi thử áo cưới với nàng. Trong lúc tôi đang chiêm ngưỡng hình ảnh cô ấy lộng lẫy với bộ váy cưới trắng muốt thì chợt nhìn thấy vùng dưới cánh tay trắng mịn của nàng có nhúm đen nho nhỏ. Vậy là cảm giác sung sướng vụt biến mất, tự nhiên thấy bộ váy kém duyên hẳn đi". Tôi nghĩ các bạn đủ thông minh để biết anh Nhật muốn nói tới lông vùng nào. Thực ra vùng này không phải là vùng cấm nhưng rất khơi gợi trí tưởng tượng của mọi người tới vùng tối tăm mà ý nghĩ của chúng ta thích luồn lách vào. Trí thức cũng như bình dân.

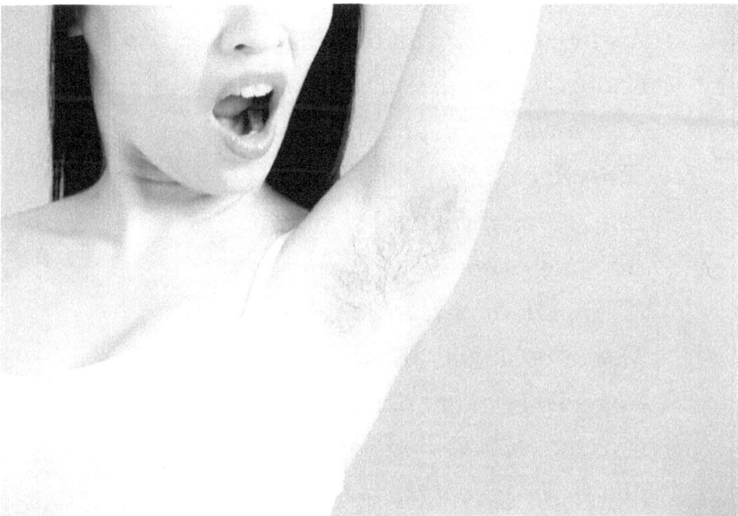

Tiến sĩ Nguyễn Xuân Diện, chuyên ngành Hán Nôm, nhà nghiên cứu về ca trù Việt Nam, kể chuyện như thế này : "*Ngày 24/3/1995, trong chuyến cùng đi công tác ở Hải Hưng, Giáo Sư Văn Tạo - nguyên Viện trưởng Viện Sử học đã trao cho tôi bài thơ này. Đây chính là một bài hát ca trù. Kể từ đó cất công tìm hiểu thì được biết đây là bài ca trù khởi phát vào năm 1905 từ các ca quán (nhà hát cô đầu) ở Ba La Bông Đỏ (Hà Đông) rồi lưu truyền phổ biến trong các ca quán khắp các tỉnh thành miền Bắc hồi đầu thế kỷ 20. Có cụ cao niên nói rằng, bài này là của cụ Tam nguyên Vũ Phạm Hàm làm ra (?). Thám hoa Vũ Phạm Hàm là chủ bút tờ Đại Nam Đồng Văn nhật báo (tờ báo đầu tiên ở Bắc Kỳ), Đốc học Hà Nội. Hôm trước trong bữa nhậu chia tay Kha Tiệm Ly tiên sinh, các bác Vũ Ngọc Tiến, Trần Nhương cứ bảo tôi hát bài này cho vui. Các bác yêu cầu thì hát thôi, không cát xê cũng hát.... Hát rằng:*

Tài tử giai nhân giai thích chí
Chẳng gì hơn cái ý nữa mà thôi !
Khách văn nhân tài tử ai ai
Sinh cũng đấy mà vui chơi thời cũng đấy
Dầu lá tre, lá vông thì cũng vậy
Hở hang ra coi thấy, dễ càng đau !
Khách tài tình rày ước mai ao
Mao cũng thú mà vô mao càng tuyệt thú.
Nền gấm lơ thơ tơ liễu rủ,
Cửa son thấp thoáng hạt hồng non.
Quyền thế gì một thú con con,
Dẫu trăm khéo ngàn khôn thời cũng mắc.
Đố ai biết bên nào là chắc.
Dầu có chăng cái ấy nữa mà thôi.
Của bà bà vỗ bà chơi!"

"Mao" tiếng các chú chính là *hair*. "Vô mao" là…*no hair*. Theo như các cụ thì thứ nào cũng được *welcome*, không kỳ thị chi hết. Vậy thì tại sao các bà các cô ngày nay cứ quay quắt về chuyện *hair* với *no hair*. Chuyện thầm kín này tôi cách chi mà biết được nếu các bà coi như chuyện "một mình mình biết một mình mình hay". Nhưng trong một lần dạo Facebook, tôi bỗng thấy cái tổ con chuồn chuồn. Bà Nguyen Pham Khanh Van viết như thế này, bà kể chi tiết ngọn ngành rất dài, dài như sợi tóc, nhưng tôi không thể cắt một đoạn nào mà không phạm tới mạch chuyện rất bi hài của bà: "*Tự nhiên hôm qua bà chị bên Canada nói muốn về Việt Nam triệt* hair, *chợt nhớ kỷ niệm xưa. Cách đây hơn chục năm đi* resort *với nhóm bạn thân. Ma xui quỷ khiến sao trúng ngay đợt thi hoa hậu quái gì không biết, chỉ biết thí sinh đẹp dã man, da trắng như sứ, mặc* bikini *cạp cao tới sườn ưỡn ẹo lắc hông tới lui mà toàn thân láng lẩy không thấy tí* hair *nào, tưởng là họ mặc vớ da không á vì da láng mịn. Một bà tân tiến nhất trong nhóm kêu cả đám lại nói: "Tao sẽ triệt cho tụi bay y vậy!" Bọn mình ngoan ngoãn đồng ý. Đầu tiên, từng đứa thay nhau đi xuống quầy tiếp tân xin một con dao cạo râu vì sợ* resort *nghi ngờ "quái, mấy cái phòng này không có khách nam mà sao cứ đòi dao cạo?" Sau đó bả lôi từng đứa ra cạo sạch sẽ rồi kêu: "Tao đã kiếm ra một thứ thuốc bôi vô là nó không bao giờ lên nữa, về Sài Gòn tao đưa cho". Cạo xong cả đám mặc* bikini *chụp hình, cũng đẹp lắm! Láng thiệt. Về Sài Gòn, mỗi đứa được phát một loại kem nghe nói của Pháp màu trắng kêu bôi vô mỗi ngày sáng tối sẽ không có* hair *nữa. Vâng, được hai ngày, ngày thứ ba nó bắt đầu ngứa banh ta lông, banh nhà lồng, cả đám không đứa nào chịu nổi nữa nên phải tạm ngưng "liệu trình" này. Sau đó đám* hair *toàn thân mọc lại như rừng, dày hơn, đen hơn hẳn đợt cũ, lỗ chân lông to ra và nó ngứa thôi rồi luôn, nguyên* combo *ngăn ngắn cưng cứng đâm vô da phải gãi xoành xoạch như ghẻ ngứa. Sau đó chồng mình đã la cho một trận cấm làm những cái trò ấy nữa nhưng rồi cả đám vẫn muốn láng mịn. Mấy bà nói: "Mày ngu lắm, đàn ông ai cũng nói thế thôi nhưng họ thích láng, mày không thấy bọn bồ nhí toàn trơn tru láng o hả?" Nghe cũng bùi tai bí quyết giữ chồng đồ, nhìn bản thân cũng thích hơn, đẹp hơn, dễ mặc đồ, giơ cánh tay lên cũng đẹp, mặc* bikini *cũng đẹp không lộ hàng... OK! Vẫn là bà chủ mưu tập trung cả đám lại nhà một đứa cùng* wax. *Đợt đó mình bận đột xuất không đến được nên bả gửi cho một bịch sáp dạng cục cục với hướng dẫn tự* wax *tại nhà. Đầu tiên, lấy cái nồi nấu bịch đó lên thành một hỗn hợp sền sệt, nhớ đứng ì ra đó khuấy như phù thuỷ khuấy thuốc cho tan hết mà không cháy đáy. Sau đó lấy từng chút phết lên từng mảng lông rồi giựt ra. Thử trên chân dù giựt hơi đau nhưng vẫn chịu được. Ok làm tiếp. Vừa xong mảng đầu tiên thì sự cố xảy ra là cái sáp để nguội nó khô khá nhanh. Thế là mình phải nấu nóng lại rồi trét lên những chỗ cần thiết cho chồng mê mệt. Trét lên từng cục lủng la lủng lẳng lúc lắc nhưng không sao ta bắt đầu giựt ra. Mấy bà kia hướng dẫn là: không phải giựt xuôi chiều mà lắc qua trái, lắc qua phải rồi kiểu như khi nó đang chóng mặt thì ta bất ngờ giựt ngược lên, cam kết* hair *không bao giờ dám mọc ra nữa. Nhưng không, mình thấy đau quá mình gọi bà chủ mưu kêu đau lắm em không thể làm được. Bả hỏi: "Thế mày uống thuốc giảm đau chưa?" "Chưa!" "Uống ngay đi!" Đâu thể thò đầu ra khỏi phòng với cái sự lủng lẳng lúc lắc này, mình réo chồng lấy cho viên Paracetamol. Uống xong chờ thuốc ngấm thì cục sáp khô cứng như khúc nến. Bây giờ thuốc đã ngấm, sáp đã khô, lắc qua trái, lắc qua phải nhưng nó vẫn đau khủng khiếp nên không thể giựt ra. Lấy hết sức giựt thử một cái chưa bứt ra mà đau như lờ lìa khỏi xác. Có thể người ta dùng thuốc mê chứ không đơn thuần là thuốc giảm đau chăng? Bế tắc thiệt sự! Gọi chồng vô hỏi hay là mua thuốc tê em thoa lên? Ông vừa tức vừa mắc cười mà nhìn bộ dạng như chim cánh cụt mắc cạn, xoè chân xoè tay ra ông chỉ nói "Đã nói dẹp cái trò này đi mà không nghe, bây giờ sướng chưa?" Rồi ông lấy kéo tỉa lông mũi cắt từng cục sáp để giải thoát cho con vợ, nhưng có những đoạn phải lấy nến đốt,* hair *bén lửa khen khét ta nói cái mùi như đèn dầu đốt tóc ngày xưa, tương tự heo thui giả cầy. Chợt nhớ ra nhà có đá nóng nên lấy đá nấu lên, bọc vô vải, rà vô chà cho sáp nóng rời khỏi da. Quần quật cả tiếng đồng hồ mới xong đống sáp. Da đỏ ửng sưng lên vừa đau vừa rát. ba ngày tám đêm vẫn chưa hoàn hồn. Sau đó, vâng sau đó nó lại ngứa y chang lần đầu, ngứa! Sau khi nghe tôi tư vấn, bà ấy có lẽ bỏ ý định* wax hair*".*

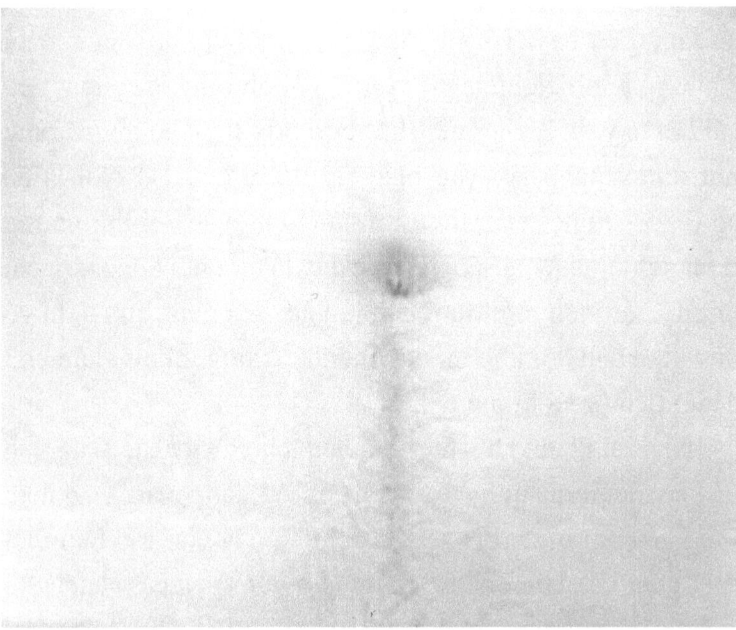

Chuyện thật đời người làm tôi sững sờ. Cũng tại các cụ xưa phán "mao cũng thú mà vô mao càng tuyệt thú" nên các bà ngày nay vất vả. Tôi tưởng chỉ có bà Nguyen Pham

Khanh Van dại dột kể chuyện phòng the, hóa ra nhiều bà cũng vui miệng kể theo một cách 'phăng phăng la tuy líp". Tôi xin phép không hài thêm những bài tương tự ra đây, như bài của Vo Thi Thu Hanh mặc dù chuyện bà này kể cũng hấp dẫn lắm. Thôi thì để khỏi bị trách móc vì chơi khó nhau, tôi trích câu đầu của bài thôi: "*Hứa viết bài cả tháng rồi, mà mình chần chừ đợi triệt thêm vài lần để xem độ hiệu quả thế nào mới viết. Có lúc viết dở dang rồi thì bận việc ngang hông nên rồi lại thôi bỏ bài, giờ mình viết nghiêm túc nhen*". Nhem thèm chút chút vậy thôi, bạn nào có máu tò mò cao độ xin vào Facebook mà tìm. Facebook có lắm điều hay. Tôi mò vào được một cái *post* của "Hội Chia Sẻ Kinh Nghiệm *Waxing*". Tôi nhướng lông mày: có cái hội này thiệt không? Nhưng rồi khi thấy họ ghi rõ ràng hội được thành lập vào ngày 11/9/2017 từ Hà Nội, hiện có tới 5.700 hội viên thì tôi muốn xông vào coi thử những kinh nghiệm này ra sao. Nhưng đây là một hội khép kín, chỉ những hội viên mới được nghía vào. Tôi đang suy nghĩ có nên gia nhập hội không, mà gia nhập xong thì biết làm chi. Thiệt tiến thoái lưỡng nan!

Nhạc sĩ Phạm Duy biết phải làm chi. Ông nhạc sĩ đa tình này có một mối "tình mẹ duyên con" rất lãng mạn. Ông đem lòng yêu người đẹp Helene từ khi cô này còn trẻ. Sau một thời gian khá lâu, ông tới thăm lại người yêu cũ. Helene tỏ ra xa cách nhưng cô con gái mới lớn Lệ Lan của Helene lại phải lòng người nghệ sĩ tài hoa lớn tuổi. Trong suốt 10 năm yêu nhau, Lệ Lan làm cho người tình già hơn 300 bài thơ và được nhạc sĩ tặng lại chừng 40 bản nhạc. Sau khi người tình trẻ Lệ Lan đi lấy chồng, Phạm Duy nhớ lại mối tình đậm thơ nhạc tại xứ sương mù Đà Lạt và sáng tác bài Cỏ Hồng cho người tình cũ. Bản nhạc ra đời vào năm 1970 trong lúc Lê Uyên Phương đang làm mưa làm gió ở Đà Lạt với những bản nhạc đẫm chất dục tính. Trong cuốn Hồi Ký, Phạm Duy kể lại: "*Vào năm 1970, sau khi tôi đã soạn xong những bài như Trả Lại Em Yêu, Con Đường Tình Ta Đi... vốn là những bài ca tình cảm mô tả cuộc tình của những lứa đôi đang sống một cuộc đời bấp bênh vì không tránh khỏi cảnh xa nhau bởi thời thế. Một nhạc sĩ khác, Lê Uyên-Phương, tung ra một loạt ca khúc mang chất dục tính, ví dụ như bài Vũng Lầy Của Chúng Ta. Tôi bắt chước anh, soạn một bài có tính chất xưng tụng nhục thể*".

Rước em lên đồi, cỏ hoang ngập lối
Rước em lên đồi, hẹn với bình minh
Đôi chân xinh xinh như tình thôi khép nép
Hãy vứt chiếc dép, bước đi ôm cỏ mềm
Đồi êm êm, cỏ im im, ngủ yên yên, mộng rất hiền
Giọt sương đêm còn trinh nguyên
Nằm mê man chờ nắng sớm lên, rước em lên đồi tiên
Đồi nghiêng nghiêng, cỏ lóng lánh,
Rồi rung rinh, bừng thoát giấc lành
Trời mông mênh, đồi thênh thênh
Cỏ chênh vênh chờ đôi nhân tình

Cỏ đây không phải cỏ xanh trên đồi mà là cỏ lóng lánh, rung rinh nằm chênh vênh chờ người tình. Thứ cỏ mà thi sĩ Bùi Giáng cũng có trong thơ: "*Bây giờ em đứng nơi đâu / Cỏ trong mình mẩy em sầu ra sao?*"

Người nhạc, người thơ nhìn chỉ thấy cỏ. Thứ cỏ này, nếu dịch ra tiếng Anh là *hair* có đặng không?

11/2025

HƯƠNG BƯỞI

Trời Montreal đã mát mẻ trở lại sau những ngày hè nóng cháy. Mùa thu đã kề cửa. Tết Trung Thu đã lấp ló. Trung Thu là tết của con nít nhưng người ăn tết Trung Thu sớm nhất có lẽ là nhà thơ Đỗ Trung Quân. Chừ ông đã bày biện đèn nến, ấm trà, tranh ảnh khắp nhà để đón tết con nít. Hiếm gặp người vồn vã với tuổi thơ như ông. Lòng háo hức của nhà thơ họ Đỗ làm tôi nhớ tới những ngày tháng xưa cũ. Có lẽ tuổi càng nặng vai người ta càng đắm chìm vào thời non trẻ. Khi tuổi trĩu vai, cuộc trở về càng đi sâu suốt tới những ngày tháng đầu đời. Kỳ lạ năm nay tôi cứ thơ thẩn với mâm cỗ trung thu ngày tuổi còn nhẽo nhẹt. Nhớ lại những thứ trên bàn cỗ, nhớ nhất là hai trái bưởi tỏa hương thơm dìu dịu. Bỗng thích nghe lại bài Nụ Tầm Xuân được nhạc sĩ Phạm Duy phổ một bài thơ được cho là ca dao. *"Trèo lên, lên trèo lên, trèo lên, lên trèo lên, lên cây bưởi hái hoa / Bước ra, ra vườn cà, bước ra, ra vườn cà, cà hái nụ tầm .. xuân / Nụ tầm xuân ơi, ơi nụ tầm xuân / Nở ra xanh biếc em lấy chồng, em đi lấy chồng / Anh tiếc, tiếc lắm thay!".* Ai cũng nghĩ đây là bài ca dao nói về một mối tình không trọn. Tôi đọc được một đoạn cảm khái không ghi tên tác giả trên mạng: *"Nhành hoa bưởi trắng tinh, một nụ tầm xuân xanh biếc, một hàng bưởi, một vườn cà... không gian thật dân dã, chất phác, gần gũi biết bao. Nhưng có vẻ như tác giả chỉ đang mượn những hình ảnh ấy để bày tỏ một điều gì đó, vì có chút vu vơ trong những động tác: trèo lên, bước xuống, hái hoa, hái nụ của chàng. Thật ra, tác giả có dụng ý ở đây, những hành động của chàng trai giống như đang tìm kiếm, khát vọng một điều đẹp đẽ, cố gắng vươn tới tình yêu mà chàng luôn chờ đợi. Bởi vậy nên dường như tâm trạng của chàng trai trong bài ca dao là tâm trạng của một người đã yêu và được yêu nhưng*

Hoa bưởi.

phải xót xa nhìn cảnh "người yêu đi lấy chồng".

Tôi cũng đọc được trên nhiều trang mạng kể lại câu chuyện "trèo lên cây bưởi hái hoa" không phải là chuyện tình trai gái đơn thuần mà là một giai thoại lịch sử về Đào Duy Từ. Vậy đây không là ca dao mà là ba đoạn thơ trao đổi giữa Đào Duy Từ và chúa Trịnh Tráng được ghép lại với nhau. Chuyện như sau.

Lộc Khê Đào Duy Từ, con của ông Đào Tá Hán là lính cấm vệ trong triều nhà Lê, sau bị đuổi về quê làm nghề kép hát. Ông mất khi Đào Duy Từ được 5 tuổi. Vốn là một đứa trẻ sáng dạ, học hành xuất sắc nhưng Đào Duy Từ không được dự thi Hương vì luật thi của nhà Lê cấm con kép hát đi thi, coi đây là...xướng ca vô loài. Mẹ ông là bà Vũ Kim Chi phải cậy nhờ xã trưởng đổi họ ông theo họ mẹ thành Vũ Duy Từ để được dự thi. Xã trưởng tên Lưu Minh Phương ra điều kiện bà phải kết hôn với hắn thì hắn mới ra tay giúp. Bà hoãn binh bằng cách nhận lời nhưng chờ tới khi Đào Duy Từ thi đỗ mới thành sự. Khoa thi Hương năm Quý Tị 1593, ông đậu Á khoa. Xã trưởng Lưu Minh Phương đòi cưới. Bà lại lấy cớ con mới thi đậu mà mẹ cưới sợ xóm làng dị nghị. Rồi bà đề nghị để tân Á khoa cưới con gái tên xã trưởng để thay thế lời hứa khi xưa. Tên xã trưởng tức giận đâm đơn kiện bà Vũ Kim Chi bội ước. Vậy là lộ việc Đào Duy Từ đổi họ để dự thi. Viên quan huyện xử vụ này thông báo cho quan Hiến Sát. Bộ Lễ bèn lệnh xóa tên Vũ Duy Từ, đánh tuột Á nguyên và lột mũ áo. Được hung tin, bà Vũ Kim Chi cắt cổ tự vẫn. Đào Duy Từ vừa hỏng thi vừa tang mẹ nên lâm bệnh nặng. Ông lưu lại nhà trọ nơi kinh thành tới khi bình phục. Giận triều đình và phủ Chúa Trịnh, ông trốn vào Nam.

Vào Nam ông sống ở Bình Định, làm nghề chăn trâu thuê cho một phú ông rất ham mê văn học. Ông này thấy thằng bé chăn trâu là người có tài nên tiến cử cho quan Khám Lý Trần Đức Hòa. Quan thấy Từ là người uyên bác về chính trị, kinh tế, quân sự và cả văn chương nên gả con gái đồng thời tiến cử ông với Chúa Sãi Nguyễn Phúc Nguyên. Chúa Sãi rất vừa lòng, phong cho ông chức Nha Úy Nội Tán. Trong 9 năm, từ 1625 tới 1634, Đào Duy Từ đã giúp Chúa Nguyễn mở mang bờ cõi về phương Nam và xây một chiến lũy chạy dài từ cửa sông Nhật Lệ tới núi Đâu Mâu, Đồng Hới, tỉnh Quảng Bình để ngăn chặn quân của Chúa Trịnh Nam tiến. Người dân gọi chiến lũy này là Lũy Thầy để ghi công Thầy Đào Duy Từ.

Năm Đinh Mão (1627), chúa Trịnh ở Đàng Ngoài muốn bắt chúa Nguyễn ở Đàng Trong phải thần phục, bèn cử sứ giả mang sắc vua Lê phong cho chúa Nguyễn Phúc Nguyên (Sãi Vương) và đòi Sãi Vương phải phái con ra chầu với lễ vật là 30 thớt voi cùng 30 chiến thuyền để cống nạp nhà Minh bên Tầu. Chúa Sãi không chịu nhưng chưa biết phải xử trí ra sao. Ngài bèn họp triều thần để tính kế. Trong triều có Đào Duy Từ, hiệu Lộc Khê, là khai quốc công thần của 9 triều chúa Nguyễn và 13 đời vua nhà Nguyễn. Lộc Khê Đào Duy Từ khuyên chúa Nguyễn cứ nhận sắc phong rồi từ từ tính kế đáp lại. Ba năm sau, khi thấy thời cơ đã thuận lợi, Đào Duy Từ mới bàn với chúa Nguyễn sai thợ làm một chiếc mâm đồng có hai đáy, bỏ sắc vua Lê phong kèm theo bốn câu thơ chữ Hán vào giữa hai đáy, hàn kín lại. Trên mâm bày lễ vật rất hậu hĩnh rồi sai Lại văn Khuông làm sứ giả mang ra thành

Thăng Long tạ ơn vua Lê và chúa Trịnh. Lại văn Khuông đã được học cách đối đáp trước khi ra kinh đô nên ứng đối rất trôi chảy. Chúa Trịnh rất hài lòng nên cho người dẫn Lại văn Khuông đi thăm viếng kinh thành trước khi được Chúa tiếp. Trên đường đi, Lại văn Khuông mở cẩm nang của Đào Duy Từ trao cho từ trước. Đọc xong, ông dẫn cả đoàn trốn về Nam. Được tin, chúa Trịnh sinh nghi, cho người đập vỡ mâm lễ, thấy tờ sắc phong của vua Lê và 4 câu chữ Hán. *Mâu nhi vô dịch / Mịch phi kiến tích / Ái lạc tâm trường / Lực lai tương địch.* Cả triều đình không hiểu bài thơ nói cái chi, phải cho vời một nhà nho uyên bác tới. Ông này đọc xong mới tâu trình ý nghĩa. "Mâu nhi vô dịch" nghĩa là chữ Mâu không có dấu phẩy là chữ Dư; "Mịch phi kiến tích" nghĩa là chữ Mịch bỏ bớt chữ Kiến còn lại là chữ Bất; "Ái lạc tâm trường" nghĩa là chữ Ái để mất (lạc) chữ Tâm thì thành chữ Thụ; và "Lực lai tương địch" nghĩa là chữ Lực đối địch (tương địch) với chữ Lai là chữ Sắc. Vậy, gộp cả bốn chữ mới lại thành câu: "Dư Bất Thụ Sắc," nghĩa là "Ta không nhận sắc phong." Nghe xong lời giải thích của nhà nho, chúa Trịnh Tráng tức giận cho quân đuổi bắt sứ giả Lại văn Khuông nhưng không kịp. Họ đã về tới đất của chúa Nguyễn ở Đàng Trong. Trịnh Tráng vẫn chưa chịu thua, cho người dò la, biết được màn kịch này do Đào Duy Từ đạo diễn nên tìm cách dụ khị. Ông sai người mang nhiều vàng bạc kèm theo 4 câu thơ trao cho Đào Duy Từ.

Trèo lên cây bưởi hái hoa
Bước xuống vườn cà hái nụ tầm xuân
Nụ tầm xuân nở ra xanh biếc

Em có chồng anh tiếc lắm thay!

Bốn câu có ý nhắc nhở tới quê hương tổ tiên của Đào Duy Từ là miền Bắc. Thuở nhỏ trèo cây hái hoa bưởi, hái nụ tầm xuân nơi vườn cà. Nay họ Đào bỏ đi, quê hương bản quán rất tiếc, muốn mời ông trở về. Đào Duy Từ đã di dời mộ cha mẹ vào Bình Định từ trước nên không sợ họ Trịnh trả thù, trả lại vàng bạc kèm theo 6 câu thơ.

Ba đồng một mớ trầu cay,
Sao anh không hỏi những ngày còn không?
Giờ đây em đã có chồng,
Như chim vào lồng, như cá cắn câu.
Cá cắn câu biết đâu mà gỡ,
Chim vào lồng biết thuở nào ra?

Chúa Trịnh đọc thơ biết khó dụ được họ Đào nhưng ý thơ chưa có câu kết nên vẫn còn hy vọng. Chúa lại cho người mang lễ vật hậu hĩnh hơn và một lá thư dụ dỗ lần nữa. Nhận được thư, Đào Duy Từ mới gửi hai câu kết dứt khoát cho Chúa.

Có lòng xin tạ ơn lòng
Đừng đi lại nữa mà chồng em ghen!

Đã là giai thoại thì thực hư khó phân minh. Tôi vẫn thích gán những vần thơ này cho một cuộc tình hơn. Bưởi là loại cây trồng được hầu như trên khắp các vùng đất nước nhưng nói tới hương hoa bưởi, người ta lại nghĩ ngay tới miền Bắc. Phải chăng hoa bưởi là thứ hoa ngát hương vẫn được các cô gái từ các miền lân cận Hà Nội gánh vào bán trên phố phường nơi ngàn năm văn vật, nhất là những gánh hoa bên cạnh hồ Hoàn Kiếm. Thuở nhỏ, hồ

Đền thờ Đào Duy Từ tại Hoài Nhơn, Bình Định.

nằm trên đường đi học của tôi nhưng khi rời Hà Nội tôi chưa tới tuổi biết thương hoa hoét nên hồn không vướng tới hương hoa bưởi. Nhà văn-nhà thơ Nguyễn Đình Toàn, xa Hà Nội vào năm đã biết yêu nên di cư mà lòng vẫn vương hương hoa bưởi.

Kỷ niệm cũ vẫn còn nguyên vẹn đó
Trời tháng giêng, tháng bảy buồn như nhau
Gió vẫn thơm mùi hoa bưởi, hoa ngâu
Rồi tết đến, rồi lòng anh nhớ quá

Người đi vướng víu hương hoa bưởi, người ở lại cũng vẫn mải miết với loài hoa rất Hà Nội này. Vào hỏi ông Google, tôi ngợp với nhiều bài viết nói về kỷ niệm với hoa bưởi của người dân đất ngàn năm văn vật. Tác giả Hương Trà tâm tình: "*Hoa bưởi nở trắng tinh khôi. Nhụy vàng e ấp gọi mời hương say*". *Tháng Ba về, báo hiệu mùa hoa bưởi tới, mùi hương thoang thoảng mà ngạt ngào lại len lỏi trong từng con phố. Thức quà dân dã mà thôn quê ấy nằm im lìm sau những gánh xe hàng rong khiến lòng người thổn thức. Những chùm hoa bưởi trắng tinh khôi, búp non xen kẽ những bông hoa đã bung nở, chờ người mang về. Không rực rỡ như đào, mai, không thanh tao như loa kèn... hoa bưởi gây thương nhớ với vẻ đẹp mộc mạc, bông trắng nhụy vàng. Dạo quanh các con phố, lọt vào tầm mắt là những gánh hàng hoa bưởi, thoang thoảng mùi hương đánh thức mọi giác quan, tạo nên một nét đẹp rất riêng giữa thủ đô tấp nập".*

Hoa bưởi là thứ hoa quê nên không thể không có mặt trong thơ của một người chân quê là Nguyễn Bính.

Thong thả dân gian nghỉ việc đồng
Lúa thì con gái mượt như nhung
Đầy vườn hoa bưởi hoa cam rụng
Ngào ngạt hương bay, bướm vẽ vòng.

Hôm qua em đi tỉnh về / Hương đồng cỏ nội bay đi ít nhiều. Nhà thơ luôn giữ hồn quê như ca dao cố níu lại đời sống yên bình hiền hòa của bờ ao, luống khoai, lũ chuồn chuồn nơi thôn dã. Ca dao đã so sánh các loại hoa đậm hương và phong hoa bưởi làm hoàng hậu.

Hoa lài, hoa lựu, hoa ngâu
Sao bằng hoa bưởi thơm lâu dịu dàng.

Hoa bưởi, không sang như hoa hồng, hoa lan, nhưng tỏa một mùi hương rất mộc mạc. Nhà thơ Vũ Quần Phương tán tụng:

Cây bưởi vào xuân, hoa bưởi thơm
Kiến xếp hàng đôi đi rước hương

Hai con khênh một sợi tơ mật
Ong lượn xung quanh rộn cả vườn.

Hương bưởi làm say các ngõ quê
Cỏ gà cỏ mật xóm đường đê
Nửa đêm thức giấc nghe trong lá:
Men của mùa xuân đã rót về.

Hai trái bưởi trên bàn cỗ trung thu ngày nay.

Nếu cứ theo các nhà thơ lạc vào ngõ quê với hương hoa bưởi, tôi chẳng có đường ra. Còn rất nhiều thi nhân tụng ca hương bưởi. Đành nhờ bốn câu thơ của nhà thơ Trần Đăng Khoa chỉ lối ra.

Đêm qua hoa rụng cánh rồi
Sớm nay cái cuống đã chồi quả non

Hoa rơi trắng mảnh sân con
Ôi hoa đã rụng vẫn còn ngát hương...

Hoa nhởn nhơ khoe sắc trên cây rồi có lúc phải rụng. Nhưng hoa rụng không phải là hết đời hoa. Hoa rụng để cây sanh trái. Vậy bàn cỗ Trung Thu tuổi thơ tôi mới có hai trái bưởi xanh rì trấn hai bên. Hoa thơm ngát, trái cũng thoang thoảng mùi hương. Hình như tới chừ tôi vẫn còn nghe đâu đây hương trái bưởi trên bàn cỗ ngày thơ dại. Ông nhà thơ Đỗ Trung Quân sớm hồn nhiên vui với Trung Thu nhưng năm ni tôi chưa thấy bàn cỗ của ông. Chẳng lẽ ông không thích hai trái bưởi!

09/2025

LẠI MỘT NOEL NỮA

Tính tới Noel năm nay tôi đã qua đúng 40 mùa Noel nơi đất lạnh này. Lạnh như thế nào, Canada đã nổi tiếng lạnh, tỉnh bang Quebec chúng tôi đang tạm cư còn…tủ lạnh hơn nữa. Riết rồi cũng quen. Không quen cũng không được với đám con cháu. Chúng cười khẩy mỗi khi các ông bà già than lạnh. Ở tới 40 năm rồi mà còn chưa quen! Những năm đầu thấy ít lạnh hơn, có lẽ vì còn ánh nắng quê nhà dự trữ trong người. Càng ở lâu càng thấy lạnh hơn, chẳng biết vì tuổi tác hay vì cái nắng Sài Gòn đã bị loãng đi mất.

Tôi qua Montreal vào tháng 6 năm 1985 sau khi sống đúng chục năm dưới chế độ mới, trải qua thời kỳ gian khổ với bo bo khoai mì. Vài ông bạn cùng cư ngụ tại Montreal đã nhanh chân qua trước. Các ông Nguyễn Khắc Ngữ, Trang Châu, Đỗ Quý Toàn và Nguyễn Đông Ngạc ngay từ ngày mất nước. Ông Hoàng Xuân Sơn cưỡi máy bay qua trước tôi vài năm. Các ông Võ Kỳ Điền, Lưu Nguyễn, Hồ Đình

Nghiêm, đều vượt sóng qua trước chúng tôi. Chúng tôi đây là ông Luân Hoán và tôi. Ông Luân Hoán trước tôi vài tháng, có thể coi như đồng hội đồng thuyền. Tuy qua cùng nhưng ông này mang tiếng rề rà hơn tôi. Tôi còn bận đi tù.

Nói tới Noel là phải nói tới đèn đóm, cây thông cho thức thời. Nhớ năm đầu tiên mừng Noel nơi xứ người, còn rất vất vả với cơm áo, cũng muốn trang trí xanh đỏ chút đỉnh như thói quen khi còn ở bên nhà nhưng lực bất tòng tâm. May quá, khi các sơ gọi những người mới qua lên cho đồ, có vớ được một bộ tượng hang đá. Vậy là hang đá thay cho cây thông. Làm hang đá là nghề của chàng từ ngày nhỏ ở Việt Nam nên chỉ cần mua một gói bông gòn giả làm tuyết, mua thêm một dây đèn xanh xanh đỏ đỏ là có không khí trong nhà liền. Những năm sau, cuộc sống dễ thở hơn mới sắm được cây thông giả. Những năm đầu thông kèo cọt thấp lè tè, mỗi năm cây thông lớn thêm một chút. Tới khi cây thông đụng trần nhà thì bầy con đã lớn, chúng nhất định phải chưng cây thông thật cho có mùi thơm. Thì cũng có tí mùi rừng núi thật nhưng khi tàn cuộc Noel mới vất vả. Cây thông khi mua được cửa hàng quây gọn trong lưới nhựa, cột lên mui xe, khiêng qua cửa nhà cái một, thiệt gọn gàng. Khi dọn cây thông sau lễ mới biết đá vàng. Phải dọn đúng ngày thành phố đi thu cây thông dù ngày đó có đi làm tóe khói cũng phải thức khuya dọn dẹp, mang chàng ra vỉa hè đúng hẹn. Thông khi mang về gọn tưng, khi mang đi vứt xù lên như lông nhím, khiêng ra cửa không lọt. Vậy là hì hục chặt từng cành, bó lại. Phải chi ở quê nhà thì đã có con dao phay chém ngang, dao trong bếp chỉ để chặt thịt thà rau cỏ, khi chặt những cành cây quá sức chịu đựng của cả người lẫn dao. Người thì te tua, dao mẻ lung tung chỉ có nước vất đi. Cuộc sống vẫn tiếp diễn, năm nọ qua năm kia, cây thông từ thiệt trở về thành giả, đàn con đã tung bay khắp phương trời, hai ông bà già nửa đường đi xuống, mỗi năm cây thông lại lùn thêm, đèn đóm kém lung linh. Cho tới những năm sau này, chuyện vác cây thông ra treo đèn kết *boule* là chuyện vất vả. Thông biến mất, lại trở về với hang đá. Hang đá hồi hai giản dị hơn nhiều. Thiên thần và đám mục đồng cùng trâu bò chiên cừu bỏ đi hết. Còn lại chỉ trần xì có tượng Chúa Hài Đồng và thánh ông thánh bà. Y như hai ông bà già trong nhà. Vậy mà vẫn cứ Noel như thường. Ngày xưa khi Chúa giáng trần cũng chỉ có vậy.

Hang đá đầu tiên tại Canada

Ông Luân Hoán không phải công giáo nhưng nhà ông xum xuê Noel hơn nhiều. Ông này thích xanh đỏ chớp nháy nên giăng đèn từ ngoài cửa vào trong nhà. Cây thông của nhà ông to đùng, trĩu nặng đèn đóm, kim tuyến óng ánh, cứ như tiên cảnh. Mỗi Noel khi tới chơi nhà ông tôi nghĩ ông mới là con Chúa còn tôi chỉ là con ghẻ. Noel nhà ông không bớt "hoành tráng" theo thời gian. Năm xưa cũng như năm ni. Ông này vốn chịu chơi. Lúc nào chơi là chơi hết mình.

Tôi hay bám víu so sánh với ông Luân Hoán vì ông với tôi qua cùng thời gian. Chúng tôi cùng cưỡi máy bay, bay vù là tới, không chơi trò thi thố với biển động như mấy ông kia. Những ngày làm thủ tục phỏng vấn, khám sức khỏe, canh chuyến bay, chúng tôi đều bên nhau tuy không biết nhau. Những ngày trước 1975 tên chúng tôi cùng nằm trên một mặt báo nhưng ông Luân Hoán ở Đà Nẵng, tôi ở Sài Gòn, chẳng bao giờ có dịp hội ngộ. Ngày đó báo lại ít khi đăng hình người viết nên chúng tôi chỉ quen nhau trên những con chữ. Vậy nên khi mặt đối mặt thành ra vô duyên, chẳng biết tên đang nói chuyện với mình là cha căng chú kiết nào. Cả ông ấy với tôi đều thuộc loại nhát thín, chẳng bao giờ xưng xưng khai bút danh khi không cần thiết. Vậy mới nên nỗi đối diện bất tương phùng. Phải qua tới bên đây, khi ông Đào Huy Đán, một bút hiệu khác của ông Hồ Trường An, phỏng vấn ông nhà thơ trên báo Làng Văn, có đăng hình đàng hoàng nên tôi mới nhận ra cái ông mà lũ con tôi đặt biệt danh là "ông Đà Nẵng" khi cùng đi phỏng vấn, cùng vào bệnh viện Chợ Rẫy khám sức khỏe đích thị là ông Luân Hoán.

Khi nhận ra nhau cũng đã cỡ một năm kể từ ngày chúng tôi qua Montreal. Một bữa ông Luân Hoán qua nhà tôi chơi. Đúng ra không phải là nhà vì cả hai khi đó còn thuê *apparte-ment* trong các tòa *building* to đùng cũ rích. Ông không lên phòng mà nhất định chờ tôi dưới đường. Khi tôi xuống tìm mãi chẳng thấy ông ấy đâu. Ngó ngang ngó dọc vẫn chẳng thấy bóng. Bỗng nghe tiếng còi xe toe toe, nhìn vào nơi phát ra tiếng còi, thấy ông ấy ló mặt ra cười toe. Hóa ra ông ấy vừa tậu chiếc Toyota Corolla màu đỏ mới cóng. Mặt ông rạng rỡ ra cái điều dân chịu chơi và chịu chi. Tôi há chịu thua. Cũng dân chơi Sài thành thứ thiệt, tuy ăn nhờ ở đậu nhưng vẫn chưa mất cái nết hào hoa phong nhĩ ngày xưa. Tôi chỉ cái xe Reliant K màu rượu chát mới toang đậu trên đường. Tính ăn thua với ông nhà thơ nhưng làm bộ tỉnh rụi ra cái điều đây là chuyện nhỏ của dân chịu chơi.

Nghĩ lại ngày đó hai chúng tôi chịu chơi thiệt. Mới chân ướt chân ráo qua xứ người mà vay một đống nợ lấy cái chân chạy chưa cần thiết. Thành phố Montreal có hệ thống giao thông công cộng thuộc loại hết xảy. Xe điện ngầm và xe buýt đưa người đi bất cứ xó xỉnh nào. Chỉ tội mất thời giờ, đi làm phải dậy sớm mới kịp tới sở. Xe hơi không phải là thứ phải có như tại những thành phố khác. Nhưng cái tính "cậu" của hai tên bốc đồng đã liều coi nợ nần như pha. Thời gian qua mau, mới đó mà đã ngót nghét nửa thế kỷ, tôi đã xài qua 5 cái xe, ông Luân Hoán cũng tương tự. Thế mới biết sức nặng của tuổi chồng chất trên vai.

Giới viết lách chúng tôi ở Montreal qua 40 năm đã hao hụt mất hai ông Nguyễn Khắc Ngữ và Nguyễn Đông Ngạc. Mới đây ông Lê Tấn Lộc cũng đã tìm được đường về với Chúa. Ông Đỗ Quý Toàn đã tếch qua Cali làm báo nay cũng đã về hưu. Chúng tôi thường tụ họp đấu láo với nhau. Xưa thì hầu như mỗi tuần, nay thì khi trồi khi sụt. Sụt nhiều hơn trồi. Những buổi cà phê hàng tuần hầu như đã mất tích, chỉ còn những buổi trưa ăn nhậu mỗi khi có khách tới chơi, hoặc khi lâu quá không gặp nhau, nhớ nhau. Khi nào cũng vào buổi trưa vì buổi tối các "cụ" chân chồn gối mỏi không tới được. Những bạn văn tới những buổi tụ họp này cũng rơi rụng dần. Ông Võ Kỳ Điền chừ ở nhà già, chơi với gậy gộc, đã chịu không thể tới "họp tổ" được. Ông Luân Hoán đã "cáo lão" vắng mặt vĩnh viễn. Chúng tôi vẫn leo lét bám vào cuộc sống với cái tuổi chẳng chỉ "tri thiên mệnh" mà đã vượt ngưỡng từ lâu. Thân thể có vẹo chỗ nọ chỗ kia cũng là chuyện thường tình. Đó là cái giá phải trả cho chuyện sống dai. Sống dai nhưng cây mục vẫn kiên cường sanh trái. Chúng tôi là những người cao tuổi nhưng vẫn trẻ lòng. Trên Facebook ngày ngày vẫn có mặt các ông Hoàng Xuân Sơn, Luân Hoán, Võ Kỳ Điền, Hồ Đình Nghiêm và tôi. Tôi vẫn tuế toái khẳng định chúng tôi chỉ nhiều tuổi chứ không già. Vẫn nhất định sống như những con người chưa chịu vào kho phế thải.

Mùa đông nơi đây dễ làm con người co cụm trong nhà. Giáng Sinh tới mỗi năm đúng vào những ngày lạnh giá với tuyết trắng đổ ngập đất trời. Vậy mà người dân nơi đây năm nào cũng cầu mong Giáng sinh trắng. Nghĩa là Giáng sinh phải ngập tuyết. Không có tuyết là buồn thối ruột thối gan. Nỗi buồn được bày tỏ trong các câu chuyện thường nhật cũng như trên mặt báo, trên truyền hình. Mỗi mùa Noel tới là vang vang bản nhạc *White Christmas* với tiếng hát đã thành huyền thoại của Bing Crosby. *"I'm dreaming of a white Christmas / Just like the ones I used to know / Where the treetops glisten and chidren listen / To hear sleigh bells in the snow"*. Chúng ta có lời Việt của nhạc sĩ Phạm Ngọc Lân. *"Giáng sinh năm*

Ngoài kia tuyết rơi đầy! (12/2025).

xưa / Trắng tinh tuyết rơi / Trên cành thông xanh / Dưới mái nhà êm đềm / Ôi Giáng Sinh năm xưa / Tình mình trao nhau / Bao mộng mơ". Không biết ngày xưa Chúa giáng sinh có tuyết không mà bây giờ dân chúng nhất định phải đòi có tuyết mới hài lòng.

Thời tiết tại Bethlehem, nơi Chúa ra đời, vào tháng *Kislev* của Do Thái (tương ứng với tháng 11 và tháng 12) là một tháng lạnh và nhiều mưa. Tháng sau đó là tháng *Tevet* (tương ứng với tháng 12 và tháng giêng) có nhiệt độ thấp nhất trong năm, đôi khi có tuyết trên vùng cao nguyên. Thời tiết rất lạnh và đôi khi có tuyết như vậy thì đúng là *white christmas* rồi. Trong sách Kinh Thánh Ezra có đoạn ghi: "Nhằm mùa mưa, chúng tôi không thể nào đứng ngoài trời được". Cũng trong Kinh Thánh tường thuật: trong đêm Chúa sanh ra, những mục đồng đang trú ngoài đồng, thức đêm canh giữ bày chiên ở ngoài trời vào ban đêm, đã đưa những con vật này tới hang đá hà hơi ấm cho Chúa. Như vậy khi đó Bethleem không phải đang trong mùa đông rét mướt. Lạ chưa? Nhưng không lạ vì Chúa không sanh ra vào ngày 25/12, không hề có *white Christmas* như người ta đòi hỏi.

Giáo sư Dairmaid McCulloch viết trên trang *BBC History* như sau: "Vào thế kỷ thứ 3, những người Ki Tô giáo đầu tiên muốn mừng lễ Giáng sinh của Chúa Jesus nhưng không biết chọn vào ngày nào. Cuối cùng họ chọn ngày 25/12. Có hai giả thuyết về việc chọn lựa này. Giả thuyết thứ nhất: Tín đồ coi Chúa Jesus như một "Adam mới" sinh ra để chuộc tội cho Adam ban đầu trong vườn Địa Đàng. Vì thế, ngày 25/3 là ngày tốt cho sinh nhật Chúa vì đó là ngày lập xuân và gắn liền với chuyện về sự sáng thế. Nhưng một học giả Bắc Phi, Sextus Julius Africanus, gợi ý rằng ngày 25/3 nên được coi là ngày Chúa được thụ thai trong bụng mẹ. Sau 9 tháng thì ngày 25/12 là ngày Jesus chào đời. Giả thuyết thứ hai: Phúc Âm nói Chúa chết trong lễ Vượt Qua *Passover*, một số học giả lấy lễ này của đạo Do Thái để chọn ra ngày 25/3. Cũng trong Do Thái giáo có niềm tin cổ xưa rằng các vị tiên tri như Jesus được thụ thai và sanh ra cùng một ngày với ngày chết. Vì thế tín đồ cho rằng Jesus được thụ thai và chết trong ngày 25/3. Tính thêm 9 tháng thì ngày Jesus sanh ra phải là 25/12".

Hang đá giản dị năm 2025.

Ông Luân Hoán và tôi rời Sài Gòn vào năm 1985, khi chuyện đói ăn đói mặc vẫn làm dân chúng triền miên khổ ải trong một chế độ đã phá nát cuộc sống của người dân bằng một chính sách lỗi thời ngu xuẩn. Nhưng mỗi khi Noel tới dân chúng vẫn nô nức đón mừng trong những điều kiện hết sức hạn chế. Hình như càng sống trong thất vọng, con người càng hướng về tôn giáo, coi đó như một cách giải thoát khỏi thực tế phũ phàng. Họ chỉ mang tấm lòng ra đón ngày Chúa giáng sinh. Chúa khi xưa cũng chỉ được sanh trong máng cỏ nghèo hèn. Đâu có hoa lá cành lộng lẫy như những hang đá mà chúng ta trang hoàng ngày nay.

Lại một Noel nữa. Tôi đã qua Noel lần thứ 40 nơi đất người. Nhiều hơn những Noel tôi mừng tại quê hương bản quán Hà Nội. Cũng nhiều hơn những Noel trong quãng ngày tôi sống tại Sài Gòn. Tôi có quá xa quê mẹ không?

12/2025

LỊCH NUDE

Chừ đã đi vào năm mới 2026, bạn đã có lịch treo chưa? Nếu chưa tôi mời bạn mua cuốn lịch khỏa thân của dân vùng Lakeview, tiểu bang Oregon, nơi ông Từ Công Phụng đang trú ngụ. Giá mỗi cuốn chỉ có 25 đô.

Lịch *nude*? Bộ ông muốn xúi dại chúng tôi chăng? Tôi chắc các bạn sẽ nhướng mắt hỏi như vậy. Không biết ngày nay các bạn trẻ treo lịch khỏa thân ra sao chứ thời của tôi, ông bạn độc thân nào to gan lắm cũng chỉ dám treo trong phòng ngủ. Tôi thuộc loại nhát gan, năm nào có ông bạn tốt tính nào tặng lịch mát mẻ thì chỉ dám giấu trong tủ hoặc tặng lại các ông bạn to gan. Lịch khỏa thân tôi nói là loại lịch tô hô, thường là lịch Playboy của ông già mất nết Hugh Hefner, lịch tôi mời các bạn mua năm nay không phải vậy. Đó là thứ lịch *nude* nhưng không tô hô mà lại có…chính nghĩa.

Cuốn lịch *"Outback Naked"* này gồm hình ảnh 13 cư dân trút áo quần để kiếm tiền cho việc xúc tuyết trong mùa

Một trang lịch "Outback Naked".

đông tại Lakeview. Họ là những cư dân bình thường trong mọi ngành nghề. Họ không chụp hình *nude* như những cô nàng Playboy chuyên nghiệp. Họ chỉ cởi kiểu…tài tử. Cởi đó nhưng không tanh bành mà được che giấu những chỗ cần che giấu một cách rất nghệ thuật. Họ không phải là những thiếu nữ mơn mởn mà là những người đứng tuổi, cả đàn ông lẫn đàn bà, trong khung cảnh của nơi thường được gọi là Oregan Outback. Hai người đứng ra thực hiện dự án này là Jess Calvin và Margot Dodds nói với báo Lake County Examiner: "Chúng tôi có một số người can đảm trong cộng đồng muốn giúp thành phố dù bị tổn thương. Những người mẫu của chúng tôi trút bỏ quần áo nhưng được che chắn để không bị lộ liễu. Chúng tôi muốn có những hình ảnh đẹp để mọi người có thể thấy vui vui của vùng Oregan Outback".

Chắc nhiều người đồng ý với hai "nhà sản xuất" này nên

lịch được bán từ ngày 1/11/2025 với giá 25 đô cộng thêm 7 đô tiền gửi nhưng nhiều người đã trả tới 100 đô hoặc cho thêm một số tiền mà họ tự ghi. Tới nay họ đã thu được 40 ngàn đô, gấp bốn lần số tiền dự tính thu được. Tất cả số tiền kiếm được sẽ dùng để trang trải phí tổn dọn tuyết trong vùng Lakeview. Thành phố đang bị thiếu hụt ngân sách vì thu ít chi nhiều.

Hai người khởi xướng chuyện in lịch *Outback Nake* là Jess Calvin và Margot Dodds tiết lộ là ý tưởng làm lịch của họ phát xuất từ lịch *Calendar Girls* ra đời vào năm 1999 do một nhóm các bà sồn sồn người Anh, hội viên của một chi nhánh địa phương của *Women's Institute*, tình nguyện cởi quần áo để gây quỹ cho viện nghiên cứu bệnh ung thư máu Leukaemia Research. Năm nay nhóm làm lịch *Calendar Girls* ăn mừng sinh nhật 25 năm của dòng lịch này.

Chuyện bắt đầu từ tháng 2 năm 1998 khi anh John Baker bị chẩn đoán mắc bệnh ung thư máu *non-Hodgkin lymphoma*. Sau vài tháng điều trị, anh qua đời ở tuổi 54. Vợ anh vô cùng buồn nhớ và muốn làm một cái chi đó trong thời gian khó khăn này. Và họ quyết định làm lịch khỏa thân. Tất cả có 11 hội viên của *Rylstone and District Women's Institute* tham gia. Một nghệ sĩ địa phương được ủy thác việc chụp hình trong khung cảnh xanh tươi của vùng với những đồi núi, làng mạc và đàn cừu được nuôi trong vùng. Cuốn lịch được ra mắt vào ngày 12/4/1999 và bán được 88 ngàn cuốn. Câu chuyện về lịch *Calendar Girls* được đưa tin và bình luận trong các báo khắp nước Anh. Nhóm làm lịch được vinh danh "Women of the Year". Họ được hân hạnh tặng lịch cho

Nữ Hoàng Elizabeth và thân mẫu của bà. Năm 2000, lịch có ấn bản tại Mỹ và bán được 240 ngàn cuốn. Họ tiếp tục in lịch vào các năm 2004, 2005, 2007 và 2008. Năm 2010 họ in cuốn lịch kỷ niệm 10 năm. Năm 2003, câu chuyện thú vị về lịch *Calendar Girls* được dựng thành phim với các diễn viên Helen Mirren, Julie Walters và Celia Imrie.

Các bà tham gia chụp hình lịch "Calendar Girls"

Canada chúng tôi cũng khỏa thân như ai. Họ làm lịch *nude* để bán lấy tiền cho quỹ thực phẩm dành cho người nghèo theo như kiểu làm lịch *Calendar Girls* của các bà tại Yorkshire bên Anh làm hồi năm 1999. Tham gia cởi quần áo là các thành viên trong đội múa *Centre Stage* ở Vancouver gồm 10 bà tuổi hưu, tất cả đều trên 65 tuổi. Họ là cư dân tại Ciwichan Valley trên đảo Vancouver Island. Tôi đã lui tới Vancouver nhiều lần nên biết sơ sơ cư dân trên đảo này là dân nhà giầu. Một ngày trong năm 2010, các bà đã hội họp bàn bạc và đi tới quyết định khó khăn nhưng phải thực hiện này. Nhiều ý kiến đã được đưa ra. Có bà đề nghị chụp đi *ski*, có bà thì muốn chèo thuyền *kayak*, bà khác lại thích chụp khi đi cáp treo trên hàng cây tại Whistler. Cuối cùng họ đã đồng ý chụp ngay tại nơi các bà cư ngụ: Vancouver Island. Và cuốn lịch *"Babes" In The Wood* năm 2011 đã trình làng với hình ảnh các bà chụp trong rừng hay trong các khu vườn của các biệt thự tư nhân trong vùng Vancouver Island. Các bà đã có tuổi nên hình chụp ngả về khôi hài hơn là thực tiễn. Để thanh minh thanh nga cho việc làm táo bạo khi tuổi không còn trẻ, các bà hợp tác với các nhiếp ảnh viên để tránh những hình chụp trắng trợn. Các bà làm như vậy cũng phải. Hàng đã quá đát mà rõ ràng quá có chi hấp dẫn người mua. Nhiếp ảnh gia cũng là một bà, bà Lurene Haines, cho biết bà cũng lấy những góc cạnh để có những tấm hình vui vui và không phản cảm. Hai buổi chụp hình được tổ chức vào tháng tư và tháng chạp năm 2010. Thêm một buổi phụ chụp chung tất cả các bà trong áo tắm. Bà Lurene Haines kể lại: "Các buổi chụp hình bắt đầu với phần kể chuyện tiếu lâm trong khi các bà có ly rượu trên tay". Thành quả là các tấm hình vui nhộn. Lịch được in đợt đầu chỉ có 120 cuốn bán với giá 18 Gia kim. Sau khi trừ phí tổn, mỗi cuốn còn 10 Gia kim sung vào quỹ thực phẩm cho người nghèo. Các bà không nhận tiền thù lao. Số in nhỏ nhít được bán hết vèo. Họ phải in thêm đợt hai mới đủ thỏa mãn nhu cầu của người mua.

Các thành viên của lịch "Babes" In The Wood".

Chuyện lịch khỏa thân me mé trở nên phổ biến khắp nơi. Thấy các bà ăn nên làm ra, các ông cũng ti toe trút quần trút áo làm lịch. Từ năm 2004 tới 2006, các ông ở Junction City, tiểu bang Oregon, bắt chước các nữ nhân cũng trút bỏ quần áo để làm lịch khỏa thân nam gây quỹ cho hệ thống trường công tại địa phương. Các chàng trong đội bóng bàu dục cũng ti toe làm lịch *Naked Rugby Keague* tại Úc để kiếm tiền cho *National Breast Cancer Foundation.*

Các ông có thiện chí tới đâu cũng chán phèo. Chắc các bà các cô không đồng ý với tôi chuyện này. Cũng phải thôi, trong môi trường tự do, ai thiếu chi thích đó. Ở Montreal này có ông bạn văn Hồ Đình Nghiêm rất thích chân cẳng các cô gái chơi môn túc cầu. Tôi nghĩ nếu cho ông coi nhiều hơn chân cẳng hẳn ông khoái chí hung. Tôi sẽ nhẩn nha với chuyện này lâu một chút để mọi người hiểu cái rắc rối của chuyện trút bỏ may-ô quần soọc của các cô gái tuổi thanh xuân.

Lịch của đội bóng bầu dục nam.

Năm 1999, năm cuối của thiên niên kỷ, là một cột mốc cho đội túc cầu nữ Matildas của Úc. Khi đó chỉ còn một năm nữa là tới ngày khai mạc Thế Vận Hội 2000 tại Úc. Túc cầu nữ là môn thể thao còn rất mới mẻ. Giải túc cầu thế giới *Women's World Cup* chỉ mới bắt đầu có từ năm 1991 và tới Thế Vận Hội Mùa Hè Atlanta năm 1996 mới được coi là một môn thi đấu của thế vận. Năm đó đội túc cầu nữ của Úc chưa đủ tiêu chuẩn được tham dự. Vậy nên Thế Vận Hội 2000 tại Sydney là lần đầu tiên đội Matilda của Úc mới được góp mặt tranh tài với các cầu thủ bóng tròn thế giới. Bỏ qua sao được!

Nhưng đội không đủ tiền để tập dượt và trang trải chi phí tham dự. Đối với giới thể thao thế giới, họ là con số không, chẳng ai biết tên tuổi của họ. Ngay tại Úc, truyền thông họa hoằn mới nói tới họ, các đài truyền hình không trực tiếp các trận đấu của họ, các mạnh thường quân hầu như làm lơ. Họ quyết định phải làm một việc gây tiếng vang mạnh mẽ cho mọi người biết, một việc mà chưa đội banh nào trên thế giới làm. Đó là làm một cuốn lịch các nữ cầu thủ khỏa thân.

Ý tưởng đỏ mặt này xuất phát từ một bữa liên hoan có tí rượu của đội banh vào đầu năm 1999. Sau đó họ tham khảo với sếp của ban chấp hành của Ủy Ban Túc Cầu Nữ Úc Châu *(Australian Women's Soccer Association)* là Warren Fisher. Nhưng cũng có một giả thuyết khác theo đó thì một thương gia ở Melbourne tiếp cận ông Fisher để xin ông cho phép in cuốn lịch khỏa thân Matildas. Ủy Ban tán thành dự án này, vừa có dịp lăng xê cái tên Matildas mới mẻ, vừa thu được tí tiền cho đội tham dự thế vận hội. Nhưng trước một chuyện quá mới và quá sốc, không phải mọi thành viên trong Ủy Ban đều giơ tay đồng ý. Thành viên Heather Reid lắc đầu: "Cá nhân tôi rất khó chịu trước chuyện này. Tôi không phải người gật đầu cho chuyện mang *sex* vào thể thao và đồng ý với chuyện trộn lẫn chính trị và giới tính trong sáng kiến này". Người khác lại cho đội bóng bầu dục nam đã làm lịch *nude* rồi. Họ làm được tại sao phụ nữ không làm được? Sau màn tranh cãi gắt gao, Ủy Ban đồng ý cho in lịch với ba điều kiện: các cầu thủ có quyền từ chối tham gia nếu họ không muốn; việc chụp hình phải có sự giám sát để bảo đảm các cầu thủ không bị khai thác quá mức họ đồng ý; và các cầu

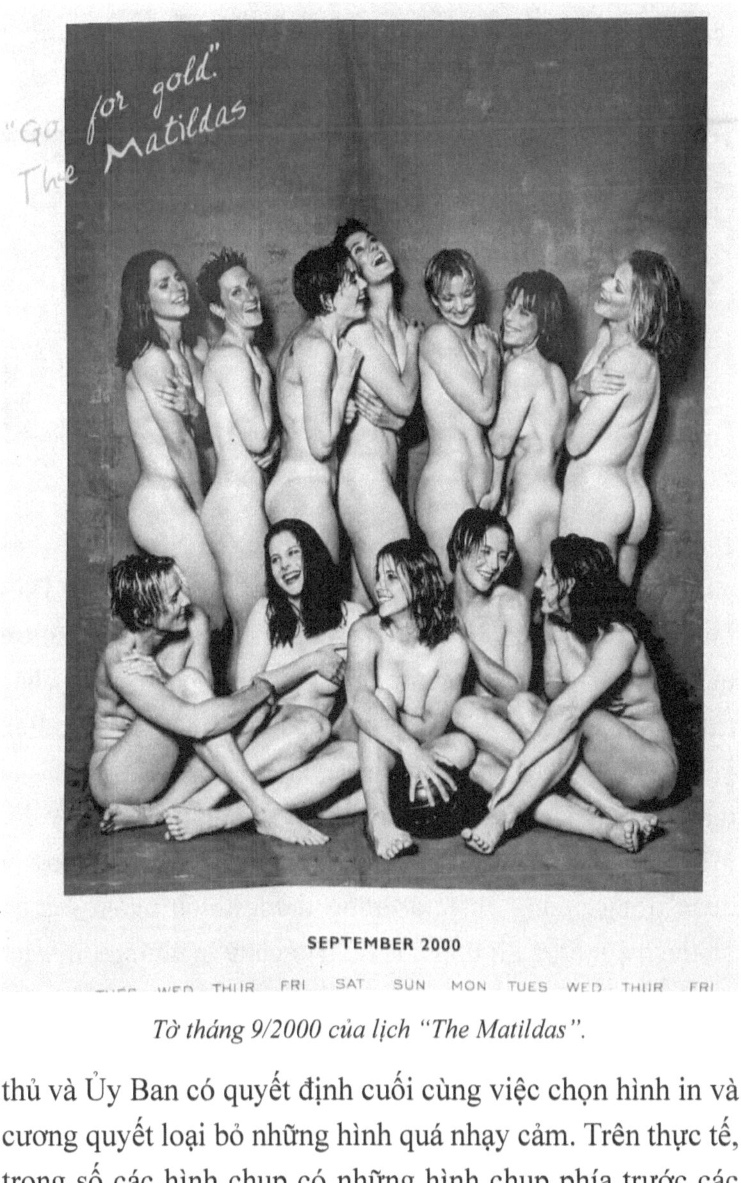

Tờ tháng 9/2000 của lịch "The Matildas".

thủ và Ủy Ban có quyết định cuối cùng việc chọn hình in và cương quyết loại bỏ những hình quá nhạy cảm. Trên thực tế, trong số các hình chụp có những hình chụp phía trước các cầu thủ nhưng có tấm được che chắn một cách nghệ thuật, có những tấm khá trần trụi khi mà thời đó việc tẩy kiểu Brazil

Đông đảo phóng viên các báo tới dự buổi phát hành lịch "The Matildas".

chưa thịnh hành.

Cuốn lịch được ra mắt nơi một quán bar nhỏ tại Darlinghurst, thành phố Sydney. Phóng viên các báo đổ xô tới tường thuật sự kiện quá đông khiến phải chen chúc nhau trước cửa khi vô. Số in là 5 ngàn cuốn đã hết bay. Ủy Ban phải cho in thêm 45 ngàn cuốn và cũng bán hết trong vài tuần lễ. Ông Heather Reid mừng rỡ: "Cuốn lịch đã thay đổi thế giới khi nhìn vào đội Mathildas". Các cầu thủ không bị quấn trong những chiếc áo rộng thùng thình ngoài sân cỏ đã thể hiện được nữ tính của họ. Họ cũng là những thiếu nữ với hình dáng quyến rũ đầy duyên dáng. Khán giả nhìn họ với một con mắt khác, dịu dàng hơn. Những cầu thủ có hình trong lịch thấy tự tin hơn trên sân cỏ. Ngay cả trong đời sống thường nhật ngoài xã hội, họ cũng không bị phiền phức chi. Con số khán giả tới coi các trận đấu của họ tăng vọt một cách đáng ngạc nhiên. Trong trận đấu giao hữu với đội tuyển Trung Quốc trước thế vận hội, đã có tới 10 ngàn khán giả tới tham dự! Một số cầu thủ đã được mời tới các buổi sinh hoạt của các tổ chức thương mại hay chính trị khiến họ dễ dàng vận động đóng góp tài chánh ủng hộ cho đội hơn. Số tiền thù lao khi họ được mời xuất hiện trong các quảng cáo thương mại đã lên tới 100 ngàn!

Theo báo cáo tổng kết năm tài chánh 1999-2000 của *Australian Women's Soccer Association*, số tiền thu được từ các tổ chức phi chính quyền đã lên tới 800 ngàn Úc kim, gấp đôi năm trước. Ngoài ra số tiền bảo trợ và bán sản phẩm cũng đã thu được 246.435 Úc kim. Ngân quỹ dồi dào nên các cầu thủ cũng được hưởng ké. Đội nhận được số tiền thưởng 75.178 đô Úc. Những năm trước họ không được chi cả. Các cô gái hí hửng khoe họ đã xài tiền họ được hưởng ra sao. Có cô đã trả hết được tiền nợ mua xe, có cô trả được nợ thẻ *visa*, có cô nghỉ không thèm làm thêm *job* phụ nữa.

Không biết ông Hồ Đình Nghiêm và các ông bạn mê chân dài đá banh của tôi có biết chuyện lịch *nude* của các nường xứ *kangaroo* này không. Thấy các ông ấy im rơ coi bộ mù tịt. Tôi nghĩ nếu các ông muốn chơi đồ cổ cũng có thể tìm mua trên eBay được. Tôi đã *check* eBay. Họ không có nhưng thòng cho tôi câu nếu muốn thì ghi lại, khi nào có họ sẽ báo. Năm nay đã là năm 2026, coi lịch năm 2000 làm cái quái chi, chỉ cốt coi hình. Nhưng bi chừ các nường đã thêm 26 tuổi, xem hình phải nghĩ ngợi thêm, cực chết!

02/2026

MẶC CẢ

Năm 2007, khi Bắc Kinh đang vội vã hoàn tất những giai đoạn cuối cho Thế Vận Hội Bắc Kinh 2008, tôi tới thành phố này. Không phải để thi đấu chi nhưng cũng là thi đấu. Một cuộc thi đấu mà tôi ít phần thắng: thi đấu mặc cả, còn gọi là trả giá. Đối thủ của tôi là người bán hàng có chiêu khác: nói thách.

Họ nói thách thần kỳ. Ngay bữa vừa tới, tôi lang thang đi dạo quanh khu chợ nhỏ gần khách sạn, thấy có bức thư pháp rất đẹp. Chữ viết trên đá, khung gỗ mộc được cột bằng sợi dây thừng trông khá mỹ thuật. Ngôn ngữ bất đồng, tôi hỏi giá. Ông bán hàng rút chiếc máy tính nhỏ ra ghi một con số. Tính ra tiền đô, tôi thấy cũng được nhưng đã được cảnh báo trước khi lên máy bay là coi chừng khi mua bán với mấy anh Tầu. Tôi bấm lại con số chỉ bằng một phần ba giá nói thách của anh già. Anh lắc đầu bấm lại một con số khác. Tôi bấm lại con số nhỏ hơn. Cứ bấm qua bấm lại khoảng chục lần, tôi mệt quá sùy tiền ra. Nghĩ mình đã mua được một món mình thích với giá rẻ. Khi về lại khách sạn, mấy anh em đi chung khoe nhau "chiến lợi phẩm". Một anh đưa ra bức thư pháp y chang như của tôi. Hỏi ra mới biết anh mua với giá rẻ hơn tôi. Thua! Khi tới một ngôi chùa, tôi kết với một cái chuông Tây Tạng nhỏ. Gõ vào, âm thanh vang vang như không dứt. Dùng cái dùi bằng gỗ miết vòng quanh chuông, tiếng kêu vang da diết như vọng về từ một chốn thanh cao xa xăm nào đó. Sau một hồi trả giá dai dẳng và mệt nhọc, tôi có được cái chuông ưa thích. Ra ngoài sân, tôi khoái chí biểu diễn cho mấy người đi cùng nghe. Một anh , chắc cũng có tâm hồn hướng thượng như tôi, khoái chí, vội vàng chạy vào cửa hàng trong chùa tính mua. Anh hỏi giá, tôi cho biết. Mua xong, anh hớn hở chạy ra khoe: "Moa mua rẻ hơn của toa vài chục tệ!". Chẳng lẽ lại đôi co với…chùa, tôi lẳng lặng nuốt nỗi buồn. Thua toàn tập!

Những ngày sau đó, cô Tầu nho nhỏ dẫn đoàn du lịch đi tới các cửa hàng lớn, đèn đuốc sáng trưng, rất bề thế. Cửa hàng đá quý hột xoàn, hàng thuốc nam, hàng đồng hồ, ví bóp, dây nịt, va ly. Họ niêm yết giá cho mỗi món đàng hoàng khiến du khách đinh ninh không cần trả giá. Nhưng trước khi đi tôi đã tham khảo kinh nghiệm của những người bị lừa trước đó nên rỉ tai nhau phải trả giá. Giá nào họ cũng lắc đầu khiến mình phát ngượng. Thôi thì mua được càng tốt, không mua cũng chẳng chết thằng chà ma ní nào, khi xe buýt tới đón di chuyển qua chỗ khác, chúng tôi gọi nhau ra về. Lúc đó các bộ mặt vác lên của các em bán hàng bỗng giãn ra, họ gọi bán rối rít. Giá nào cũng bán. Khách vui mừng trả tiền, vội vàng ra xe không biết mình thắng hay thua.

Chuyện trả giá tại Trung quốc là chuyện du khách nào cũng phải trải qua. Tác giả Xuân Hòa cũng kể lại kinh nghiệm xương máu: *"Hàng hóa Trung Quốc bắt mắt, nhái đủ các hiệu nổi tiếng của thế giới. Dù hướng dẫn viên nước sở tại luôn cảnh báo khách: trừ những cửa hàng lớn, siêu thị bán giá nhất định; còn ở những nơi khác thường nói thách từ 5 tới 10 lần, nhưng dường như khách vẫn bị hớ vì "trả giá nào cũng bị sập bẫy". Tại Bắc Kinh, Thượng Hải, một chiếc đồng hồ hiệu Rolex, Omega... được chào bán lúc đầu từ 400 - 450 nhân dân tệ (tệ), nhưng chỉ sau vài lần bấm máy tính trao đổi, khách đã mua được với giá chỉ 30 tệ/chiếc. Đáng ngạc nhiên hơn, khi xe sắp lăn bánh có khách còn mua được với giá 100 tệ 6-7 chiếc. Tương tự như thế, với các mặt hàng túi xách, giày dép, quần áo (giả hàng hiệu) người bán cũng nói thách "ác liệt". Một giỏ xách giả da được chào bán trên 1.000 tệ, nhưng chỉ cần khách trả giá đến lần thứ ba là có thể mua được với giá từ 50-70 tệ một chiếc. Quần áo, giày dép cũng thế, dù có trả thấp đến 10 lần vẫn bị người bán gật đầu, ép trả tiền, lấy hàng".*

Làm thân du khách là làm con mồi cho những con cá ngão đớp. Dân buôn bán thường nghĩ đã đi du lịch là có tiền, không bóc lột cũng uổng. Họ dùng đủ chiêu trò để lột. Một trong những chiêu trò là chửi bới làm áp lực. Nhưng cũng có những nơi như Thổ Nhĩ Kỳ, cũng nói thách, cũng trả giá nhưng đây là trò vui, hai bên đều vui vẻ cả làng. Tôi chưa bao giờ đặt chân tới Thổ nên nghe thấy chuyện vui

Bán hàng tại Thổ Nhĩ Kỳ.

cũng muốn hóng. Ông Huy Thọ đã tới và kể lại: "*Khi nghe cô Sibel - một hướng dẫn viên du lịch gạo cội của tập đoàn kinh doanh du lịch, khách sạn, nhà hàng Dorak của Thổ Nhĩ Kỳ - nói phải trả giá khi mua sắm, ai cũng tỏ vẻ ngạc nhiên. Sao một quốc gia thu hút đến 35 triệu du khách mỗi năm mà lại để xảy ra tình trạng này? Cô Sibel giải thích: "Quan điểm của người Thổ Nhĩ Kỳ là nói thách và trả giá là một cuộc đấu trí. Và sở dĩ du khách không cảm thấy khó chịu là vì người mua cứ thoải mái trả giá, nhưng không mua cũng chẳng sao". Đúng vậy, đi shopping khi du lịch Trung Quốc, nếu bạn lỡ miệng trả giá một tiếng, ắt sẽ thấy người bán bao vây ngay lập tức bằng nhiều chiêu trò gây khó chịu để ép du khách mua hàng. Điều đó cũng tương tự ở Việt Nam, người bán sẽ làu bàu, thậm chí đốt "phong long" nếu bạn trả giá mà không mua. Riêng tại Thổ Nhĩ*

Kỳ, bản thân tôi và nhiều người khác đã thử nghiệm bằng cách nhiều lần trả giá thoải mái, thậm chí đến khi người bán gật đầu, nhưng mình từ chối không mua cũng chẳng gặp phiền toái gì". Chuyện mua bán ở Thổ là chuyện, nói như Bùi Giáng, vui thôi mà!

Chuyện trả giá ở Việt Nam không được vui như vậy tuy nhiều người cho đây là một nét văn hóa từ ngàn xưa. Tiến sĩ Trương Nguyện Thành quan niệm dù nhìn dưới góc cạnh tích cực nào đi nữa thì điều này cũng khiến cho con người thiếu đi sự chân thật, mất tính tự trọng. Ông cho biết: "Lòng tự trọng là một giá trị cốt lõi tạo nên xã hội văn minh. Có lẽ tôi không sống ở Việt Nam quá lâu rồi nên không còn thấy nét đẹp của văn hóa nói thách này. Tôi chỉ mong rằng mọi người dân trong nước và mọi du khách khi đi mua hàng đều yên tâm là chọn được giá đúng, chứ không phải thắc thỏm liệu mình có mua hớ hay không. Và nếu có dịp họ khám phá ra họ bị hớ thì cái cảm xúc bị lường gạt rất là khó chịu. Cái giá là người chủ tiệm đó mất đi một khách hàng có thể lâu dài". Một người trẻ sống ở ngoại quốc cũng đồng cảm với Tiến sĩ Trương Nguyện Thành. "Văn hóa nói thách từng là một phần quen thuộc. Nhưng với Sandy, sau nhiều năm sống xa, Sandy nhận ra mình không còn thấy sự thoải mái trong đó nữa. Sandy chỉ thấy tiếc – cho những mối quan hệ ngắn ngủi, cho những khách hàng không quay lại, và cho những cơ hội đã lặng lẽ trôi qua chỉ vì một lần định giá sai. Sandy đọc một bài báo gần đây kể về du khách hỏi mua ba đôi tất ở chợ Bến Thành, bị báo giá 700 ngàn. Khi họ bỏ đi, người bán gọi lại với "giá thật" chỉ 60 ngàn. Nhưng họ không mua nữa.

Có lẽ không phải vì giá. Mà vì cảm giác đã thay đổi. Niềm tin, một khi đã mất, rất khó lấy lại. Và khi đã có quá nhiều nơi để lựa chọn, con người ta thường sẽ chọn nơi khiến mình cảm thấy được tôn trọng".

Hét giá!

Vụ đòi 700 ngàn cho ba đôi tất xảy ra vào tháng 8 năm 2023. Anh Kazuki Matsumoto, người Nhật sống ở Việt Nam đã 7 năm, tới chợ Bến Thành mua tất. Ghé vào một sập hàng, người bán đưa ra một gói gồm 3 đôi tất màu đen và hét giá 259 ngàn một đôi. Ba đôi tính rẻ 700 ngàn đồng. Anh Kazuki bất ngờ và hỏi lại cho rõ. Sau đó anh nói tiếng Việt và trả giá xuống còn 60 ngàn, người bán không chịu, đòi 150 ngàn cho 3 đôi. Anh quay đi, người bán chèo kéo và cuối cùng đồng ý bán với giá 60 ngàn 3 đôi. Anh không mua, bỏ đi. *Video* do anh quay được đưa lên mạng và gây ra một cơn sốt về sự chặt chém tại chợ Bến Thành. Nói với báo Lao Động, anh Kazuki cho biết không phải tất cả các bạn hàng tại chợ Bến Thành đều chặt chém như vậy tuy anh phàn nàn là chỉ có các hàng ăn để bảng giá, còn các sập bán quần áo và quà lưu niệm thì không. Nhiều người Nhật coi *video* này và xác nhận họ đã từng bị mua hớ tại chợ Bến Thành. Một người phàn nàn : "Tiền Việt Nam có nhiều số không quá nên có lúc khách du lịch bối rối và trả giá theo con số các tiểu thương đưa ra". Anh Kazuki nói vuốt: "Mặc dù bị chặt chém nhưng tôi vẫn thấy các tiểu thương tại đây khá thân thiện và dễ thương. Tôi rất thích không khí ở chợ Bến Thành nhưng hét giá như vậy thì không được và cũng khó giới thiệu cho bạn bè mình. Tôi mong trong tương lai việc này sẽ được cải thiện để du khách được yên tâm mua sắm". Bà Nguyễn thị Phương Loan, Phó Trưởng Ban Quản Lý chợ Bến Thành, cho biết: "Về hướng xử lý đối với hộ kinh doanh chặt chém thì dựa trên nội quy của chợ, chúng tôi đã đình chỉ kinh doanh 7 ngày. Đồng thời, cũng là sự răn đe đối với các hộ kinh doanh khác tại chợ. Đây chỉ là một "con sâu làm rầu nồi canh", khi sự việc xảy ra, các tiểu thương khác cũng vô cùng bức xúc và đề nghị ban quản lý có biện pháp cứng rắn để không ảnh hưởng đến việc buôn bán và hình ảnh của chợ Bến Thành". Cụ thể, tiểu thương vi phạm là bà Võ Thị Thuận, sạp 194 và 196, đã bị Ban Quản Lý chợ Bến Thành phạt: đình chỉ kinh doanh 7 ngày

Quang cảnh bên trong chợ Bến Thành.

và ký giấy cam kết không tái phạm.

Hình ảnh của chợ Bến Thành đã bị lấm lem nhiều lần. Các bạn trẻ có liên quan tới du lịch quả rất "bức xúc". Họ đã bắt tay hành động bằng cách thành lập nhóm The Heat. Họ gồm ba người: Mai Cẩm Linh, 27 tuổi, Trần Thị Phương Thảo, 23 tuổi, và Nguyễn Hoàng Phúc, 24 tuổi. Theo khảo sát của nhóm với một số tiểu thương chợ Bến Thành thì họ có một "công thức" hét giá như sau: khách Đông Nam Á giá gấp đôi, khách Nhật gấp bốn, khách Tây gấp 6 hoặc 7". Chính những người trẻ này cũng đã có kinh nghiệm ê chề với chuyện dẫn người ngoại quốc đi chợ Bến Thành. Một lần cô Cẩm Linh dẫn ông sếp người Indonesia đi mua vải lụa, tới một sạp bán vải hỏi mua loại vải mà một nhóm khách Việt vừa mua. Họ hét giá gấp ba lần giá vừa bán. Cô thắc mắc hỏi lại. Chủ sạp đáp tỉnh rụi: "Người nước ngoài giá khác!". Anh Hoàng Phúc có lần đưa một người bạn có khuôn mặt trông rất giống tây vào Saigon Square mua quần áo. Chủ cửa hàng nói thách, anh bạn mở miệng trả giá bằng giọng…Bến Tre, giá lập tức tụt xuống hơn nửa.

Ba người trong nhóm The Heat không ai sinh trưởng ở Sài Gòn nhưng theo học và làm việc tại Sài Gòn cả chục năm nên họ yêu thành phố này hết mực. Họ cho rằng "đặc sản" duy nhất của Sài Gòn chính là "người Sài Gòn". Anh Phúc tâm tình: "Sự hấp dẫn của thành phố này xưa nay chỉ có thể xuất phát từ con người. Đó cũng là yếu tố duy nhất chúng tôi có thể tác động để cải thiện diện mạo thành phố". Họ hy vọng xây dựng được một lớp người Sài Gòn trung thực, ứng xử chân thành và tử tế. Họ gọi là lớp người *iSaigon. I* là viết tắt của *Integrity*, nghĩa là liêm chính. Giấc mơ của họ là từ những hạt nhân *iSaigon*, những thế hệ tương lai sẽ lớn lên trong một đất nước mà sự trong sạch, liêm chính là nếp sống không cần thiết phải kêu gọi mà tự thành hình. Rồi từ *iSaigon* sẽ lan ra *iDalat*, *iPhanThiet* và tới ngày sẽ là *iVietnam*!

Việc phải làm ngay là vận động các tiểu thương bán đúng giá. Đây là một khó khăn đụng tới nồi cơm của họ. Họ không dễ dàng buông bỏ cái lợi trước mắt nên nhiệm vụ của nhóm là phải thuyết phục được các tiểu thương hiểu rằng buôn bán trung thực sẽ mang lại lợi ích to lớn và bền vững. Họ chú tâm vào hai việc phải làm song song với nhau. Thứ nhất, vận động một số hàng quán, sạp chợ cam kết bán đúng giá. Các địa điểm này sẽ được đánh dấu bằng hai tấm bảng. Một mang dòng chữ: *"We proudly serve fixed price and great quality"* (Chúng tôi tự hào phục vụ đúng giá và chất lượng tốt). Một ghi: *"Heading to an integrity Saigon. Place to live and love"* (Hướng đến một Sài Gòn liêm chính. Nơi để sống và yêu). Khách du lịch sẽ yên tâm mua bán tại các điểm này. Thứ hai, liên kết với các nhóm hướng dẫn viên để đưa khách du lịch tới các địa điểm này.

Ba bạn trẻ trong nhóm The Heat và một chủ nhân sạp hàng tham gia dự án iSaigon tại chợ Bến Thành.

Mục tiêu ban đầu là thuyết phục được khoảng 20 sạp hàng gia nhập nhóm. Họ nhắm vào các sạp có chủ nhân trẻ để vận động vì giới này dễ thích hợp trong việc thay đổi. Anh Hoàng Phúc cho biết: "Trong lúc tiếp xúc, chúng tôi nhận ra rất nhiều tiểu thương trẻ, cụ thể là các chủ sạp ở chợ Bến Thành bất bình với chuyện hét giá. Một số sạp và cửa hàng ở Quận 1, Quận 3, Bình Thạnh và Tân Bình đã đồng ý thay đổi và tham gia. Chị Nguyễn thị Phụng Liên, 26 tuổi, chủ 7 sạp hàng bán quần áo và đồ lưu niệm Phúc

Tuyền trong chợ Bến Thành đã tham gia dự án và chia sẻ: "Bán được giá cao ai cũng thích. Như chuỗi sạp của tôi trước đây, với đối tượng khách Nhật nhiều tiền, tôi có thể "hét" chiếc áo giá 70.000-80.000 đồng lên 800.000-900.000 đồng, thậm chí hơn triệu đồng! Khách có trả xuống phân nửa, phần ba chúng tôi vẫn lời to. Tuy nhiên, trong tâm tôi thấy mệt mỏi, vì quá trình trả giá giữa người bán và người mua rất ngột ngạt, cay cú. Bán được món hời nhưng nhận lại ánh mắt ác cảm từ người ta. Đôi khi tôi cũng muốn thay đổi. Nhưng khách "quen" bị "chặt chém" rồi, mình có nói giá thấp xuống người ta cũng quyết liệt trả giá. Nghĩ vậy nên tôi không quyết tâm. Khi các bạn đến thuyết phục, tôi ban đầu ngần ngừ, ngại các bạn không giữ lời. Mình cam kết bán đúng giá, các bạn lại không dẫn khách đến thì sao? Nhưng không hiểu sao các bạn làm tôi tin. Tôi vừa ký cam kết và đang chờ đợi những đoàn khách đầu tiên do dự án giới thiệu. Hiện tại đã có những khách du lịch tự do bị thu hút bởi bảng hiệu *"Fixed price - Great quality"* (Đúng giá - chất lượng tốt) mà ghé đến. Đã cam kết nên chúng tôi không hét giá nữa, mỗi món chỉ lời 10.000-15.000 đồng. Tôi đã thấy nụ cười thiện cảm trên môi khách. Không khí mua bán thoải mái hơn nhiều".

Dự án *iSaigon* đáng nể này được khởi sự từ đầu năm 2015 tới nay đã được 11 năm, hiện ra sao, tôi thắc mắc. Tìm tin tức trên mạng không thấy nói chi. Hỏi ông Google, ổng lặng câm. Vào hỏi ông trí tuệ nhân tạo ChatGPT, ông ấy trả lời: "Mình đã tìm kỹ thông tin nhưng không thấy có nguồn tin mới về hoạt động tiếp theo của dự án *iSaigon* kể từ khi nó bắt đầu được nói tới vào khoảng 2015-2016".

Chẳng lẽ bắc thang lên hỏi ông trời!

02/2026

MĂNG

Có lẽ ngày xưa các bậc sinh thành nên đặt tên tôi là Măng mới hợp với lẽ trời. Tôi khoái măng một cách kỳ lạ trong khi thằng con trai tôi lại ghét thậm tệ. Không biết có phải loại hình cha ăn mặn con khát nước không. Măng làm cách chi tôi cũng thích dù chỉ là thứ măng ngâm trong hũ bán đầy chợ. Nhưng món tôi hẩu nhất là món bún măng vịt. Nghe nhà hàng nào có bún măng vịt là tôi tìm tới, như tìm tới nhà người thương. Bún măng vịt với đĩa gỏi thịt vịt nằm xếp lớp trên lớp rau bên cạnh chén nước mắm gừng trông cứ như là Bá Nha của đôi mắt Tử Kỳ là tôi.

Nhiều đêm trằn trọc tôi nghĩ về cái duyên của mình với măng và thắc mắc tại sao. Chẳng lẽ vì bài thơ "Trấn Thủ Lưu Đồn" thuộc nằm lòng từ ngày nhỏ. Bài thơ khuyết danh, lạc mẹ như ca dao, được các soạn giả Trần Trọng Kim, Nguyễn văn Ngọc, Đặng Đình Phúc và Đỗ Thận mang vào cuốn "Quốc Văn Giáo Khoa Thư" lớp Sơ Đẳng cho lớp nhỏ chúng tôi thời đó ê a học thuộc lòng.

Ba năm trấn thủ lưu đồn,
Ngày thì canh điếm, tối dồn việc quan.
Chém tre, đẵn gỗ trên ngàn,
Hữu thân, hữu khổ phàn nàn cùng ai!
Miệng ăn măng trúc, măng mai,
Những giang cùng nứa biết ai bạn cùng?
Nước giếng trong, con cá nó vẫy vùng...

Tuổi nhỏ hay có những suy nghĩ rất ngây ngô. Ngày đó, tôi tưởng tượng anh lính đóng trên đồn non cao, giữa rừng tre trúc, tối ngày ăn độc một món măng mà thương hại vu vơ.

Cũng có lẽ vì bài nhạc trong điệu múa "Trấn Thủ Lưu Đồn" mà dân Chu Văn An chúng tôi ngày đó coi như "gia tài" truyền thống của trường. Bất cứ buổi văn nghệ nào của nhà trường cũng phải có mục…trấn thủ lưu đồn. Ngày nay trong các cuộc họp mặt của dân Chu Văn An hải ngoại khắp nơi tiết mục múa "Trấn Thủ Lưu Đồn" cũng vẫn là cái đinh của buổi văn nghệ. Hầu như học sinh Chu Văn An nào cũng có thể hát ít nhất là vài câu đầu của bản nhạc do Phạm Duy soạn theo nhịp đuổi trong dịp chính phủ Việt Nam Cộng Hòa phát động phong trào chấn hưng văn hóa trong thập niên 1960.

Đất ngài đây thanh lịch (.. thanh lịch...)
Đất có hữu tình (.. đất có hữu tình...)
Có đường vô sảnh (ơ) tới dinh quan lưu đồn
Ba năm bác còn đương trấn
Tình dẫu cái mà tình ơi ! Ơi ờ ơi !

Trấn thủ lưu đồn (Ứ ừ ư ứ ừ ứ ...Ứ ừ ư ứ ừ ứ)
Trấn thủ lưu đồn ngày thời canh điếm, sớm tối dồn việc quan
Anh chém cành tre còn như ngả gỗ
Tình dẫu mà tình ơi...ơi ờ ơi ...
Ngả gỗ trên ngàn (Ứ ừ ư ứ ừ ứ ...Ứ ừ ư ứ ừ ứ)
Ngả gỗ trên ngàn than thân rằng khổ, biết phàn nàn cùng ai
Anh hãy phàn nàn những trúc cùng mai
Có cái cây măng nứa, có cái cây ngô đồng

Múa Trấn Thủ Lưu Đồn.

Măng là "lộc" của núi rừng miền cao, nơi các anh lính thú ngày xưa trấn đóng. Trong bài viết "Thơm Ngon 'Chồi Rừng' vùng Tây Bắc", ký giả Hương Thu đã mô tả: *"Tháng Ba, tháng Tư về, khi hoa ban, hoa trẩu nở trắng sườn đồi Tây Bắc cũng là lúc các loại cây rừng đâm chồi, nảy lộc.*

Dịp này, măng rừng Lào Cai như măng sặt, măng vầu... hay các loại mầm, chồi như mầm thảo quả, măng riềng bước vào mùa rộ. Hầu như ở khắp các góc chợ miền núi đều có thứ đặc sản này. Người dân vùng cao Lào Cai gọi đây là các loại "lộc rừng" hay "chồi rừng" bởi từ lâu chúng được biết đến như một loại đặc sản độc đáo, mang trong mình hương vị tự nhiên và đặc trưng của vùng đất này. Cùng với sự phát triển mạnh mẽ của du lịch, món ăn được chế biến từ "chồi rừng" của đồng bào các dân tộc Lào Cai để lại ấn tượng khó quên với du khách".

Tôi chưa bao giờ leo tới vùng cao nơi núi rừng ngập tràn các loại tre trúc nhưng gần đây rất tò mò về núi rừng và các cô gái bản xinh đẹp qua các *video* của các *youtuber* chuyên khai thác vẻ đẹp cao nguyên. Các anh này thường theo các cô gái thuộc nhiều sắc tộc khác nhau như Tày, Thái, Mường đi đào măng về nướng ăn. Họ đào những mầm măng mới nhú, mang về nướng trên những bếp củi tới cháy xém, chồi măng quắt lại. Sau đó họ bóc lớp vỏ ở ngoài tới lớp măng ở trong trắng nõn, chấm với hỗn hợp muối, ớt, lá gừng, mắc khén, tỏi, ăn ngon lành. Ăn xổi như vậy có nguy hiểm không vì ai cũng biết trong măng có nhiều độc tố.

Măng tươi chứa một lượng đáng kể chất *cyanogenic glycoside*, còn gọi là *taxiphyllin*, có thể giải phóng *hydrogen cyanide* (HCN), một chất độc. Ngộ độc hay không, chỉ khoảng nửa tiếng sau là biết liền. Có thể buồn nôn, đau đầu, chóng mặt. Nặng hơn thì co giật, suy hô hấp hoặc quay cu lơ hết thuốc chữa.

Tuy nhiên *Taxiphyllin* dễ tan trong nước và bị phân hủy

khi đun sôi. Người dùng măng thường luộc kỹ và thay nước vài lần là có thể loại bỏ phần lớn độc tố này. Nhiều người có kinh nghiệm trong việc loại bỏ độc tố của măng còn chỉ cho chúng ta nhiều cách khử độc tố hữu hiệu hơn với các chất khác nhau. Thay vì nước, chúng ta có thể luộc với lá rau ngót, nước vo gạo, ớt, nước vôi. Khi luộc nên mở vung để chất độc bay hơi. Đây là cách các bà nội trợ thường làm trước khi nấu, muối chua hoặc phơi khô măng. Nếu chế biến măng đúng cách thì đây là một món ăn rất bổ ích cho cơ thể vì măng rất ít đường, ít *calorie*, giàu *proteine*, ít *cholesterol*, giàu *kali*. Măng rất phù hợp với những người ăn chay, tốt cho tim mạch, tốt cho huyết áp, kiểm soát *cholesterol*, tăng cường hệ miễn dịch, giúp giảm đau, giảm nguy cơ ung thư, chữa bệnh đường hô hấp và tiêu hóa. Tuy nhiên phụ nữ mang thai, người mắc bệnh thận, đau dạ dày, đau bệnh *gout* không nên ăn măng.

Chỉ dẫn của các nhà khoa học hợp với ý tôi hết sức. Tôi thường ăn măng khi nó đã yên vị trong các bát bún măng, măng kho hay miến măng. Măng trong các món nấu có thể là măng tươi hoặc măng khô. Măng tươi lại được chia ra hai loại: măng củ và măng lá. Măng củ đặc ruột thường được thái lát mỏng khi chế biến, măng lá được xé thành từng sợi. Măng tươi và măng khô có vị khác nhau. Tôi thích măng khô hơn.

Với dân ăn măng loại dễ dãi như tôi thì măng là măng, nhưng dân sành sỏi thường phân biệt nhiều loại măng: măng tre, măng nứa, măng vầu, măng sặt, măng giang. Thiệt rắc rối sự đời. Nhưng khi yêu cần phải tìm hiểu người yêu từ tông chi họ hàng thì dân yêu măng cũng nên tìm hiểu kỹ càng thứ mình bỏ vô miệng là cái chi chi.

Măng tre là gọi gộp lại tất cả các loại măng từ cây tre. Măng tre có dạng hình nón, phủ nhiều vòng nang cứng màu nâu, đầu xẻ tua ngắn. Phân biệt chi li ra thì có măng tre rừng, măng tre gai (còn gọi là măng lay), măng tre diễn, măng bát bộ (còn gọi là măng mai). Loại chúng ta thường ăn bán đầy ngoài chợ là măng bát bộ.

Măng le được lấy từ cây le, một loại cây thuộc họ tre nứa. Cây le không có gai, thân rất dẻo, sanh trưởng mạnh mẽ, lan rộng nhanh, mọc thành bụi, có nhiều tại các vùng đất đỏ *bazan*, là loại măng ngon nhất trong các loại măng tre măng trúc. Măng le đặc ruột, vỏ xanh nõn, vị ngọt bùi nhẹ và thơm, giòn, không bị chát hay đắng.

Măng nứa là loại măng nhỏ, kích thước rất khiêm nhường, chỉ bằng ngón chân cái hoặc nhỉnh hơn một chút, có màu trắng nõn, khi luộc lên có màu vàng nhạt. Măng nứa ngon hơn măng tre nên giá đắt hơn. Các bà nội trợ loại sành sỏi thường chọn những cây măng nứa dài chừng nửa gang tay tới một gang, ngọn có ít lá, đặc, có đủ phần ống. Đó là măng non, ăn giòn và không có sơ như măng già. Nếu làm món măng nhồi thịt thì nhất định phải dùng măng nứa có ống măng nguyên vẹn, không vỡ nát, dễ nhồi thịt vào bên trong.

Măng vầu là loại măng rừng thường được bán nguyên củ tươi còn bẹ. Khi mua phải cẩn thận vi măng vầu có hai loại đối chọi nhau: măng vầu đắng và măng vầu ngọt. Măng vầu đắng không dễ ăn. Càng già càng đắng. Nhiều khi đắng như thuốc bắc khiến nhiều người chịu thua. Khi mua nên hỏi người bán cho rõ chuyện đắng ngọt kẻo tiền mất mà miệng bơ vơ. Nếu biết chọn thì coi phần bẹ lá. Măng vầu ngọt có lớp bẹ thuôn và trơn trong khi măng vầu đắng có lớp bẹ đan xen nhau.

Măng sặt có kích thước nhỏ, cỡ chuôi liềm, thoa dài và thẳng, vị hơi đăng đắng. Đây là loại măng đặc sản của núi rừng Tây Bắc như Lào Cai, Yên Bái, Sơn La được nhiều người ưa thích vì vị giòn, thơm, bùi.

Măng lồ ô là cây non của loại tre lồ ô, có nguồn gốc từ Ấn Độ. Lồ ô thường mọc thành rừng tại phía Bắc, Trung và vùng Tây nguyên nước ta. Măng lồ ô có kích thước to tròn, bên trong có các khoảng rỗng. Thịt màu trắng, thân dưới nhiều và cứng.

Măng giang được coi là ngon hơn măng tre và cho người ăn cảm giác mềm sần sần rất thú vị. Măng giang có lớp vỏ rất cứng, cứng nhất trong họ nhà măng nên khi bóc ra rất vất vả. Biết vậy nên thường người bán lột vỏ trước.

Có lần tôi được một người bạn đi Việt Nam về tặng cho một gói măng lưỡi lợn. Anh cho biết măng này rất quý, chỉ có tại miền núi rừng phía Bắc như Sơn La, Lào Cai, Yên Bái, Hà Giang. Đây là loại măng có thân măng to, dẹt và dài khoảng từ 20 tới 30 phân, có màu vàng nhạt và rất giòn. Măng lưỡi lợn là loại măng được đào từ củ măng non khi vừa mới nhú khỏi mặt đất. Gọi là măng lưỡi lợn vì nó có hình dáng như chiếc lưỡi lợn, được coi là một đặc sản độc đáo, hương vị thơm ngon lại chứa nhiều giá trị dinh dưỡng. Măng này là nguồn cung cấp *vitamin* và khoáng chất gồm *vitamin A và C, calcium,* sắt và chất xơ. Lợi ích sức khỏe

Măng lưỡi lợn.

của măng lưỡi lợn gồm: hỗ trợ tiêu hóa, tăng cường hệ miễn dịch và cung cấp năng lượng giúp chuyển hóa thức ăn. Anh bạn tôi khuyến cáo nên hầm măng với chân giò ăn vừa ngon vừa bổ, cả ông lẫn bà đều hài lòng. Hài lòng hay không, tôi chưa biết nhưng măng lưỡi lợn khô anh bạn tôi mang về là một cục cứng ngắc, mùi nồng khó chịu, phải bọc trong nhiều lớp bao nhựa mới đỡ mùi. Chuyện làm sao biến cái thứ vang cửa vang nhà này thành món măng hầm chân giò là một chặng đường dài. Gói măng nằm lăn lóc trong tủ chứa thực phẩm khô tại nhà tôi một thời gian cho tới khi một bà bạn rất chuyên cần và thành thạo việc bếp núc tới chơi và phát hiện ra...của quý. Tôi hân hoan tặng bà trong sự vui mừng của cả người cho lẫn người nhận. Một ngày đẹp trời, bà mời vợ chồng tôi tới nhà thưởng thức măng lưỡi lợn. Bà nấu món hẩu của tôi: bún măng vịt. Phải công nhận ngon thiệt ngon. Miếng măng giòn, thơm, ngọt, ăn măng mà cứ tưởng ăn thịt.

Bún măng gỏi vịt.

Nếu một ngày nào đó bạn bắt gặp tôi ngồi trước tô bún măng vịt tại nhà hàng, xin đừng hỏi thứ măng trong bát là măng gì. Hỏi như vậy là hại nhau. Với tôi, măng là măng. Măng nào cũng sêm sêm hết. Có biết phân biệt đâu. Viết về các loại măng một cách sành sỏi như trên là nhờ hồng ân của ông Google trên mạng. Ăn bất cứ thứ gì, với tôi, chỉ có một tiêu chuẩn: ngon hay không ngon. Ăn là thưởng thức của ngon vật lạ trời dành cho con người nên ngon là chính.

Nhiều bạn bè khuyên tôi nên ăn thứ này thứ kia tốt cho sức khỏe, tôi chỉ ừ hử cho bạn vui lòng. Trong thâm tâm tôi nghĩ ăn có phải là uống thuốc đâu mà bổ chỗ này khỏe chỗ kia. Bạn ăn của tôi là ông Trường Kỳ, người đề ra…triết thuyết "Sống để mà ăn". Cái chi ngon là cứ việc đớp hít thả dàn, hậu quả ra sao để tương lai lo, hiện tại chỉ cần biết ngon miệng hay không. Chấm hết!

08/2025

NGỦ RIÊNG, NGỦ CHUNG

Một nghiên cứu cho thấy có 35% các cặp vợ chồng 60 tuổi không còn ngủ chung với nhau, thậm chí không ngủ cùng phòng. Càng thêm tuổi, tỷ lệ này càng gia tăng: 55% ở độ tuổi 65, 70% ở độ tuổi 70 và 85% ở độ tuổi trên 80. Nghiên cứu là vậy nhưng thực tế ra sao, tôi rất muốn biết. Bạn bè tôi đều nặng tuổi hai vai nhưng không dễ mà hỏi chuyện tế nhị này. Nhưng qua những câu chuyện tếu táo với nhau, tôi thấy chuyện này tùy. Tùy theo nhiều chuyện, từ ngày còn xuân, qua ngày còn soan, tới ngày hết cả xuân lẫn soan. Chuyện ngủ nghê của người ta, tuy không còn là chuyện phòng the trướng rủ nhưng cũng còn nhiều ảnh hưởng của những ngày e ấp xưa rích xưa rang. Tò mò tới đâu cũng tới lúc phải chép miệng: đèn nhà ai nấy tỏ.

Một ông bạn tôi gân cổ: “Bà ấy chê mình hôi, toàn mùi rượu”. Một ông mê coi đá banh tức tối: “Bà ấy ngúng nguẩy nói: ông tắt ti vi cho tôi nhờ, đèn sáng chưng, nói ồn ào, ai mà ngủ được!". Một bà bạn than thở: "Ông ấy hay đi nhậu, ngủ thở ra toàn mùi rượu, ngáy to như xe lửa hú còi, lại có lúc thở phì phì như có người bóp cổ. Bố ai ngủ được!". Vậy là...chia cách. Tội thuộc về các ông. Các bà không phải là vô can nhưng có lẽ quen tính ga-lăng từ hồi còn dại khờ nên các ông ít người than vãn, coi đó như những chuyện vặt, nói ra mất nam nhi chi chí. Một ông bạn lại chỉ buông một câu hờ hững: "Con lấy chồng lấy vợ là ta mất con, khi chúng có con là ta mất vợ". Ý nói các bà thương cháu nên lơ là với ông, không muốn chung giường chung chiếu.

Một cô gái tâm sự: "Ba tôi năm nay 72 tuổi, lớn hơn mẹ tôi 8 tuổi. Mẹ tôi từ khi có tuổi mắc chứng khó ngủ, hơi có tiếng động là tỉnh ngủ, thức suốt đêm. Với tuổi của cha tôi, thường người nào cũng có tật, cái tật ông cũng chẳng muốn nhưng cũng chẳng thể nào chấm dứt được. Đêm ông hay ho khan vài tiếng khi trằn trọc, lại hay đi tiểu, động đậy là mẹ tôi thức giấc. Mẹ tôi không nói thẳng với ba tôi mà than van với tôi, tỏ ý muốn ngủ riêng. Tôi hỏi bà: 'Từ hồi trẻ ba ngáy vang như sấm mà mẹ vẫn chịu được từng ấy năm, sao bây giờ mẹ lại muốn ngủ riêng?'. Bà buông gọn: 'Ngày trẻ khác, bây giờ già khác!'".

Hình như muốn ngủ riêng còn vì một lý do khác mà cả ông cả bà không muốn nói toạc ra. Ngủ chung không phải chỉ là nằm bên nhau mà bên nọ nhìn bên kia ngại ngùng. Ông chừ không còn sung mãn, không hung hăng con bọ sít như hồi trẻ, nay tránh né sợ bà không vui. Bà khô cằn, chuyện tù ti rát rúa khó chịu nên muốn né tránh nhưng sợ ông hiểu lầm hết mặn nồng. Cả hai không hứng thú chi chuyện gần gũi nhưng bên nào cũng tự ái không muốn cho đối phương biết. Các nhà khoa học cho chuyện e ngại này là tâm lý thông thường của những cặp vợ chồng có tuổi. Nhưng phải nhìn chuyện này dưới một nhãn quan khác. Khi ngủ chung với nhau, hai người gắn kết yêu thương, vơi đi sự cô đơn của tuổi già. Về mặt sinh học, hai người khác giới ngủ chung giường luôn khiến giấc ngủ sâu hơn và tinh thần thoải mái hơn. Đây là sự kết hợp âm dương theo một lối khác. Hai người có thể trò chuyện, ôm ấp một cách thân ái với nhau, có thể giải quyết những chuyện mâu thuẫn trong ngày. Trong tình thương, giải quyết mọi chuyện xung khắc, chia sẻ mọi buồn phiền về con cái làm tâm hồn yên ổn hơn. Các nhà khoa học của Đại học Pittsburg cho biết: "Cảm giác khi ngủ chung chính là yếu tố kích thích *hormone oxytocine* sản sinh trong cơ thể. Một khi *hormone* này sản sinh nhiều trong não sẽ giúp kềm chế *hormone cortison* là loại *hormone* gây *stress*. Từ đó có thể làm giảm nguy cơ bị *stress*, mang lại cảm giác dễ chịu cho cơ thể. Ngoài ra, việc ngủ chung giường không chỉ giúp gắn bó tình cảm mà còn làm giảm tỷ lệ mắc bệnh tim mạch.".

Tuổi già dễ bị cảm mạo, trúng gió, đột quỵ. Ngủ chung, vợ chồng dễ phát hiện, sơ cứu hoặc có những bước cần thiết giải quyết những tình huống xấu này. Hai người đều an tâm hơn vì biết có người bên cạnh luôn để ý và chăm sóc. Con cái cũng an tâm hơn khi bố mẹ sát cánh cùng nhau, tối trời có nhau vẫn tốt hơn là mỗi người một ngả.

Nhiều nơi tại Việt Nam, nhất là tại miền Bắc, chuyện người có tuổi ngủ chung còn bị xầm xì đàm tiếu. Một cô gái tâm sự: "Bố mẹ mình năm nay cũng gần 70 rồi nhưng từ bé đến giờ mình chưa thấy bố mẹ ngủ riêng giường bao giờ. Đợt trước cũng lâu lâu rồi, thì bố mẹ từ quê ra nhà mình chơi. Con gái mình cứ đòi ngủ chung với bà ngoại. Thế nên, mẹ mình đành vào ngủ chung với cháu còn bố mình thì ngủ riêng. Sáng hôm sau, ông thức dậy rất sớm. Mình hỏi thì bảo là: 'Không nằm cạnh mẹ mày tao không ngủ được'. Hôm ấy mình còn cứ trêu bố mãi. Mình thấy chẳng có vấn đề gì cả nhưng chồng mình lại bảo: 'Già rồi không nên ngủ chung, ở quê nhà anh cứ đến khoảng 40 tuổi là các ông bà dần ngủ riêng hết, có nhà ngủ chung còn bị xì xào nói này nói nọ'. Mình nghe mà thấy thắc mắc quá. Nghĩ cũng đúng là như vậy, mình từng thấy nhiều cặp vợ chồng trung niên đều tách ra ngủ riêng, nhưng tại sao nhỉ? Ngủ chung hay ngủ riêng mới là tốt nhất ở độ tuổi này? Mình có lên báo đọc rất nhiều nghiên cứu, kể cả lời khuyên của bác sĩ. Sự thật là người già nên ngủ chung vì có rất nhiều lợi ích cho sức khỏe chứ không phải cứ đến tuổi là tách ra ngủ riêng như quan niệm của nhiều cụ ngày xưa, nó hoàn toàn không mang lại lợi ích gì cả".

Thực ra các cụ cứ việc mình mình làm là tốt nhất, bỏ ngoài tai mọi đàm tiếu. Có chi mà đàm tiếu nhưng sao bịt được miệng thiên hạ! Nếu ngủ chung giường có những lấn cấn trở ngại thì…sáng kiến. Một trong những lấn cấn là cái mền. Khi thì một cụ cảm thấy lạnh, một cụ cảm thấy nóng. Cái mền không có thứ nửa lạnh nửa nóng nên hai cụ cằn nhằn nhau. Hoặc cụ này trở mình kéo mền về phía mình, cụ kia giật lại làm nổ một cuộc chiến mi-ni. Để khỏi rắc rối, sắm hai cái mền, mỗi cụ một cái là xong. Có cụ kê hai cái giường đơn, mỗi cụ ngự một cái, đêm đêm vẫn chăm sóc cho nhau mà không làm phiền giấc ngủ của nhau. Còn khi nào muốn chơi trò du kích thì ai biết. Đừng coi thường chuyện này. Các nhà tình dục học cho rằng nói "không" với việc quan hệ tình dục kéo dài sẽ dễ ảnh hưởng xấu tới các chức năng trong cơ thể của cả hai giới. Chiếc giường thường được ví như thiên đàng, nơi an lạc, an dưỡng, chốn hạnh phúc nhất với lứa đôi. Càng về già, chiếc giường càng trở nên kỳ diệu hơn. Nó là quá khứ, hiện tại và cả tương lai. Cứ sống thoải mái, dung hòa những thói quen từ những ngày mới chung giường với nhau. Mỗi người có cuộc sống riêng, thói tục riêng, đừng để người khác chi phối cuộc sống của mình. Dù không còn tù ti với nhau thì việc chung giường với nhau vẫn là một biểu lộ tình yêu tha thiết và bền vững. Những phút giây trước khi chìm vào giấc ngủ là thời gian vàng để vợ chồng tâm sự với nhau, chia sẻ và giải quyết những lấn cấn ban ngày: chuyện của cha mẹ, chuyện của hai người, chuyện của con cái. Các nhà khoa học có một thuật ngữ để chỉ việc vợ chồng không nằm với nhau: "ly hôn khi ngủ" *(sleep divorce).* Nghe ra rất...xa cách!

Chuyện ngủ nghê tưởng chỉ là chuyện của cánh già nhưng cánh trẻ cũng có những vấn đề chung riêng này. Tại Nhật, vợ chồng chưa già ngủ riêng là chuyện khá phổ biến. Người vợ khi sanh con thường ngủ với con sơ sinh. Anh chồng có hai chọn lựa. Hoặc ngủ chung với vợ con, hoặc ngủ phòng riêng. Anh Yoshiyuki Hirano, 35 tuổi, làm tại một công ty dầu khí, ngủ chung với vợ con khi chị Michiko sanh con gái đầu lòng. Chỉ được một thời gian ngắn, anh thấy giường ngủ quá chật chội, cứ hai tiếng bé lại ọ ẹ đòi bú sữa khiến anh mất ngủ, anh dọn ra ngủ riêng phòng. Anh cho biết tuy ngủ riêng nhưng tình vợ chồng vẫn mặn nồng khi cuối tuần anh đánh du kích. Chuyện của vợ chồng Hirano và Michiko nghe vậy biết vậy. Ký giả Shinohara của tạp chí Fujin-Koron đã tiến hành một cuộc khảo sát với 1800 độc giả và nhận thấy 30% phụ nữ ngủ riêng nghĩ tới chuyện ly hôn trong khi tỷ lệ này chỉ là 13% đối với phụ nữ ngủ chung với chồng. Họ coi chồng chỉ là "người ở cùng nhà" chứ không phải "bạn đời".

Một cô gái tên Yến, lấy chồng mới 5 năm nhưng hai người ngủ riêng tới 4 năm. Lúc đầu vì chồng phải làm việc muộn, tới 4 hay 5 giờ sáng mới đi ngủ. Người ngủ không yên giấc, người làm việc cũng không thoải mái. Vậy là quyết định ngủ riêng phòng. Ngủ riêng nhưng vợ chồng vẫn chơi đùa với nhau trước khi ngủ, xong ai về phòng nấy. Qua một năm, Yến có thai và sanh con, hai người tiếp tục ngủ riêng. Lâu rồi quen nết. Cô tâm sự: "Thực ra vợ chồng ngủ cùng nhau không chỉ vì khoản chuyện ấy mà còn là để chia sẻ. Nhiều lúc mình thèm cảm giác vợ chồng ngủ chung trước đây quá. Trước đây, trước khi ngủ, vợ chồng thường nằm tâm sự một lúc về công việc và bạn bè. Hoặc giả có chuyện giận nhau thì đến đêm cũng làm lành hết vì cùng nhau hòa giải. Mình cũng thích cái cảm giác sáng cuối tuần tỉnh dậy quay bên cạnh đã thấy chồng đang khò khò ngủ nướng. Nhìn vậy mình thấy hạnh phúc và bình yên hơn. Nghĩ thương chồng phải đi làm mệt nên mình để chồng lôi chăn gối sang chỗ khác ngủ cho "yên giấc". Hôm nào có nhu cầu thì chồng tự xuống tìm vợ. Nhưng như vậy, nhiều hôm cứ có cảm tưởng như mình chỉ là công cụ xả *stress* của chồng".

Một cô gái khác tên Ly rất khắng khít với chồng. Không bao giờ nghĩ có ngày hai người ngủ riêng. Gặp bữa chồng đi công tác, phải ngủ một mình là thức trắng đêm. Nhưng khi có con, chồng cô ra ngủ riêng vì giường chật chội, phòng thêm nóng bức. Cô đã chiều chồng gắn máy lạnh nhưng chồng vẫn tự nguyện trải chiếu nằm dưới nền nhà cho mát. Cô chán chường nói: "Chả bù trước đây khi hai đứa mới cưới toàn phải nằm chung với nhau. Khi nào cãi nhau mà bực mình nằm riêng là y như rằng chồng không ngủ được. Giờ có vẻ như chồng ngủ dưới sàn nhà quen rồi, chẳng thấy hỏi han đến vợ gì cả. Nhưng mình thấy ngủ riêng thì tình cảm vợ chồng giảm đi nhiều. Kiểu mạnh ai nấy ngủ. Mình là người cực phản đối chuyện vợ chồng ngủ riêng. Nói chung, ngủ chung không phải vì vấn đề gì mà quan trọng là vợ chồng có thể thủ thỉ tâm sự, nói chuyện con cái, hay đơn giản là trời lạnh có cái chăn để ôm thôi. Mình thấy nhiều nhà đứa bạn mình, vì mấy năm chăm con nhỏ nên vợ phải ngủ với con và chồng ngủ riêng. Mình thấy vợ chồng không ngủ cùng nhau tình cảm nhạt nhẽo đi nhiều, không có sự gần gũi yêu thương nhau. Vì thế, mình cảm nhận thấy điều đó nên đang nỗ lực tập cho con ngủ riêng ngay để cải thiện tình hình. Hy vọng vợ chồng lại tình cảm gắn bó như trước. Được ngủ cạnh chồng vẫn thích nhất".

Chắc nhiều phụ nữ đồng tình với chị Lý: ngủ cạnh chồng vẫn thích nhất. Các ông chắc cũng vậy: ngủ với vợ là khoái chí tử. Tôi muốn nói chỉ cần ngủ thôi, chay hay mặn không quan trọng vì vợ chồng thường bén hơi nhau. Chỉ cần có hơi là đủ. "*Chim quyên ăn trái nhãn lồng / Lia thia quen chậu, vợ chồng quen hơi*".

Bạn tôi, ông nhà thơ Quan Dương, được mọi người coi là người nổi tiếng nhất trên văn đàn về cái nết yêu vợ. Bữa trước tôi có viết bài "Dính Như Sam" mà quên không để hình ông lên, thật là một sơ sót to lớn. Không cần phải hỏi, cũng chẳng cần phải tưởng tượng, tôi biết chắc ông thuộc thành phần mỗi tối phải "nhất trí" với vợ. Đó là ý người hợp với ý trời. Nhưng đôi khi trời chơi ngẳng không cho ông nằm gác chân chung giường chung nệm. Vậy là ông mần thơ la làng.

Con cảm cúm không mời mà lại tới
Nó thăm anh tiện thể thăm luôn em
Khiến hai đứa chung nhà nhưng hai góc
Đứa phòng ngoài một đứa ở phòng trong

Ở phòng ngoài anh ho lên vài tiếng
Phía bên trong em đáp lại một tràng
Những tiếng ho như đang chơi đuổi bắt
Giống lúc theo em thả giọng dê xồm

Thiệt tội! Lạnh lẽo đêm trường, lấy ho làm vui. Cái này các cụ gọi là "phu xướng phụ tùy". Nhưng trường hợp của ông Quan Dương phải nói là "phụ xướng phu tùy"!

10/2025

NGƯỜI ĐẸP ĐI TU

Có những khoảnh khắc xảy ra trong đời mà chúng ta không thể quên được. Cho tới bây giờ tôi vẫn nhớ tới một buổi ra chơi khi tôi còn học tiểu học tại trường Trần văn Thưởng nằm trong khuôn viên nhà thờ Hàm Long, Hà Nội. Chúng tôi đang chơi trong sân nhà thờ thì có bóng một ma-sơ đi ngang qua. Ngước nhìn lên, tôi ngẩn ngơ vì vẻ đẹp của khuôn mặt. Một vẻ đẹp lạ lùng, vừa ưa nhìn vừa toát ra sự thanh thản như ánh lên từ trong một tâm hồn an bình viên mãn. Tôi nói với mấy tên bạn mồ hôi mồ kê nhễ nhại bên cạnh: "Đẹp vậy mà đi tu!". Đúng lúc đó, cha chánh xứ đi ngang qua, nghe thấy, Ngài dừng chân hỏi tôi: "Con tưởng thế gian chỉ dâng cho Chúa toàn người không đẹp sao?". Tôi nghe mà sợ điếng hồn. Câu trả lời của cha ám ảnh tôi. Tới tận bây giờ.

Chúng ta thường nghĩ sắc đẹp không nên chôn giấu trong những chiếc áo dòng kín mít. Uổng đi! Phải để chúng làm hương hoa cho đời. Nhưng có những chủ nhân của sắc đẹp không nghĩ vậy. Họ có những suy nghĩ mà người đời không hiểu được. Có thể vì bản tính sanh ra đã vậy, có thể vì một giây phút bất ngờ lóe lên. Chuyện của nữ tu Louise Bannet là một minh chứng.

Đức Tổng Giám Mục
Fulton Sheen

Chị Louise Bannet
Cô tiếp viên hàng không

Trên một chuyến bay của hãng hàng không PanAm từ Ý về Mỹ vào một ngày cuối năm 1965 có nữ tiếp viên hàng không Louise Bannet rất xinh đẹp, tận tình và nhã nhặn với hành khách. Trong số hành khách có một người đàn ông, tuổi không còn trẻ, chăm chăm nhìn cô tiếp viên Louise Bannet này một cách khiếm nhã làm cô rất bực mình. Hành khách trong chuyến bay này có một số Giám mục người Mỹ trở về sau khi tham dự Công Đồng Vatican II. Cô tiếp viên xinh đẹp còn khó chịu hơn khi biết người đàn ông khiếm nhã này chính là Tổng Giám Mục Fulton Sheen của giáo phận New York, một người nổi tiếng về các bài giảng đạo đức rất sống động và lôi cuốn. Cô tiếp viên nghĩ tại sao lại có chuyện quái gở như vậy. Trong thâm tâm cô có ý khinh thường và chê trách vị tu sĩ không nên nết này. Khi phi cơ hạ cánh, Tổng Giám mục Fulton Sheen không vội vã rời ghế. Ngài là người chót xuống máy bay. Khi tới thang máy bay, Ngài ghé sát vào mặt cô tiếp viên, thì thầm nói vào tai cô. Không ai biết Ngài nói chi. Chỉ thấy cô tiếp viên lặng thinh.

Ít lâu sau đó, vào một buổi trưa, cô tiếp viên Louise Bannet tới gõ cửa văn phòng Tổng Giám Mục New York. Ngài ra mở cửa. Cô lên tiếng chào và hỏi: "Thưa Đức Cha, Đức Cha có còn nhớ con không?". Không một giây do dự, Ngài nói: "Cha nhớ chứ. Con chính là tiếp viên trên chuyến bay đưa cha về từ Công Đồng Vatican II". Cô hỏi thêm: "Vậy Đức Cha còn nhớ đã ghé tai con nói nhỏ điều chi không?". Đức Tổng Giám Mục trả lời ngay: "Nhớ! Cha nhớ! Cha đã khen con đẹp lắm. Và cha hỏi con rằng: có bao giờ con đã cảm tạ Chúa vì Chúa đã ban cho con sắc đẹp tuyệt vời kia chưa". Cô Bannet sung sướng nói tiếp: "Kính thưa Đức Cha, điều cha nói đã làm con băn khoăn nhiều. Chính vì vậy mà bữa nay con tới gặp cha. Vậy, theo ý cha, con phải làm gì để tạ ơn Chúa?". Tổng Giám Mục Fulton Sheen lặng người như suy nghĩ. Ngài không ngờ tới câu hỏi này. Rồi Ngài dẫn cô tiếp viên xinh đẹp tới coi tấm bản đồ thế giới treo trên tường, chỉ vào vị trí nước Việt Nam và nói với giọng ôn tồn: "Có bao giờ con nghe nói tới một trại phong cùi ở Việt Nam mang tên trại cùi Di Linh chưa?". Cô gái ngước đôi mắt xanh quyến rũ: "Thưa Đức cha, con đã đọc được trên báo về trại phong cùi này và có nghe ai đó đã kể một vài chuyện về trại này". Đức Cha vui mừng nói tiếp: "Cha cũng nghe nói cách đây chưa lâu chuyện Đức Giám Mục giáo phận Sài Gòn Jean Cassaigne đã từ chức Giám mục Tông Tòa Sài Gòn để toàn tâm dành hết thời gian về Di Linh phục vụ người bị bệnh phong cùi. Con có muốn cảm tạ Chúa bằng cách tới Di Linh, gặp Đức Cha Jean Cassaigne và ở lại với anh chị em bệnh phong cùi trong thời gian khoảng 6 tháng không?". Quá bất ngờ với gợi ý của Đức Cha, cô Bannet không biết nói sao, lặng lẽ cúi chào Đức Cha và ra về. Lòng cô bàng hoàng rối ren.

Dolores Hart trước và sau khi vào nhà dòng.

Câu chuyện tưởng như chấm dứt nhưng trong đầu cô tiếp viên hàng không xinh đẹp không chấm dứt những băn khoăn nội tâm. Rồi bất ngờ tới đầu năm 1966, cô Louise Bannet đã lặng lẽ tới trại cùi Di Linh. Cô lặng lẽ nhưng báo chí

Sài Gòn ngày đó đâu có lặng lẽ. Trên mặt báo, cái tin chấn động này đã rầm rộ nằm trên trang nhất các báo cũng như các phương tiện truyền thông khác. Sau một thời gian âm thầm phục vụ tại trại Di Linh, cô tiếp viên hàng không xinh đẹp Louise Bannet đã gia nhập dòng tu Nữ Tử Bác Ái Vinh Sơn và tình nguyện phục vụ người cùi tại trại phong Di Linh suốt đời. Tuy nhiên ý nguyện tốt đẹp của vị nữ tu xinh đẹp này không được trọn vẹn. Sau ngày cộng sản cưỡng chiếm miền Nam năm 1975, nữ tu Louise Bannet đã bị buộc phải rời Việt Nam sau 10 năm sống với các bệnh nhân cùi đáng thương tại Di Linh. Bị ngăn cản bước đường phục vụ người cùi tại Việt Nam, chị quyết không bỏ lời hứa suốt đời bên những người bị phong cùi đáng thương. Chị tiếp tục qua với những người bị căn bệnh nan y này tại một trại cùi ở Tahiti. Chị không bị lây bệnh phong cùi nhưng bị dính vào căn bệnh ung thư không kém quái ác. Nữ tu Louise Bannet mất vào năm 1982 trong sự tiếc thương của cộng đoàn người phong cùi tại Tahiti.

Có thể bạn không biết ni sư Tâm Duyên nhưng phải biết tới người đẹp Ngọc Đan Thanh. Hai người là một. Ngọc Đan Thanh có giọng nói mà người nghe thấy cả một trời Việt Nam Cộng Hòa xưa. Cái giọng làm chúng ta tưởng như chưa hề rời đất nước trước năm 1975. Người con gái có nhan sắc đằm thắm sanh năm 1952 có bao la tài: ca sĩ, diễn viên kịch, tài tử điện ảnh, chuyển âm phim, MC, xướng ngôn viên truyền hình. Trước năm 1975, cô bao sân từ Đài phát thanh Sài Gòn tới đài Quân Đội trong các chương trình của ban Hoa Rừng của Biệt Động Quân, Tiểu Đoàn 50 Chiến Tranh Chính Trị,

Ngọc Đan Thanh.

các ban kịch Thép Súng, Bảo Ân, Phương Nam, Vũ Đức Duy, Trắng Đen, Vũ Huân, Bích Thuận, Thẩm Thúy Hằng, La Thoại Tân, các ban cải lương Phụng Hảo, Thanh Lịch, Sông Bé, Thanh Minh Thanh Nga. Đóng góp như vậy trên các đài phát thanh và truyền hình, tôi nghĩ chắc cô phải dọn vào ăn ngủ trong đài may ra mới có đủ thời gian lên sóng lên hình. Vậy mà Ngọc Đan Thanh còn đóng phim. Cô xuất hiện trong phim Báu Kiếm Rửa Hận Thù của đạo diễn Trương Dĩ Nhiên, Long Hổ Sát Đấu của Trần Quốc Bình, Vực Nước Mắt của Như Mai-Kim Hoàng, Xóm Tôi của Phạm Hoàng

Kim và một vài phim khác. Nói về các hoạt động bề bộn này, Ngọc Đan Thanh tâm tình: "Nếu hỏi về các vai kịch tôi đã đóng trước 1975 thì nhiều quá, mình không thể nhớ nổi, chỉ có điều cho đến bây giờ thỉnh thoảng gặp khán giả, họ nhắc lại vai này, vai kia, nhưng nói cho cùng chưa bao giờ có một vai trò nào tôi cảm thấy hài lòng. Có lẽ vì tôi quá cẩn thận để đáp lại sự ưu ái của khán giả dành cho Ngọc Đan Thanh, bởi vậy cứ sau mỗi buổi diễn khi về ngồi xem lại tôi cứ đặt câu hỏi 'tại sao mình không diễn thế này, hay thế kia?' Tôi vẫn cứ thấy thiếu sót trong những vai trò của mình."

Vượt biên tới Pulau Bidong vào tháng 5/1988, qua Mỹ cô bắt đầu lại sự nghiệp tại hải ngoại bằng vai trò lồng tiếng cho các phim Hong Kong, Đài Loan, Hàn Quốc, hát cho trung tâm Người Đẹp Bình Dương. Nhưng công việc thích hợp nhất với cô vẫn là xướng ngôn viên trên các đài SET và SBTN. Khán giả hải ngoại có dịp nghe lại giọng nói có thể coi là linh hồn của cả một thời kỳ vàng son tại đất nước. Những cuộc diễn binh hay diễu hành không thể thiếu cái giọng vừa hùng hồn, vừa đậm nét tình cảm, cái giọng mà tôi cho là không có ai thay thế được. Cái giọng thân quen đó trong các cuốn *video* ca nhạc của Trung Tâm Asia đã trở thành dấu ấn cho các cuốn băng của trung tâm này. Ngọc Đan Thanh nói về khán giả hải ngoại: "Trước năm 75, khán giả mà tôi tiếp xúc là khán giả của đài truyền hình, vì thời gian đó tôi xuất hiện khá nhiều trên các đài truyền hình... Còn khán giả ở đây tại hải ngoại, rất dễ thương, họ dễ tính, sẵn sàng tha thứ, châm chế cho những khiếm khuyết của người nghệ sĩ đứng trên sân khấu. Vì họ biết là tất cả chúng ta ở đây đều mang chung một mẫu số là hai chữ 'tị nạn,'"

Đang ngon trớn tung hoành trên TV hải ngoại, bỗng Ngọc Đan Thanh buông bỏ tất cả, xuống tóc đi tu. Mọi người ngỡ ngàng. Từ các *fan* của cô tới các bạn văn nghệ đã từng bên cô trên màn hình nhỏ. Nghệ sĩ Nam Lộc, người từng nhiều lần xuất hiện bên cạnh cô trong vai trò MC đã phải thốt lên: "Trong suốt gần 50 năm qua, từ khắp nơi trên địa cầu xinh đẹp này, biết bao người đã từng được nghe giọng nói ngọt ngào trong những bộ phim chuyển âm cùng khuôn mặt khả ái, dịu dàng của MC Ngọc Đan Thanh trên sân khấu. Tuần qua, người bạn MC duyên dáng của tôi đã xuống tóc quy y và trở thành ni cô Tâm Duyên, nguyện dành phần đời còn lại để phục vụ Phật pháp tại một ngôi chùa nhỏ. Chúng ta hãy cùng nhau cầu chúc ni cô Tam Duyên pháp thể khinh an, thân tâm an lạc, Phật đại viên thành". Ca sĩ Lâm Thúy Vân chia sẻ: "Đối với mình, nữ nghệ sĩ Ngọc Đan Thanh là một người đẹp dịu dàng, duyên dáng, một người chị rất tài năng trong giới nghệ sĩ. Chị rất hiền, sống thật tình cảm, tử tế với mọi người. Mình đã từng làm việc chung với chị trong suốt bao nhiêu năm. Với thật nhiều kỷ niệm, mình rất ái mộ chị. Chị có một cặp mắt rất buồn, sâu lắng như có một cái gì đó làm mình rất thương quý chị. Chị cười mà mắt như khóc, như đang kể lể cho chúng ta nghe một câu chuyện buồn gì đó. Hôm nay, từ cái ái mộ có sẵn này, mình lại ngưỡng mộ và xem chị như một thiên thần. Đúng! Từ đó là đúng nhất. Thiên thần! Vừa đẹp, vừa hát hay, nói hay, chuyển âm hay và là một diễn viên rất đa tài. Là một nghệ sĩ nổi tiếng, là một người mẹ, một bà nội, và là người chị, người em trong làng âm nhạc ở hải ngoại. Chị có đủ hết, nhưng chị lại chọn xuống tóc quy y gửi lòng nơi cửa Phật. Chị làm em xúc động quá. Em chúc mừng chị, người mà hôm nay em phải học cách xưng hô lại. Chúc mừng sư cô Tâm Duyên. Chúc sư cô luôn mạnh khỏe và tâm được yên tĩnh, tâm tu ngày càng cao đạo, được gần Phật hơn như mong muốn. Mong sư cô Tâm Duyên luôn nhớ rằng ở trần gian này có rất nhiều người thương và nhớ sư cô".

Ni sư Tâm Duyên (bên trái).

Những người đẹp, nghệ sĩ Ngọc Đan Thanh và tiếp viên hàng không Louise Bannet, đã chuyển đổi vị thế sống. Dù vì một lý do nào mà chúng ta không thể hiểu, họ cũng đã để lại một khoảng trống cho cuộc sống trần thế trong đó có chúng ta, những người yêu cái đẹp, nhất là những nhan sắc bắt được của trời. Thôi thì trời sinh, cho chúng ta mượn một thời gian rồi trời lấy đi, cũng phải thôi. Họ có thể cảm thấy an lạc nhưng chúng ta cảm thấy mất mát, âu cũng là tính trời sinh! Những con người trần tục chúng ta vẫn tiếc nuối, đó cũng là thường tình. Vậy mà những hương hoa của cuộc sống theo nhau ẩn mình trong những tà áo sậm màu ảm đạm mới buồn…tàn thu!

Một người đẹp trên màn ảnh mà các khán giả cỡ tuổi tôi không thể không biết là nữ tài tử Dolores Hart. Nếu có ông bạn nào cùng lứa tuổi tôi lỡ quên cô đào khả ái này, tôi xin nhắc một chút. Cô đóng vai người yêu của ông vua nhạc rock Elvis Presley trong phim "Loving You". Trong 5 năm diễn xuất sau phim này, cô còn đóng cặp với các tài tử gạo cội Montgomery Clift, George Hamilton, Robert Wagner. Tiếng tăm đang nổi như cồn thì năm mới 24 tuổi, cô bỏ hết, giam mình vào nhà dòng. Tại sao vậy, cô giải thích lý do. Khi cô đóng vai thánh Clara of Assissi trong cuốn phim "Francis of Asssisi" vào năm 1961, cô được gặp Giáo Hoàng Gioan XXIII tại Ý. Cô tự giới thiệu khi gặp người cha chung của giáo hội: "Thưa Đức Thánh Cha, con là Dolores Hart, nữ diễn viên trong vai Thánh Clara". Đức Giáo Hoàng sửa lại: "Không phải như vậy. Con chính là thánh Clara". Vậy là cô quyết định buông bỏ thế gian để đi tu. Các *fan* hâm mộ cô phát điên, trách móc cô đã…đào ngũ! Cô nhớ lại: "Thậm chí người bạn thân nhất của tôi là linh mục Doody cũng phải nói: 'Bạn thật điên rồ! Bạn quá dại dột khi quyết định như vậy'. Khi cô đã vào nhà dòng, một người bạn khác còn tức tối, viết thư dụ cô xuất khỏi dòng. Cô đã trả lời: 'Nếu bạn đã được nghe những gì tôi được nghe, bạn cũng sẽ làm như tôi, sẽ tới đây mà thôi!'".

Tôi muốn hài thêm ra đây tên của một số người đẹp khoác áo tu trì mà chúng ta ít người biết tới: nữ diễn viên Moe Yu San của Myanmar, Trần Hiểu Húc của Trung Quốc, bác sĩ Nguyễn thị Kim Anh (Thích Nữ Liên Thanh), diễn viên Hoàng Yến và á hậu Khánh Phương của Việt Nam, Trang Văn Thanh, Mã Mẫn Nhi và Tần Úy Văn của Hồng Kông, Janie Tienphosuwan của Thái Lan.

Những người từ bỏ tất cả để hiến dâng mình cho Chúa, hoặc nương nhờ cửa Phật, họ đều có những lý do mà chỉ họ ngộ ra. Kẻ phàm tục như chúng ta vẫn còn u mê, chưa thức tỉnh, chưa ngộ, không thể hiểu được. Không hiểu nhưng tiếc thì vẫn cứ tiếc. Vì chúng ta là người, không phải là…tu sĩ. Từ những ngày bé tí thời tiểu học cho tới già đầu như bây chừ, tôi vẫn cứ…trần thế.

Thiệt tội thân tôi!

10/2025

OÁI OĂM

Bà Edith Macefield ở Seattle, tiểu bang Washington, mua một ngôi nhà nhỏ tại một khu hẻo lánh vào năm 1950. Nửa thế kỷ sau, khu này đã trở thành khu trung tâm của một thị trấn đông đúc. Năm 2006, một công ty địa ốc đã mua nguyên một khúc đường trong đó có ngôi nhà của bà Edith để xây một khu nhà ở cao cấp và một tòa nhà 5 tầng làm thương xá. Họ mua lại tất cả các ngôi nhà trong khu này để giải tỏa đất đai trước khi khởi động công trình. Hàng xóm của bà Edith đã nhận tiền bồi thường và dọn đi hết, chỉ có mình bà nhất định ở lỳ, không rời căn nhà cũ. Chủ đầu tư khu đất năn nỉ tới gãy lưỡi và sẵn sàng trả cho bà một triệu đô, bà cũng không gật đầu tuy trị giá căn nhà chỉ khoảng 300 ngàn đô. Bà một mực viện lý do tuổi già đã quen ở đây lại không con cháu chi cả nên không muốn rời chỗ này. Trước lập trường vững chắc của một người già, chủ đầu tư đành chịu. Họ phải đổi bản thiết kế dự án, xây khu thương mại có một lỗ khuyết quanh khu nhà của bà Edith. Chủ đầu tư rầu thối ruột nhưng dân Mỹ khoái thái độ kiên quyết của bà, gọi bà là "anh hùng đại chúng" (Folk Hero). Hãng phim Disney dựa trên câu chuyện bất khuất của bà làm ra phim "Up" rất được khán giả ái mộ, kéo đi coi.

Tuy bướng bỉnh nhưng bà Edith lại là người có tình. Bà biết nỗi khổ của chủ đầu tư khi phải chịu nhiều phiền toái và tốn thêm tiền bạc nhưng vẫn đối xử với bà rất tôn trọng và tử tế, cho người thường xuyên giúp bà quét dọn vườn và sân, thậm chí quét vôi lại mặt tiền nhà, nên bà đã làm di chúc tặng họ căn nhà khi bà mệnh chung. Bà đã mất vào ngày 15/6/2008, thọ 86 tuổi.

Đây là một ca oái oăm đầy tình nghĩa giữa hai bên tranh chấp. Chuyện đền bù di dời nhà là chuyện thường ngày ở huyện trên khắp các quốc gia trong thời kỳ các khu chung cư hay thương mại cần đất để phát triển. Các chủ đất ương bướng không nhân nhượng cho các chủ đầu tư nơi đâu cũng có nhưng tình cảm như chuyện bà Edith Macefield với chủ đầu tư coi bộ hiếm.

Nói chuyện gần trước. Gần về không gian cũng như thời gian. Chuyện xảy ra tại Vancouver thuộc tỉnh bang British Columbia, nằm ở phía Tây Canada, vừa được kết thúc vào tháng 4/2025 sau hai năm dằng co giữa chính quyền thành phố West Vancouver và ông bà Terry Frewer. Chính quyền muốn lập một công viên trên vùng ven biển phía tây cầu Lions Gate. Tại đây đã có hai công viên Ambleside và John Lawson nằm cách nhau một khu nhà dân. Muốn nối hai công viên này thành một vùng công viên rộng lớn xuyên suốt ven

Căn nhà của bà Edith Macefield ở Seattle.

Ông thổ lộ: "Tôi đã gặp hai ông bà và nhận ra họ là những người rất tốt. Việc hoàn thành dự án này bằng cách đảm bảo họ được đối xử một cách công bằng là rất quan trọng. Tôi hy vọng điều này sẽ làm họ đổi ý". Cảm kích trước cách đối xử mềm mỏng và thân tình của ông Thị Trưởng, họ đã chấp nhận tiền bồi thường là 7,3 triệu đô, cao gấp 85 lần số tiền họ mua căn nhà vào năm 1978. Ông Terry Frewer chia sẻ sau khi ký hợp đồng rời nhà: "Họ có thể dùng luật để ép buộc nhưng ông Thị Trưởng đã chọn cách đối thoại. Điều đó khiến chúng tôi cảm thấy được tôn trọng nên quyết định bán nhà và rời đi".

Cuộc ngã giá căn nhà của ông bà Frewer nghe ra phần lợi nghiêng về phía ông bà vì theo Cơ Quan Định Giá Bất Động Sản tỉnh bang British Columbia *(B.C. Assessment),* giá trị ước tính của ngôi nhà chỉ khoảng 5,07 triệu đô. Hai ông bà đã bỏ túi số tiền cao hơn 40%. Nhưng không phải lợi chỉ ở phía ông bà Frewer mà cả ở hai phía. Theo ước tính của kỹ sư phụ trách công trình thì nếu không giải quyết di dời căn nhà này vào năm 2025 thì dự án sẽ bị trì hoãn thêm từ 3 đến 5 năm khiến chi phí sẽ tăng thêm từ 2 đến 3 triệu đô. Tính ra 40% trả thêm thành phố không bị lỗ. Thêm nữa, khi khu công viên này khai trương vào mùa xuân năm 2026, khu bất động sản chung quanh công viên sẽ tăng giá trị, thành phố sẽ thu thêm được thuế. Hai bên coi như đều thắng trong vụ này. Người ta gọi là *"win-win"*. Nhưng một bên thầm lặng cũng *"win"* theo. Đó là người dân sẽ có thêm một không gian xanh để tận hưởng cuộc sống. Vậy là cả làng đều thắng!

Căn nhà lọt thỏm giữa hai công viên của ông bà Terry Frewer ở West Vancouver

Chuyện vui vẻ như vậy không xảy ra cho chủ một ngôi nhà ở thành phố Toronto, thành phố cách Montreal, nơi tôi cư ngụ, khoảng 6 giờ lái xe. Khoảng hai thập niên trước đây, khi anh em viết lách chúng tôi còn thanh xuân, hai thành phố như kết nối với nhau trong các dịp ra mắt sách hay trình diễn văn nghệ. Chúng tôi lái xe dầm dập qua lại với nhau. Khi các ông Phan Ni Tấn, Bắc Phong, Hoàng Chính, Nguyễn Ngọc Ngạn từ Toronto xuôi Montreal và các ông Luân Hoán, Hoàng Xuân Sơn, Lưu Nguyễn, Trang Châu, Hồ Đình Nghiêm, Song Thao nuốt quãng đường ngược lại. Riêng ông Võ Kỳ Điền bị giằng co giữa hai thành phố, từ cư ngụ tại Montreal ông len lén lên Toronto theo cuộc tình, rồi từ Toronto quy hồi Montreal khi tan cuộc tình. Ông nhạc sĩ Trường Sa cũng chạy qua chạy lại vì tình như vậy. Toronto thân tình và gần gũi Montreal như vậy nên chuyện chi ở Toronto cũng làm tôi chú ý dù chẳng ăn nhằm chi tới văn chương nghệ thuật. Như chuyện ngôi nhà số 54 1/2 (54 rưỡi) đường St. Patrick ở Toronto.

Nội cái số nhà đã thấy kỳ cục. Tại sao lại có số nửa? Căn nhà đúng có một nửa. Một nửa đã bị cắt mất tiêu. Đường St Patrick thời thế kỷ thứ 19 có tên là Dummer. Khoảng năm 1890-1893, ngôi nhà được xây dựng theo phong cách Victoria này nằm trong một dãy 5 căn nhà liền kề nhau. Giữa thế kỷ 20, nhà đầu tư đã mua dần các căn nhà cũ trong khu phố. Duy có căn nhà nói trên của gia đình Valkos nhất định không chịu bán. Oái oăm ở chỗ căn nhà này khi xây dựng gồm hai phần chỉ cách nhau một bức tường. Phần bên gia đình Valkos không chịu bán trong khi phần bên kia đã khuất phục. Như tình cảnh một cặp song sanh được cắt đôi. Bức tường ngăn đôi lại là một phần quan trọng trong kết cấu xây dựng nên khi cắt đôi có nguy cơ cả hai phần bị sụp đổ. Khi thi công vào năm 1959, kiến trúc sư đã phải tính toán để phần nhà của gia đình Valkos đứng vững được. Họ vẫn sinh sống bình thường tại nửa ngôi nhà này cho tới năm 2012 khi bán lại cho ông Albert Zikovitz. Năm 2018 ngôi nhà được tân trang lại nhưng sau đó chủ nhân để trống không có ai cư ngụ. Tuy nhiên nó đã trở thành một địa điểm thu hút khách du lịch tới thăm và chụp hình. Báo Daily Mail cho biết hiện căn nhà được rao bán với giá 648 ngàn đô nhưng chưa có ai ngó ngàng tới.

Nửa căn nhà còn lại trên đường St Patrick ở Toronto (phần đồ họa là nửa đã bị phá).

Căn nhà ương ngạnh đã bị ruồng rẫy sau 66 năm không khuất phục chủ đầu tư. Đây chỉ là một căn nhà không có "linh hồn". Nếu đó là một căn nhà thuộc một gia chủ gắn bó với linh hồn của căn nhà lại là chuyện khác. Tôi muốn nói tới căn nhà của gia đình ông Orlando Capote ở thành phố

Miami, tiểu bang Florida. Đây là một căn nhà nhỏ với diện tích chỉ 120 thước vuông, hai phòng ngủ, hai phòng tắm. Theo ông Orlando, căn nhà được cha ông mua vào năm 1989 sau khi chuyển từ Cuba tới Mỹ định cư. Cha ông qua đời vào năm 2005. Ngôi nhà thân thương đầu tiên trên đất Mỹ của gia đình lưu giữ rất nhiều kỷ niệm của thế hệ thứ nhất và đám con cháu sau này từ những ngày đầu tiên đặt chân tới Mỹ. Đây không phải là một ngôi nhà đơn thuần mà, theo ông Orlando, là một "kho báu gia đình". Thiệt không may nó lại nằm trong khu đất thuộc một dự án trị giá tới 600 triệu đô gồm khu dân cư, văn phòng, cửa hàng, tiệm ăn và khách sạn 242 phòng. Để có được khu đất, chủ đầu tư đã đền bù cho mỗi căn nhà từ 500 ngàn tới 1,2 triệu đô. Căn của ông Orlando là căn duy nhất không chịu bán dù chủ đầu tư sau dó đã đề nghị mua lại với giá không tưởng. Ông đã từ chối tới 60 lần trong 6 năm. Ông giải bày: "Ngôi nhà này giống như một ổ cứng lưu trữ ký ức của tôi. Khi tôi nhìn quanh, mỗi ngóc ngách nhỏ nhất cũng làm sống dậy những kỷ niệm trong tôi. Điều đó tôi không thể tìm thấy trong một ngôi nhà nào khác. Ngôi nhà là linh hồn của tôi. Vì vậy, thật vô nghĩa khi bán đi linh hồn của mình chỉ vì tiền bạc". Hơn nữa, trước khi mất vào năm 2020, mẹ ông đã dặn dò không được bán đi kho báu của gia đình. Sự cương quyết của mẹ ông và ông đã bị những cú phôn nặc danh gọi tới đe dọa sẽ bị "bóp nghẹt" trong đống bê tông và mất tích không ai biết. Trong thời gian xây dựng dự án, gia đình ông đã gặp nhiều phiền phức, đôi khi khá nguy hiểm. Tiếng ồn ào của máy móc, bụi bặm và những mảnh vỡ đã rơi vào sân nhà là những món ăn chơi mỗi ngày. Giờ đây ngôi nhà bé nhỏ của ông đã lọt thỏm trong sự phát triển của khu thương mại dềnh dang. Như một chú bé tí hon trong lòng một người khổng lồ. Thân phận lép vế như vậy nhưng ông Orlando vẫn khẳng định sẽ không bao giờ bán đi "kho báu gia đình" này. Ông tâm sự: "Tôi không cảm thấy cô đơn trong căn nhà bé nhỏ này. Nó mang giá trị tình cảm nên nó vô giá!".

Ông Orlando không bán căn nhà "kho báu gia đình" của ông vì lý do căn nhà có linh hồn của nó. Tại Singapore cũng có hai vị anh hùng tử thủ khác ở một khu phát triển địa ốc. Dự án NoMa do công ty phát triển địa ốc Macly Group được tung ra thị trường vào năm 2023 ở Geylang. Nơi đây có một ngôi nhà cũ của ông Wu nhất định vẫn trơ gan cùng tuế nguyệt, không chịu di dời để công trường san bằng hầu có thể xây dựng các tòa chung cư mới. Ngôi nhà ương ngạnh này đã được báo chí Singapore đưa tin rầm rộ vào năm 2020. Theo tin tức được loan tải trên báo, ngôi nhà có sân thượng này có thể nhận được số tiền đền bù 4 triệu đô Mỹ. Khi công trình khởi động, họ che mái của ngôi nhà bằng tấm bạt lớn và dựng giàn giáo xung quanh. Bị ép đến tội nghiệp khiến hàng xóm không hiểu nổi tại sao chủ nhân không bán với cái giá hời như vậy. Các báo xúm tới xin phỏng vấn chủ nhân nhưng ông không tiếp. Cuối cùng, không chịu được bụi bặm và tiếng ồn, chủ nhân đã dọn qua ở chỗ khác. Căn nhà bị bỏ trống nhưng chủ nhà vẫn nhất định không bán. Khi các phóng viên tới thăm địa điểm này vào cuối tháng 3/2023, họ thấy căn nhà trên đường Guillemard nằm kẹt cứng giữa hai tòa chung cư mới.

Cách đó không xa, một chủ nhà khác họ Ngô cũng ương bướng như vậy. Ông cũng tử thủ nhất định không bán buôn chi cả. Ông này cho các phóng viên báo chí biết ngôi nhà là tài sản của người mẹ quá cố để lại. Ông ở trong căn nhà này với chị gái. Vì căn nhà có nhiều kỷ niệm với người mẹ mà ông thương mến nên không nỡ rời xa. Trụ lại ba năm từ khi công trường xây cất ồn ào và bụi bặm, căn nhà vẫn còn bể cá và lồng chim trước sân. Khi báo chí muốn phỏng vấn lại, ông từ chối vì muốn có quyền riêng tư. Ông nói: "Nếu hàng xóm của tôi muốn bán nhà của họ, đó là quyết định của họ. Làm sao bạn có thể kiếm được một căn nhà như thế này ở một vị trí tốt tại nơi nào khác?". Một cư dân trong khu vực nhận xét: "Trông căn nhà rất không hợp lý. Nó lỗi thời và không phù hợp với diện mạo của khu chung cư mới". Mặc ai nói ngả nói nghiêng, chủ nhà vẫn như kiềng ba chân. Cả hai chủ nhà vẫn chê tiền triệu. Câu cửa miệng thế gian: "Cái gì không mua được bằng tiền sẽ mua được bằng nhiều tiền" coi bộ vô duyên trong những trường hợp này.

Tại những xứ sở mà quyền tự do được tôn trọng tuyệt đối, tiền không mua nổi được một căn nhà, nói chi tới chuyện mua tiên. Bởi vậy nên họ không có dân oan!

07/2025

PICKLEBALL

Tôi chừ chỉ chơi thể thao trên ghế sa-lông, ngồi coi người ta chơi. Thứ tôi coi người ta chơi là *hockey, tennis* và đôi khi bóng tròn. Mình không còn khả năng thì coi người ta chạy nhảy cũng là một cách chơi. Cách chơi biết mình biết ta. Các ông bạn tôi cũng chơi như tôi. Có điều mỗi người chơi theo ý thích riêng của mình. Ông Hoàng Xuân Sơn, ông Luân Hoán cũng na ná như tôi. Nhưng ông Luân Hoán hơi ngả về bóng tròn. Ông Hồ Đình Nghiêm máu mê hơn. Ông sa đà vào bóng tròn. Thời gian vừa qua, ông coi giò coi cẳng các nữ nhân tranh giải bóng tròn thế giới FIFA một cách mê mệt. Ngày ngày ông bá cáo bà con trên Facebook tường tận về từng cặp chân vàng mà trắng, cô nào đá hay, cô nào chụp banh giỏi, ông rành như có họ hàng thân thiết. Chẳng cần ngồi coi, cứ vào Facebook của ông Hồ cũng biết diễn tiến mọi trận cho tới khi đội Anh quốc đoạt giải. Chúng tôi toàn một thứ ăn theo bước chạy bước nhảy của người khác như vậy. Chỉ có ông Trang Châu là thực sự oai hùng vác vợt tuần vài lần ra sân *tennis*. Sau khi bị mấy ông bác sĩ móc tim ông ra vá víu, ông vẫn anh dũng ra sân vụt banh túi bụi với trái tim không còn trinh. Tôi nể phục nên có lần hỏi về chuyện đánh banh của ông. Ông cho biết chừ ông chỉ đánh đôi. Ông chung sân với ai thì tôi không tò mò. Còn chuyện ông chạy tung tóe hay chỉ đứng đợi banh tới tay tôi cũng không hỏi nên không rành. Dù sao ông cũng là bậc…kỳ tài ăn đứt anh em chúng tôi. Dù thán phục ông bạn già, ông nhà văn này già hung, già hơn tôi, tuy ông chui ra khỏi bụng mẹ chỉ trước tôi có 5 tháng, tôi cũng thấy lo lo trong bụng. Già néo đứt giây, nhưng lo chi, dây chằng của ông Trang Châu thuộc loại bền bỉ.

Một cụm sân pickleball.

Vậy nên khi đọc báo *The Gazette of Montreal* thấy nói dân Montreal rất mặn mà với môn pickleball, tôi nảy ra ý giới thiệu với ông bạn môn thể thao mới này. Gọi là mới nhưng thực ra pickleball cũng già hung. Nó ra đời từ năm 1965 lận.

Mùa hè năm đó, tại Bainbridge Island, tiểu bang Washington, ba ông Joel Pritchard, Bill Bell và Barney McCallum đi chơi *golf*. Sau đó họ trở về nhà ông Pritchard. Cả nhà đang ngồi chơi chẳng biết làm gì. Trong nhà có một sân chơi *badmington* cũ nên Pritchard và Bell đi tìm vợt để chơi. Họ chỉ tìm được một chiếc vợt *badmington* nên lấy hai chiếc vợt đánh bóng bàn và một trái banh nhựa thủng lỗ, thứ đồ chơi của con nít, ra chơi. Họ chỉnh chiếc lưới *badmington* từ 1,5 thước xuống còn 90 phân. Banh nảy rất tốt trên sân nhựa. Tuần sau đó, ba người đánh qua đánh lại thấy rất vui và hấp dẫn. Họ chế ra luật dựa vào luật chơi *badmington* để cả gia đình đều có thể dễ dàng tham gia.

Sân *tennis* của ông bạn già Trang Châu dài 23,77 thước rộng 8,23 thước cho đánh đơn và 10,97 thước cho đánh đôi. Sân pickleball dài 13,4 thước và rộng 6,1 thước, tính ra chỉ hơn nửa chút đỉnh của sân *tennis*. Đổi từ chơi *tennis* qua pickleball là tiết kiệm được gần nửa sức lực chạy nhảy trên sân, nghe ra "lời" lớn!

Sân pickleball có một khu vực sơn màu khác, chạy ngang sát hai bên lưới gọi là *"non-volley zone"*, rộng 2,13 thước mỗi bên. Khi đứng trong khu vực này, các đấu thủ không được đánh trả khi bóng chưa chạm đất, dân chơi gọi là đánh *volley*. Khu vực này còn được gọi là *kitchen*. Tôi thắc mắc: kỳ thiệt, nơi đây có bếp núc chi đâu mà *kitchen*. Bèn vào hỏi ông ChatGPT. Ổng cười xòa không biết tại sao nhưng đưa ra một số giả thuyết: "*The kitchen* là biệt danh không chính thức nhưng phổ biến cho *"non-volley zone"* trong pickleball. Cách gọi này có thể bắt nguồn từ sự hài hước của người chơi, ảnh hưởng từ các môn thể thao khác như *shuffleboard*, hoặc đơn giản là để dễ nhớ và nhấn mạnh chiến thuật". Thứ trí tuệ thông minh nhất thế giới trả lời ầu ơ ví dầu như vậy thì biết vậy nhưng cục ấm ức vẫn chưa tan hết.

Ngăn đôi hai bên sân là chiếc lưới rộng 6,1 thước và cao 91,4 phân ở hai bên cột lưới. Khác với lưới *tennis* thẳng tắp giữa hai cột lưới, lưới pickleball không thẳng mà cong như một chiếc võng. Chiều cao ở hai bên là 91,4 phân trũng xuống ở giữa chỉ còn 86,4 phân. Điều này khiến các đấu thủ có thể đánh banh qua dễ dàng hơn ở khu vực giữa lưới, triển khai chiến lược dễ dàng hơn.

Mặt sân có thể bằng bê tông, nhựa hoặc các chất nhân tạo như *polymer* hoặc *acrylic*. Phần lớn các sân chơi chuyên nghiệp làm bằng các chất nhân tạo.

Đó là phần sân bãi, coi bộ dễ dàng hơn sân *tennis* vì kích thước nhỏ hơn. Đấu thủ của pickleball cần có vợt đánh. Vợt chơi pickleball không có lưới như vợt *tennis* mà tương tự như vợt chơi bóng bàn tuy kích thước lớn hơn. Thực ra vợt chơi bóng bàn không bị ràng buộc vào kích thước hoặc hình dạng nhưng các đấu thủ thường dùng vợt có mặt rộng 15 phân và mặt dài 15,7 phân, tay cầm dài 10 phân. Vợt pickleball rộng 20,32 phân, dài 43,18 phân. Chất liệu vợt có thể làm bằng gỗ, *composite* hoặc *carbon*.

Banh pickleball được làm bằng nhựa, có các lỗ nhỏ để giảm bớt độ ma sát khi di chuyển trên không, đường kính từ 7,3 phân đến 7,8 phân, nặng từ 22 gram đến 26 gram. Có hai loại banh: banh dùng ngoài trời có ít lỗ hơn để chịu được sức gió, banh đánh trong nhà có nhiều lỗ hơn để di chuyển chậm

Vợt và banh pickleball.

và ổn định hơn.

Bắt đầu một ván chơi, đấu thủ giao banh phải đứng sát vạch biên cuối sân. Điều này giống như giao banh khi chơi *tennis*. Nhưng có một điều khác biệt quan trọng. Giao banh trong môn *tennis,* đấu thủ ném banh lên cao và vụt mạnh trong khi giao banh trong pickleball phải giữ banh dưới thắt lưng. Như vậy giao banh không có những cú *ace* như trong *tennis* để đảm bảo tính công bằng khi giao banh. Điều này đúng vì trong *tennis*, nhiều đấu thủ có cú giao banh mạnh và nghề hơn đối phương ảnh hưởng tới kết quả trận đấu.

Pickleball là một môn thể thao tương đối mới so với các môn khác tự nhiên trở thành một thứ *hot* nhất trên khắp thế giới. Lóng rày tôi nghe đâu đó câu đại khái: "Bấy nhiêu chưa đủ một vé chơi pickleball!". Không biết từ hồi nào người ta lấy vé chơi pickleball làm đơn vị tiền tệ. Điều này chứng tỏ pickleball phổ quát đến thế nào. Một dân Montreal, bà Dominique Hamel, 58 tuổi, nói với phóng viên báo The Gazette Montreal: "Cả đời tôi chơi thể thao đủ bộ môn. Nhưng pickleball thật đặc biệt. Như có cái chi móc cứng tôi ngay từ lần đầu chơi môn này. Và tôi không phải là duy nhất". Không chỉ người già chơi môn thể thao tương đối nhàn hạ này nhưng ngay giới trẻ cũng say mê pickleball. Hình như môn này có chất ma túy chi đó. Bà Hamel cho hay là nhiều sân *tennis* đã kèm theo sân pickleball nhưng số cung vẫn thua xa số cầu. Bà Valerie Lapointe cho đây là một môn chơi gia đình. Bà cho biết thoạt đầu bà rất lơ là với pickleball. "Ngay tại phía sau nhà tôi có một sân pickleball, tôi coi họ chơi nhưng chưa bao giờ có ý chơi thử vì coi đó là thứ tôi không thể thích được. Nó chỉ dành cho người già! Nhưng sau một chuyến qua Mỹ chơi, cả nhà tôi say mê trò mới này. Một môn chơi rất trẻ trung, năng động, có tính cộng đồng nên gia đình tôi dễ dàng bị nó chinh phục". Dân Montreal chúng tôi, già trẻ lớn bé, trai gái đổ xô nhau đi học chơi pickleball. Bà Jordann Vigna, một huấn luyện viên môn thể thao quyến rũ này đã bị quá tải. Mỗi tuần bà phải dạy cho khoảng 40 người tại lớp riêng của bà và khoảng 100 người khác tại Centre Pickle's Academy. Bà nói : "Trình độ nào cũng thấy hứng thú. Hình như họ bị nghiện hết!". Ông Richard Gontarski, 54 tuổi, đã chơi pickleball được 5 năm, giờ mỗi tuần vẫn chơi khoảng từ 4 tới 6 lần cho biết bạn chơi với ông đã bỏ quần vợt, *badminton, squash* hoặc *racquetball* qua chơi pickleball. Ông nói: " Nó quá gây nghiện, càng chơi càng thấy say mê khiến không buông nó được. Đã tới chơi là thấy thú vị. Môn chơi này thiệt *fun*, lại có tính xã hội, cách chi cũng vui được hết!".

Giao banh dưới thắt lưng.

Không cứ ở Montreal chúng tôi, nơi nào có bóng dáng pickleball đều gây sốt như vậy. Nó cứ từ từ đi vào lòng người. Theo "tiểu sử" chính thức, pickleball cứ tuần tự tiến tới. Ba ông Joel Pritchard, Bill Bell và Barney McCallum bày đặt ra môn này vào năm 1965, hai năm sau sân pickleball đầu tiên được hoàn thành tại nhà ông Bob O'Brian, hàng xóm của ông Joel Pritchard. Một tổ hợp được thành lập vào năm 1972 để bảo vệ quyền sáng tạo của môn thể thao mới. Ba năm sau, báo The National Observer viết một bài về pickleball, "môn thể thao dùng vợt mới nhất của Mỹ". Mùa xuân năm 1976, cuộc thi đấu pickleball đầu tiên được tổ chức tại South Center Athletic Club ở Tukvila, tiểu bang

Washington. Năm 1978, cuốn sách nói về pickleball *"The Other Raquet Sports"* được xuất bản. Năm 1984, Liên Đoàn Pickleball Tài Tử Hoa Kỳ (*The United States Amateur Pickleball Association)* được thành lập. Một ngàn cây vợt làm bằng chất tổng hợp đầu tiên được ông Arlen Paranto, kỹ sư của hãng Boeing, hoàn thành.

Đà phổ biến của môn thể thao hấp dẫn và mới mẻ này khiến nó có mặt trên khắp 50 tiểu bang của Mỹ. Năm 2001 pickleball có mặt trong Thế Vận Hội Arizona Senior Olympics với 100 đấu thủ tham dự. Năm 2003, môn này được thi đấu tại Huntsman World Senior Games tổ chức hàng năm tại St George, tiểu bang Utah. Năm 2005, Hiệp Hội Pickleball Hoa Kỳ (*USA Pickleball Association),* viết tắt là USAPA, được thành lập thay thế hội Tài tử *US Amateur Pickleball* cũ. Pickleball nhích lên một nấc quan trọng. Năm 2008 cuốn luật chơi Pickkleball chính thức *"USA Picketball Association Official Tournament Rulebook"* được phát hành. Tới thời điểm này đã có 420 địa điểm trên 43 tiểu bang Hoa Kỳ và 4 tỉnh bang Canada thiết lập được 1500 sân chơi công cộng. Đó là không kể nhiều sân chơi tư gia khác. Năm này cũng là lần đầu tiên đài ABC chỉ dẫn cách chơi pickleball. Một năm sau, năm 2009, Giải quốc gia USAPA được tổ chức tại Buckeye, tiểu bang Arizona, quy tụ 400 đấu thủ đến từ 26 tiểu bang Mỹ và một vài tỉnh bang Canada. Năm 2010, khi pickleball đã lan tỏa tại nhiều nơi trên thế giới, USAPA thành lập Liên Đoàn Quốc Tế Pickleball (*International Federation of Pickleball),* viết tắt là IFP. Năm 2013 Liên Đoàn có 4.071 hội viên và chỉ hai năm sau, con số này đã vượt quá 10 ngàn, rồi lên tới hơn 17 ngàn vào năm 2016, 22 ngàn vào cuối năm 2017, hơn 30 ngàn vào năm 2018, 40 ngàn vào năm 2019 và 70 ngàn vào năm 2023. Cuối năm 2015 đã có 12.800 sân chơi. Năm 2016 tại giải *US Open Picketball Championships*, trận đấu đầu tiên được CBS Sports Network trực tiếp truyền hình. Khán giả coi các trận pickleball tại Bắc Mỹ lên tới 3,3 triệu vào năm 2019.

Từ khi có các tổ chức như Hiệp Hội Pickleball Hoa Kỳ USAPA và Liên Đoàn Quốc Tế Pickleball IFP các giải thi đấu đã được tổ chức quy mô. Từ ngày 9 đến 13/10/ 2024 vừa qua, tại Las Vegas đã có giải *Las Vegas Pickleball Tournament 2024*, quy tụ 32 đấu thủ hàng đầu thế giới. Trong số này có một người Việt Nam là em Quang Dương, tên đầy đủ là Dương Thiên Quang, 18 tuổi, cha và mẹ đều là dân Việt chính cống. Ngay từ nhỏ , Quang Dương đã say mê chơi *tennis* và bóng bàn. Năm 2020, em coi một trận pickleball chuyên nghiệp trên truyền hình và kết với môn này ngay. Em say mê chơi và bộc lộ năng khiếu, giành nhiều giải thiếu niên, chơi giỏi tới mức được gọi là "thần đồng" pickleball. Em đã đứng hạng 7 thế giới trong bảng xếp hạng của PPA Tour. Trong giải *Las Vegas Pickleball Tournament 2024*, em đã vượt tất cả các đối thủ sừng sỏ nhất thế giới để lên ngôi vô địch. Nhưng tiếc thay, tài năng trẻ này đã vi phạm hợp đồng khi tham dự một giải thi đấu tại Việt Nam mà hiệp Hội Pickleball Hoa Kỳ (UPA) chưa phê duyệt. Số tiền phạt lên tới 50 ngàn đô và đình chỉ tham gia một giải PPA Tour và một trận *Major League Pickleball* (MLP). Nhưng Quang Dương vẫn tiếp tục vi phạm các điều khoản độc quyền nên đã bị chấm

Quang Dương lên ngôi vô địch ở giải Las Vegas Pickleball Tournament 2024.

dứt hợp đồng với UPA vào tháng 7 năm 2025!

Từ năm 2018, dân Việt ở trong nước cũng bị cuốn theo sức hút khó cưỡng nổi của pickleball. Trước hết, đây là một món chơi…rẻ tiền. Chỉ tốn khoảng từ vài trăm ngàn tới 1 triệu là sắm đủ giầy, vợt, banh để ra sân. Ông Ngô Ích Quân thuộc Cục Thể Dục Thể Thao phát biểu về sự phát triển pickleball tại Việt Nam. " Pickleball vừa dễ chơi lại tăng cường sức khỏe. So với các môn như *tennis*, cầu lông hay bóng bàn, người chơi cũng phải đốt một khối lượng calo tương đối với môn thể thao này. Muốn chơi tốt, các vận động viên phải thường xuyên rèn luyện cả về kỹ thuật và thể lực. Pickleball đang tạo nên cơn sốt, nhưng không phải mọi thứ đều tích cực. Do phong trào pickleball chủ yếu tự phát, nên thời gian qua xuất hiện nhiều hình ảnh không phù hợp về trang phục của người chơi, đặc biệt là với các các bạn trẻ. Nhiều *"hot girl"* cầm vợt ra sân chủ yếu chỉ để làm hình ảnh, khoe cơ thể… Đây là mặt trái của bất cứ môn thể thao nào, không riêng gì pickleball". Picketball tại Việt Nam đang dần đi vào quy củ để trở thành một môn thể thao chính thống.

Pickleball đã phổ biến sâu rộng tới nhiều tầng lớp dân chúng tại hầu hết các quốc gia trên thế giới vì sự giản dị nhưng rất hấp dẫn của nó. Tuy nhiên môn chơi phổ thông này chưa được Ủy Ban Thế Vận Hội công nhận nên chưa có những giải quốc tế quy mô. Tuy nhiên đây có lẽ chỉ là vấn đề thời gian. Khi đó, dân thể thao sa lông như tôi và các bạn văn già sẽ có thêm trò mới để ngồi rung đùi trước ly bia theo dõi. Khi đó, không biết ông Trang Châu có còn vác nổi vợt ra sân không hay cũng tham gia vào giới quý tộc như chúng tôi. Chỉ có thời gian mới trả lời được!

08/2025

PX: TỪ HÀN TỚI VIỆT

Trong thời làm báo tại Sài Gòn trước 1975, tôi có vài lần được theo phái đoàn báo chí vào thăm các doanh trại quân Đại Hàn đóng tại Việt Nam. Hồi đó quân đội Đại Hàn chịu khó làm "dân vận" lắm. Đóng quân ở địa phương nào họ đều có những buổi tiếp tân các cấp chỉ huy Việt Nam tại địa phương đó. Báo chí là thứ mà họ cần nịnh nọt chút đỉnh để có những bài báo có lợi cho hình ảnh của họ tại Việt Nam. Cuộc thăm viếng được đãi đằng hết sức trịnh trọng và phong phú. Dĩ nhiên kim chi là món ăn không thể thiếu để quảng bá ẩm thực xứ…kim chi. Sau bữa ăn là tiết mục đi thăm PX *(Post Exchange)* trong căn cứ. Các ký giả rất chú ý tới tiết mục quan trọng này nên anh nào cũng thủ một ít đô la đỏ trong túi. Tôi nhớ chẳng nhiều nhặn chi, chỉ vài chục đô. Với số tiền lép kẹp như vậy, chỉ mua được vài thứ lặt vặt mà hộp quẹt Zippo là thứ được ưa chuộng nhất.

PX là thứ quen thuộc với quân đội Đại Hàn, kể từ năm

1952 trong chiến tranh Triều Tiên. Những PX ban đầu chịu ảnh hưởng của quân đội Mỹ và mang nhiều tên khác nhau: PX của Lục Quân, BX của Không Quân, *Port Exchange* của Hải Quân. Sau nhiều lần thay đổi, từ năm 2010, các tên gọi riêng lẻ cho từng quân chủng được thống nhất dưới cái tên "Phúc Lợi Quốc Quân" nhưng các binh sĩ vẫn quen miệng gọi là PX. PX dĩ nhiên có giá rẻ vì không phải chịu thuế, không tốn tiền thuê mặt bằng và nhân viên toàn lính nên không phải trả lương. Mới đây, từ năm 2025, tại Ilsan, Goyang, mới có một PX quy mô theo hình thức mới như một trung tâm thương mại, rộng tới 3.300 thước vuông, có nhiều mặt hàng và dịch vụ hành chánh. Mô hình này dự trù sẽ được mở rộng trên toàn quốc mà khách hàng không chỉ là các binh sĩ mà còn công chức quốc phòng, quân nhân dự bị, học viên sĩ quan, người có công và gia đình của họ.

Khi các PX của Mỹ được thành lập tại Việt Nam vào năm 1965 thì các trưởng cửa hàng là người Đại Hàn và Phi

Quầy hàng trong PX của quân đội Hàn quốc tại Đại Hàn.

Luật Tân vì họ đã có kinh nghiệm điều khiển các PX tại nước họ và tiền lương rẻ hơn nếu thuê các trưởng cửa hàng người Mỹ. Việc thất thoát hàng PX ra ngoài có sự tiếp tay rất lớn từ các trưởng cửa hàng này. Ký giả Lederer, William J. viết trên báo Der Spiegel, số ra ngày 28/10/1968, như sau khi tới Việt Nam nghiên cứu về PX của quân đội Mỹ: *"Với chính mắt mình, tôi đã nhìn thấy người Phi Luật Tân và Nam Hàn trong quân phục dỡ thịt hộp và nước trái cây xuống trước khách sạn Continental từ một chiếc xe tải quân đội vào lúc 6 giờ sáng như thế nào. Trên thực đơn của khách sạn Continental có món "Đồ hộp Mỹ". Nếu như người ta gọi nước ép cà chua vào lúc ăn sáng, thì người bồi bàn sẽ mang ra một cái lon nhỏ còn dấu của kho hậu cần Mỹ: mười cent. Trong thời gian ở Sài Gòn, tôi đã quan sát thấy bốn lần chiếc xe tải đầy cung cấp thực phẩm từ cửa hàng PX và kho hậu cần cho khách sạn Continental như thế nào. Hầu như không có quán rượu nào ở Sài Gòn mà không bán rượu từ kho hàng Mỹ. Trong lúc khảo sát các cung cách làm ăn PX này, tôi xin được phỏng vấn một trong số các sĩ quan chịu trách nhiệm. Tôi được phép – với một viên đại tá và dưới điều kiện là tôi sẽ không trích dẫn trực tiếp ông ấy. Hệ thống PX, ông ấy nói, nhận trên 5000 phụ nữ người Việt vào làm việc, vì đấy là nghĩa vụ của Hiệp Chúng Quốc Hoa Kỳ, đào tạo cách thức bán hàng cho những người phụ nữ này. Sau khi chiến tranh chấm dứt, họ sẽ làm việc trong các cửa hàng Việt Nam như những người đã học nghề buôn bán và qua đó có thể giúp phát triển nền thương mại của đất nước này. Lời giải thích này là vô lý đối với tôi. Mỗi một cửa hàng mà được điều hành như PX thì chắc hẳn sẽ bị phá sản ngay. Viên đại tá tiếp tục, PX nhận nhân viên bán hàng người Việt và trưởng cửa hàng người Hàn Quốc và Phi Luật Tân, vì họ rẻ tiền hơn là người Mỹ – và vì người Phi và người Hàn Quốc đã có kinh nghiệm với PX ở Seoul và Manila rồi".*

Trụ sở PX tại Chợ Lớn.

Tại Sài Gòn có hai cửa hàng PX Mỹ. Một tại đường Tự Do, bên hông khách sạn Majestic, một tại Chợ Lớn trên đường Nguyễn Tri Phương, gần Ngã Sáu. Cũng trong bài báo này, ký giả Lederer, William J. đã đích thân tới PX Chợ Lớn trước giờ mở cửa để quan sát. Ông thấy có hai lính Mỹ, quần áo trận còn bám bụi tới mua hàng. Ông ghi lại: *"Tò mò, muốn xem hai người lính từ mặt trận mua gì trong PX, tôi đứng xếp hàng ở phía sau họ. Cả hai người lính đến từ một trạm hẻo lánh của nhóm thông tin ở sau Pleiku; họ muốn mua một tủ ướp lạnh, cho thức uống lạnh và sandwich. Họ kể lại cho tôi nghe họ đã chuẩn bị những gì để mang chiếc tủ ướp lạnh lên máy bay, và viên sĩ quan của bộ phận phục vụ quân đội đã phát hiện những cái tủ ướp lạnh đã về đến Sài Gòn vào ngày hôm qua như thế nào. Khi những cánh cửa của gian hàng PX mở ra và các người lính đó đến lượt mình thì không còn tủ ướp lạnh nữa. Đợt hàng về vào trưa ngày hôm qua; lúc đóng cửa thì tất cả các tủ ướp lạnh đã được bán xong. Mười hai trong tổng số 16 tủ ướp lạnh, theo tôi biết, đã được bán cho lính Phi Luật Tân và Hàn Quốc. Nhưng làm sao mà người Phi Luật Tân và Hàn Quốc lại biết có tủ ướp lạnh và có thể mua chúng nhanh đến như thế? Câu trả lời lại hết sức đơn giản: quân đội Mỹ, nhà điều hành cửa hàng PX ở Sài Gòn, đã nhận người Phi Luật Tân và Hàn Quốc làm trưởng cửa hàng. Khi một món hàng được ưa thích về đến, những người này báo tin cho bạn bè người Hàn Quốc và Phi Luật Tân của họ".*

Vậy là tủ lạnh từ PX di chuyển ra đường Huỳnh Thúc Kháng. Ngày đó tại Sài Gòn chợ trời đồ Mỹ từ PX ra có ba chỗ: khu Nguyễn Thông và Kỳ Đồng bán thực phẩm, đồ hộp và đồ dùng lặt vặt, đường Huỳnh Thúc Kháng bán máy móc và đồ điện tử, khu Dân Sinh bán đồ quân trang quân dụng và kìm búa đủ loại. Khu đông đảo nhộn nhịp nhất là khu Nguyễn Thông – Kỳ Đồng với đủ thứ đồ hộp Mỹ và các phần ăn *Ration-C* của quân đội Mỹ. Sao ngày đó thứ chi của Mỹ cũng ngon và lạ, từ thanh *chocolate* tới miếng bơ hay pho-mát. Các chợ trời này có đủ các thứ mà PX có hoặc không có: rađiô bán dẫn, chăn, máy nướng *toast*, máy trộn, đồng hồ đeo tay và những loại đồng hồ khác, bút mực, thuốc điếu, thuốc lá, áo sơ mi, máy truyền hình, máy chụp ảnh, phim, hàng vệ sinh, dược phẩm, đồ lót phụ nữ, tất, nhiều loại rượu mạnh ngon nhất của Mỹ. Thuở đó cứ có thời giờ rảnh là tôi lại la cà tới nơi hấp dẫn này. Sau ngày Sài Gòn đổi chủ, ngôi chợ trời này vẫn nhộn nhịp. Có lần, khoảng cuối thập niên 1970, tôi gặp anh bạn Nguyễn Tường Đằng tại đây. Hai đứa nhìn nhau ngao ngán, anh ngôn: "Đáng lẽ mình phải thuộc diện gửi đồ về đây chứ không phải diện đi mua đồ như thế này". Điều khá vui là trước đây ông bạn này trông coi siêu thị Nguyễn Du của Tổng Cục Tiếp Tế chuyên bán đồ giá rẻ cho quân nhân công chức, một kiểu giống cửa hàng "Phúc Lợi Quốc Quân"của Đại Hàn.

Các chợ bán đồ Mỹ này là mặt nổi của giới buôn bán đồ

Chợ trời hàng PX trên vỉa hè Sài Gòn.

PX, mặt chìm nằm trong các căn nhà lộn xộn tuốt trong các ngõ hẻm tại các khu bình dân. Giá cả những nơi "thầm kín" này nới hơn tại các chợ trời. Có lần tôi muốn mua một máy hát chạy băng Akai được một ông anh họ dắt tới nhà một cô vợ hờ của lính Mỹ tại khu Lăng Cha Cả. Vào nhà là cả một cái PX thu nhỏ, tôi dễ dàng mua được máy với giá rẻ hơn là giá của chợ Huỳnh Thúc Kháng. Anh nhà báo Ledeler William J. muốn mua một bộ quân phục Mỹ với áo quần mũ mãng và giầy bốt đủ bộ để mặc khi theo binh sĩ đi hành quân. Anh hỏi viên sĩ quan liên lạc báo chí của cơ quan JUSPAO *(Joint United States Public Affairs Office)* và được ông này cấp cho một giấy phép mua quân phục tại PX. Tại khu bán quân phục của PX Chợ Lớn, anh đưa giấy giới thiệu cho người bán hàng và được trả lời: "Từ nhiều tháng nay chúng tôi đã không còn quân phục và giầy ủng đi rừng nữa". Ký giả Ledeler hỏi chừng nào có hàng về và nhận được cái nhún vai và hai tay giơ lên trời của người bán hàng. Trở về JUSPAO, ông sĩ quan liên lạc cũng giơ tay lên trời và khuyên nên ra mua ở chợ đen: "Có thể ông sẽ phải trả hơn vài đô nhưng bù vào đó thì bao giờ họ cũng có đầy đủ mọi thứ với tất cả kích cỡ". Vậy là ông ký giả cứ chợ trời thẳng tiến. Một bà bán hàng hỏi muốn kiếm thứ chi, anh ký giả cho biết thứ muốn mua. Bà trả lời ngay: "Chúng tôi có đủ quân phục – mũ, quần, giầy, áo, tất cả những gì ông cần. 4800 đồng hay 30 đô-la". Người đàn bà chỉ vào thằng nhỏ đứng bên cạnh: "Ông đi theo thằng bé này và trả tiền khi nhận được hàng". "*Đứa bé dẫn tôi đi dọc theo con đường vào một cửa hàng có bày bán bình bằng đồng ở cửa sổ. Một người đàn ông già lạch cạch với những hạt của một cái bàn tính. Ông già lặng lẽ dẫn tôi đi qua cửa sau của cửa hàng, qua một sân trong vào một hành lang có mùi hôi của rau cải thối, và rồi lên hai cái cầu thang tối tăm cũng như hôi thối vào trong căn gác của một ngôi nhà khác. Người đàn ông già hỏi số đo của tôi và rồi mang ra cho tôi bộ quân phục và giày ủng như ý muốn. Sau đó, cũng vào tối hôm đấy, tôi nói chuyện với một người bạn cũ, người mà tôi muốn gọi là Tran Trong Hoc (và người mà tôi sẽ tường thuật thêm về anh ấy sau này), về chợ đen. "Cái mà anh thấy thì chẳng là gì cả", anh ấy nói. "Anh hãy đi xe ra bờ biển và xem những người buôn bán lớn hoạt động. Toàn bộ chính phủ Nam Việt Nam đều có dính líu vào những thương vụ này." "Cả người Mỹ nữa? "Nhiều người đã trở thành triệu phú ở đây – giống y như thời trước, khi quân đội Mỹ chiếm đóng Nhật và Đức. Điều đấy thì anh có thể tin tôi; vì số mua bán chợ đen ở Việt Nam hàng năm là vào khoảng mười tỉ dollar – tính bằng hàng hóa Mỹ và bằng tiền. Nếu không có sự âm thầm đồng ý của người Mỹ thì những thương vụ này không thể nở rộ được – nếu thế thì không thể." Tôi không trả lời".*

Lịch sử của PX bắt đầu từ năm 1880 với cửa hàng đầu tiên được thành lập tại Vancouver Barracks ở tiểu bang Washington. Năm đó Đại Tá Henry Morrow, Chỉ Huy Trưởng Trung Đoàn Bộ Binh 21, cho mở một căng-tin nhỏ cho binh sĩ để họ khỏi phải ra mua ở ngoài. Nhưng mãi tới năm 1941, Bộ Chiến Tranh mới chính thức chú trọng vào việc lập ra các *"Army Exchange Service"*. Sau đó các dịch vụ này mới được thành lập tại Phillippines, Iceland, Ấn Độ,

Đồ điện tử tại chợ trời Huỳnh Thúc Kháng.

Miến Điện và Trung Hoa trong Thế Chiến I và II. PX tại Đại Hàn được lập ra tại đất nước này khi có chiến tranh Triều Tiên. Từ năm 1966, các PX mới dần dần được triển khai tại các tỉnh có quân đội Mỹ đồn trú ở Việt Nam. Ông Ramon L. Alamo Hermandez, người Mỹ gốc Puerto Rico là người chuyên chở hàng hóa cho PX, viết lại trong một cuốn sách ghi nhận những cảm xúc và kỷ niệm của các cựu quân nhân Mỹ trong thời chiến tranh Việt Nam: *"Tôi đến miền Nam Việt Nam năm 1969 phục vụ ở Sư đoàn Kỵ binh số 1 với công việc vận chuyển hàng hoá PX đến các đồn trú quân Mỹ mỗi tuần hoặc hai tuần bằng máy bay vận tải trực thăng. Cứ đến kỳ lãnh lương trong tháng là chúng tôi bay hết căn cứ này đến căn cứ nọ. Bọn lính tráng thích mua bia và các vật dụng cá nhân. Bia rẻ lắm chỉ có $2.40 một thùng 24 lon, và còn gì thích thú bằng sống ở một nơi nóng bức, được tha hồ uống bia ướp lạnh, ăn phô mát con bò cười. Tôi làm nhiệm vụ chở hàng PX nhiều lần đến các căn cứ nhưng lần đầu tiên tôi mua hàng PX ở Việt Nam là một chiếc máy chụp ảnh lấy liền Polaroid, những lần sau đó tôi mua cả dàn loa Sansui và* *đầu băng từ hiệu Akai gởi về quê nhà. Hàng PX bán ở Việt Nam có giá rẻ hơn ở Mỹ để phục vụ đời sống lính chiến đấu nên chúng tôi mua sắm thả ga. Thậm chí hàng PX có bán xe hơi, có người môi giới cho tôi mua vận chuyển về quê nhà ở Puerto Rico".*

Trong hệ thống cửa hàng PX có khoảng 5 ngàn phụ nữ người Việt đứng bán hàng. Họ là những người bản xứ nên dễ bị bắt nạt. Việc tuồn hàng từ PX ra ngoài chủ yếu do những người có chức có quyền gồm người Mỹ, các người Đại Hàn và Philippines cấu kết với các con buôn thứ bự người Việt tạo ra. Tôi nhớ ngày đó có dư luận trên báo chí về việc thầu đổ rác. Các xe đổ rác từ trong các PX ra thường có giấu trong xe những thùng đồ còn nguyên vẹn. Phải có tay trong tay ngoài những chuyến xe này mới trót lọt ra ngoài được. Phần khác là các quân nhân Mỹ không chỉ mua hàng để dùng mà còn mua hàng ra cho bồ bịch và gia đình cùng hàng bán cho con buôn kiếm lời. Những đường dây tuồn hàng này mới đáng kể. Nhưng số phụ nữ bán hàng người Việt này có thời đã chịu cảnh làm con dê tế thần cho tệ nạn lấy cắp hàng. Ban Giám đốc PX tại nhiều cửa hàng có lúc đã tổ chức khám xét những phụ nữ này khi họ tan ca ra về. Họ phải dọa sẽ đoàn kết đình công nếu việc vi phạm nhân phẩm của họ còn tiếp diễn khiến việc kiểm tra này phải chấm dứt. Phải công minh mà nói chuyện giấu hàng mang ra ngoài của các phụ nữ này cũng có nhưng so với các tổ chức quy mô tuồn hàng công khai hoặc trong những xe rác thì thấm tháp vào đâu. Tác giả Trang Nguyên đã cho biết: "Có lần tôi đến thăm người bạn vừa mới có thân nhân sang định cư theo diện làm sở Mỹ.

Bà chị của người bạn này trước đây từng làm nhân viên bán hàng PX ở Chợ Lớn. Hỏi về chuyện hàng hóa tiêu dùng ở chợ trời và việc nhân viên bán hàng PX thời ấy "làm ăn" ra sao, chị đáp: "Có con chuột nào sống trong kho gạo mà không ăn gạo bao giờ!".

12/2025

SỢ CON GÌ

Trên Facebook tôi thấy có một cái *status* ngồ ngộ của NA Tím Trương nhan đề "Sợ Con Gì". *"Xin hỏi, lúc con gái, tụi mình, sợ con gì nhứt? Sợ gì mà tới nỗi cầm lên là tay chân run lẩy bẩy, mặt mày đỏ bừng, tăng xông máu, rồi thì... ngã lăn cái đùng đo sàn nhà! Bạn nào sợ con chuột, con gián, con thằn lằn... thậm chí là con rắn (thường nhứt nhe) thì đương nhiên là sẽ có câu trả lời thật chính xác luôn. Còn tui á, cái con mà tui sợ nhứt, cầm lên là tái mét mặt mày, tim đập thình thình như trống trường làng tui, rồi ngã lăn quay chết giấc, đố bạn biết? Thôi, từ từ kể"*.

Đọc vô đề như vậy đã thấy tò mò muốn nghía vô coi bà này sợ con gì. Một bà bạn của tôi, con gì cũng sợ. Có lần chúng tôi rủ nhau đi bộ trong *park*, thấy bà cứ rú liên hồi chạy vội ôm lấy ông chồng. Nhìn ra thấy con sóc nhảy từ cây xuống, con chim bồ câu lừ đừ từ trong bụi bước ra bả cũng sợ. Không biết có phải vì sợ liêng chiêng như vậy không mà năm nào bà cũng vào nhà hộ sinh. Từ từ rồi tác giả Tím Trương cũng he hé kể một cách nhẩn nha. Chuyện hồi nẳm, từ nửa thế kỷ trước, bà học ở Gia Long, sau những năm khổ sở thi cử, bà đậu xong Tú Tài 2. *"Xong cửa ải trung học là con đường đại học thênh thang, tự do lựa chọn. Trường nào phải thi là ngất ngư con tàu đi. Lại cái cảnh "chen vai thích cánh", ganh đua với những bộ óc tú tài hai... tới điểm hẹn mịt mù. Tui thở ra, tính chọn trường nào khỏe khỏe dễ thở chút thì nhà trường rao học bổng của phu nhân Tổng Thống Nguyễn Văn Thiệu, chọn hai ngành điều dưỡng, y tá nếu chỉ có Tú Tài 1, và gây mê nếu có Tú Tài 2. Tui chọn liền không suy nghĩ ngành gây mê vì ...khỏi thi gì hết, chỉ cần khám sức khỏe và nộp tờ giấy bảo đảm của mấy bác ở Tổng Nha Cảnh Sát Quốc gia ký cho, gọn bân à nhe. Theo đúng tinh thần học bổng, ra trường sinh viên sẽ làm việc ở bịnh viện Vì Dân đang xây dựng, báo chí Sài Gòn viết sẽ là bịnh viện tối tân nhứt vùng Đông Nam Á. Lúc đó cô nữ sinh còn đầy mộng mơ, tắm gội bằng những áng văn chương bay bổng ngoài việc học. Tui mê nhân vật Clara trong cuốn Dr. Zhivago. Tưởng tượng tưởng voi... tới khung trời thơ mộng có thiên thần áo trắng, làm nữ cứu thương nơi chiến trường. Ngoài việc "thấy" chiến tranh trên báo chí, tui chưa từng có người yêu là lính. Nhút nhát như tui, quanh năm suốt tháng miệt mài với trường lớp, thế giới quanh tui toàn là màu hồng thơ ngây với mấy đứa bạn gái cùng lứa, mơ trên mây và mộng trên cây thì biết gì tới chiến tranh, máu đổ và tính mạng treo trên sợi chỉ của những người lính ngoài mặt trận (hối hận lắm)".*

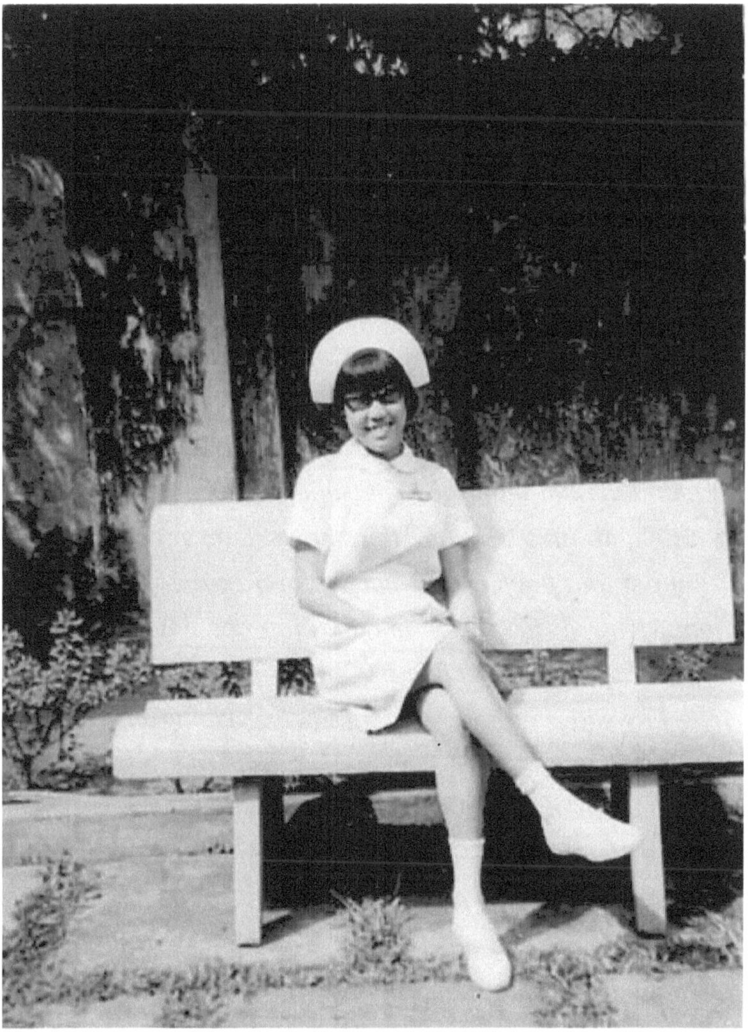

Học viên y tá gây mê Trương Ngọc Anh.

Trường nằm trên đường Trần Hoàng Quân, ở khu vực Ngã Sáu. Những tháng đầu học lý thuyết, từ lấy máu, xét nghiệm máu, đếm bạch huyết cầu, hồng huyết cầu, huyết thanh tới cách trải tấm *drap* giường, luật lệ, phép tắc nghề nghiệp và dĩ nhiên, triệu chứng và chữa chạy các loại bệnh. Hết phần lý thuyết tới phần thực hành. *"Tuy là thực hành, nhưng chỉ làm trên búp bê nhựa chớ chưa được đụng vô da người đâu. Hai búp bê được ông thầy bưng ra, là cơ thể nam và nữ, trần trụi, cao to, vóc dáng y chang người thiệt nhe. Tui nhìn có chút hoảng sợ. Tụi tui được thực tập trên hai búp bê giống y như thiệt này, tất cả những bài lý thuyết đã học, bây giờ cùng hành. Tui mắt nhắm mắt mở, cặp kiếng cận như hơi mờ đi chắc bốc hơi từ thân thể đang nóng dần, làm theo ông thầy hướng dẫn. Lần đầu tiên trong đời thiếu nữ, tui nhìn thấy hai thân thể trần truồng, che che, đậy đậy, mở ra từng chỗ, từng phần để thực hành. Làm xong phần phụ nữ thì bắt qua phần cơ thể nam. Ai nấy mặt đỏ bừng bừng, không riêng gì tui đâu. À, nhắc lại lớp học này toàn là con gái mà thôi. Tui nghĩ chắc trường họ chia ra nam, nữ học riêng hay sao đó. Mà lúc đó mình cũng không thắc mắc gì hết. Tới phiên tui, phải lau chùi cái...đó. Trời đất thánh thần ơi. Nhà tui toàn chị em gái. Ba mất sớm, thằng em độc nhứt chưa tới 10 tuổi thì lúc nào cũng quần cũng áo. Nói thiệt tình từ nhỏ cho tới lúc đó, tui chưa từng thấy cơ thể đàn ông (có thấy là xong đời rồi). Quen bạn trai, thì cũng ít khi nào ngó tận mặt, nắm tận tay, câu "nam nữ thụ thụ bất thân" ăn sâu trong óc. Mà thời đó, ở trường không bao giờ thầy cô dạy về thân thể con người với những "bộ phận kín". Mình chỉ được học tứ chi, tim gan phèo phổi của động vật mà thôi, cho nên mới xảy ra cớ sự. Khi ông thầy kéo tấm khăn đậy "chỗ đó", ra lịnh... làm, tui vừa cầm lên là xây xẩm mặt mày, rồi tui ngã lăn quay ra giữa lớp. Bất tỉnh nhân sự luôn".*

Sau tai nạn, tác giả vẫn bám trụ qua các kỳ thi, cho tới khi lớp học được đưa qua Tổng Y Viện Cộng Hòa, thực tập trên bệnh nhân thật. *"Được vài bữa, tui rón rén ngồi bên Má, thỏ thẻ: 'Con học hổng được Má ơi'. Má hỏi: 'Sao vậy?'. Tui né né: 'Con sợ ... ma'. Bạn bè hỏi, tui đỏ bừng mặt: 'Tui sợ ... máu'. Bạn bè la : 'Trời ơi! Học gây mê mà sợ máu?'. Thiệt ra là tui sợ... con đó...đó. Bạn ơi. Tui tàn giấc mộng Clara, còn Má tui thì rầu rĩ móc túi trả lại chính phủ tiền học bổng. Má tui nói: "Phải làm đàng hoàng đúng luật, không thôi mấy Bác ở Tổng Nha mang tiếng!"Chuyện của tui đó. Còn bạn, bạn sợ con gì? Kể đi, cho vui".*

Nhờ tác giả NA Tím Trương có *post* kèm tấm hình tờ biên nhận của bệnh viện Vì Dân ngày 21/3/1972 ghi số tiền trả lại nên tôi mới rõ tên thật của tác giả là Trương Ngọc Anh. Số tiền trả lại đúng 8.500$ là tiền học bổng của năm 1971 và hai tháng năm 1972 cùng tiền may đồng phục và giầy.

Sự việc xảy ra vào năm 1971 mới có chuyện sợ sệt tới tốn tiền như vậy. Nếu xảy ra vào thời gian sau này chắc không có chuyện chi. Các học viên chẳng ngạc nhiên về cái con mà bà Trương Ngọc Anh hết hồn. Khi ra trường hành nghề, không phải các nữ bác sĩ hoặc y tá ngại ngùng mà chính các nam bệnh nhân mới đỏ mặt.

Nhà văn Hồ Đình Nghiêm, người Huế, vốn tình đã hay e dè, nay lại gặp khúc ngặt khi bị bí đường tiểu. Chàng kể lại tình hình căng thẳng khi vô bệnh viện với anh em trong một buổi nhậu có tí bia bọt trong người. Bữa đó có nhà văn Minh Ngọc từ New York qua chơi, chúng tôi hẹn nhau tại một nhà hàng. Nghiêm nói sẽ tới nhưng anh em đợi mãi chàng vẫn

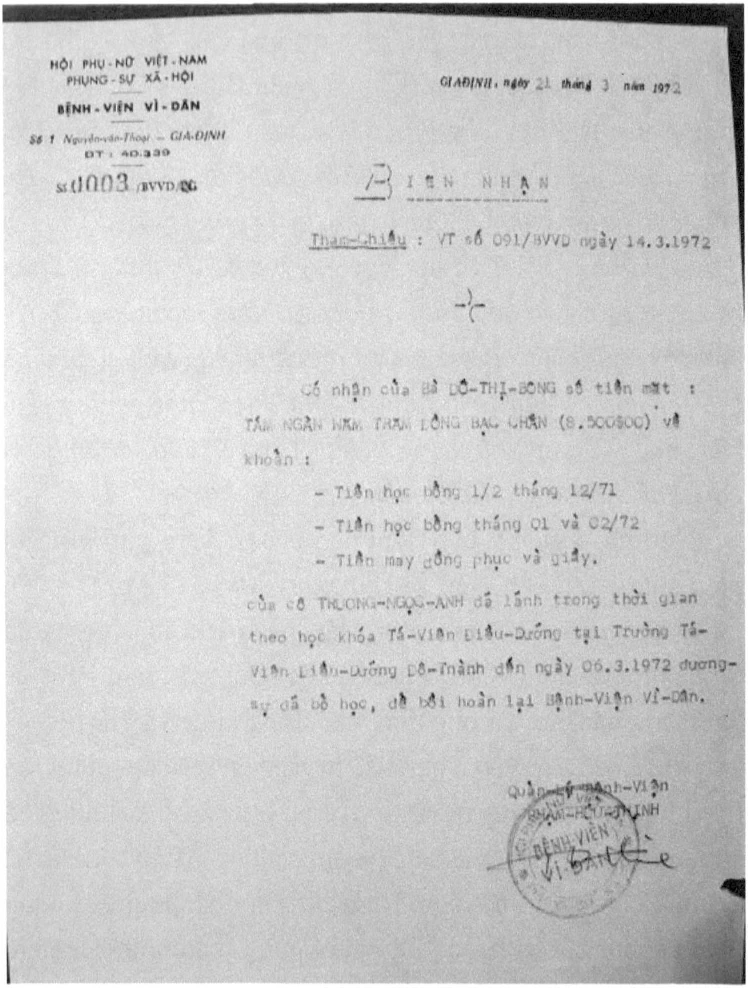

HỘI PHỤ-NỮ VIỆT-NAM
PHỤNG-SỰ XÃ-HỘI

BỆNH-VIỆN VÌ-DÂN

Số 1 Nguyễn-văn-Thoại – GIA-ĐỊNH
ĐT : 40.339

Số 0003 /BVVD/BG

GIAĐỊNH, ngày 21 tháng 3 năm 1972

BIÊN NHẬN

Tham-Chiếu : VT số 091/BVVD ngày 14.3.1972

Có nhận của Bà ĐỖ-THỊ-BÔNG số tiền mặt : TÁM NGÀN NĂM TRĂM ĐỒNG BẠC CHẴN (8.500$00) về khoản :

- Tiền học bổng 1/2 tháng 12/71
- Tiền học bổng tháng 01 và 02/72
- Tiền may đồng phục và giầy.

của cô TRƯƠNG-NGỌC-ANH đã lãnh trong thời gian theo học khóa Tá-Viên Điều-Dưỡng tại Trường Tá-Viên Điều-Dưỡng Đô-Thành đến ngày 06.3.1972 đương-sự đã bỏ học, để bồi hoàn lại Bệnh-Viện Vì-Dân.

Quản-Lý Bệnh-Viện
[illegible]

BỆNH-VIỆN VÌ-DÂN

Chứng nhận thu tiền của bệnh viện Vì Dân.

biệt vô âm tín. Phải tới cuộc nhậu sau khi chỉ có vài anh em thân quen tại Montreal, chàng mới kể lại sự tình. Chàng đã mũ áo tính tới tiệm như đã hẹn nhưng khi muốn làm trống bụng trước khi rời nhà, chàng gặp…sự cố. Nước trong người không tháo ra được. Bụng bí bách, thay vì tới tiệm chàng tới thẳng bệnh viện. Các bác sĩ xúm lại giải quyết cơn hoạn nạn. Một em y tá tóc vàng sợi nhỏ, xinh như mộng, vội thực hiện thao tác luồn ống vào đường tiểu hút nước ra. Thấy chuyện mặn mà hấp dẫn, anh em xúm lại phỏng vấn cảm tưởng của chàng khi được người đẹp kề cận săn sóc chốn riêng tư. Chàng đỏ mặt lơ là trả lời: "Ốt dột chi đâu! Mặt mũi trơ ra như đá!". Chủ đề hấp dẫn này được anh em thảo luận sôi nổi trong bàn nhậu. Có tí bia tí rượu, chuyện thiệt gay cấn. Anh nào cũng muốn một ngày đẹp trời mình bỗng bí tắc cho các em y tá phục vụ.

Tôi là một trong những người cao hứng mượn hơi rượu hùa theo. Đâu có biết ít lâu sau đó lời ước linh nghiệm. Tôi không "tái bản" chuyện bí bách đường tiểu như nhà văn trẻ nhất tại Montreal đã từng. Tôi "sáng tác" tình huống mới: tiểu ra nước hồng hồng. Bác sĩ gia đình vội gửi tôi đi bác sĩ chuyên khoa để soi bàng quang. Tới bệnh viện, trình giấy tờ, được em y tá nhận bệnh phát cho chiếc áo choàng xanh với lời dặn phải để trống từ bụng trở xuống. Máu kéo lên mặt, tôi gật đầu trước cặp mắt tinh quái của em y tá. Ngồi chờ tới lượt vào phòng khám, bỗng cảm thấy người trống trải, tim đánh lô tô, mặt Trương Phi ngơ ngác bất an. Một em y tá cũng tóc vàng sợi nhỏ kêu vô. Em chỉ chiếc ghế chuyên dụng y chang như chiếc ghế của các bà bầu lúc lâm bồn, bắt leo lên, dạng chân trên hai cái càng hai bên. Em kéo chiếc áo choàng của tôi lên, tơ hơ! Em bảo sẽ xịt thuốc sát trùng. Một luồng nước lạnh tê tái như cơn bão tuyết đổ xuống. Cây cối chi chịu thấu mà không rũ xuống. Cây muốn lặng mà hai tay em không ngừng hoạt động. Chiếc *camera* bé tí xíu được em nhồi nhét vào vị trí. Bịch nước vàng vàng chẳng biết là thứ chi treo trên cây cột được cho nhỏ tí tách từng giọt. Nhìn nước chậm rãi nhỏ trong khi thân dưới mát mẻ ông địa, lạy trời cho nước nhỏ nhanh nhanh, cứ như vậy biết chừng nào mới hết bịch nước to bằng hai bàn tay. Trời thương, không chờ tới hết bịch nước, cô bác sĩ trẻ tuổi, cũng tóc vàng sợi nhỏ, vô thao tác. Cô nắm mục tiêu, lắc qua lắc lại. Trên màn hình, bên trong bàng quang hiện ra một màu đỏ hồng. Bên ngoài, chắc mặt tôi cũng đỏ hồng. Rồi cũng xong. Nhưng chưa. Cô bác sĩ còn *bonus* một cú móc tay vào cửa hậu để khám *prostate*. Xong, đậy lại. Cười. Cười chi nổi, trời! Bước xuống khỏi ghế, ra ngoài, thở phào.

Đúng là bệnh nhân đỏ mặt chứ các cô nhỏ bác sĩ y tá tỉnh bơ. Đã dạn dầy sương gió, họ đã quen. Phần lớn từ khi còn bồ bịch thời trung học. Nhưng đó là bệnh viện tại Montreal, các em tóc vàng sợi nhỏ khi học nghề chắc cũng chẳng phải lần đầu nhìn thấy những chú chim đất như cô Tím Trương tại xứ Việt nửa thế kỷ trước. Sự tình họ đã tỏ tường từ những ngày mới lớn khi bồ bịch thời trung học. Thời thế đã đổi thay, bên quê hương chúng ta ngày nay các nàng cũng đã dạn dĩ hơn nhiều. Trong một đoạn hồi ký tên "Nhật Ký Yêu Con Gái Học Y" đọc được trên Facebook, không có tên tác giả, một anh chàng yêu cô gái học y khoa đã kể lại: *"Em dạy tôi đeo tai nghe để nghe tiếng tim em đập, tôi bảo: "Anh thích nghe trực tiếp bằng tai hơn". Thế mà cũng dính hàn long thập bát chưởng của em. Em sẵn sàng đá veo tôi đi mỗi lần tôi định lưu manh một chút. "Đừng hòng lừa em, người anh có cái gì, cấu tạo thế nào, tôi biết rõ hơn anh. Chẳng có gì thú vị cả. Xê ra!". Tôi luôn ôm hận trong lòng, quân tử trả thù mười năm chưa muộn, lấy về rồi biết tay ông!".*

Bác sĩ Lê Thị Thu Hiền.

Có nhiều bác sĩ và y tá nữ trẻ tuổi còn can đảm học chuyên khoa bệnh đàn ông mới ghê. Như Bác sĩ Lê Thị Thu Hiền, Phó Giám Đốc Bệnh viện Chuyên Khoa Nam Học và Hiếm Muộn Hà Nội, đã hành nghề 12 năm, tâm sự: "Ban đầu vào nghề, tôi rất ngại ngùng nhưng xác định đó là công việc cả đời nên phải cố gắng và đành phải…cắt đứt dây thần kinh xấu hổ". Trông thấy "của quý" của người khác giới tính hàng ngày, nhiều nữ bác sĩ lúc đầu còn đỏ mặt. Không chỉ nhìn bằng mắt thường, các cô y tá trẻ còn phải dựng "cậu nhỏ" dậy cho bác sĩ soi kính hiển vi hay chọc dịch. Ngại lắm nhưng dần cũng quen đi. Nhiều nữ bác sĩ khám nam khoa tâm sự, họ phải "giấu nghề" với cả gia đình và họ hàng. Vì nếu kể ra công việc thường ngày của mình là khám "cậu nhỏ" của đàn ông, chắc gia đình khó lòng chấp nhận. Các ông chồng cũng không vui vẻ gì khi biết vợ mình suốt ngày thăm khám "chuyện ấy" cho những bệnh nhân nam. May mắn nhất là gặp những ông chồng cùng nghề hoặc có suy nghĩ tân tiến, hiểu và thông cảm cho vợ".

Phần ngại đổ về phía bệnh nhân. Có những bệnh nhân trẻ khi tới phòng khám thấy bác sĩ phụ trách là nữ giới đã bỏ hẹn ra về, chờ ngày khác có nam bác sĩ mới vào. Lui tới bệnh viện vài ngày, vẫn chỉ có bác sĩ nữ, đành "nhắm mắt đưa chân". Có bệnh nhân bịt mặt bịt mũi kín mít ngồi chờ. Khi bị gọi vào phòng khám, mặt đỏ tía tai, bác sĩ bảo cởi quần mà cứ loay hoay mãi khôngbiết làm sao thi hành lệnh. Có anh sau khi đã rụt rè tụt quần xong liền dùng hai tay bịt cậu nhỏ, nhất quyết không rời. Anh còn đề nghị bác sĩ có thể nhắm mắt khám được không!

Các bậc nữ nhân xông pha vào chốn khói lửa phải hết sức can đảm, khéo léo và yêu nghề mới trụ lại được. Bác sĩ Lan của bệnh viện Việt - Đức đã tiết lộ nhiều chuyện cười ra nước mắt với chủ nhân của các "cậu nhỏ". Một bữa, vừa lên giường ngủ được nửa tiếng, điện thoại reo. Giọng con trai vừa nói vừa khóc: "Sao của cháu vừa lên được tí xíu lại xìu ngay ạ? Cả đêm nay cháu chưa làm ăn được chi, vợ cháu đang giận, cháu không biết làm thế nào!". Cậu trai còn dọa nếu bác sĩ không giúp, cậu sẽ uống ngay 30 viên thuốc ngủ tự vẫn cho bác sĩ coi. Bác sĩ vừa dỗ dành, vừa nhẹ nhàng khuyên bảo, vừa hỏi han để tìm cách giải quyết tới nửa tiếng đồng hồ mới yên.

Một lần khác, bác sĩ Lan còn bị một cặp vợ chồng trong đêm tân hôn gọi cầu cứu. Vừa nhấc điện thoại nghe thì chú rể đã liền thoắng yêu cầu bác sĩ dạy cho cậu biết phải làm sao để thực hiện nhiệm vụ làm chồng từ A đến Z. Một hồi sau, cậu hốt hoảng: "Sao cái của cháu cứ bé xíu, không to lên được?".

Tức cười nhất là có lần bà bác sĩ bị một kẻ thích khoe của làm rầy trong đêm khuya. Một anh chàng có giọng nói ẻo lả như con gái trình bày tường tận về "cậu nhỏ" đang ở trạng thái thế nào, đang cảm thấy ra sao. Chỉ nghe qua, bác sĩ đã biết ngay đây là một dân đồng tính đang tự sướng muốn chia sẻ với bác sĩ cho phê!

Tối ngày các bác sĩ và y tá phải tiếp xúc với cái của nợ, bà Trương Ngọc Anh sợ cho tương lai cũng phải. Hồi đó bà còn là một cô nữ sinh ngây thơ, nay trên nửa thế kỷ đã trôi qua, giờ chắc không còn ngây thơ nữa, không biết bà còn sợ không? Nếu đã hết sợ, không biết bà có tiếc số tiền 8.500 đồng phải trả lại cho bệnh viện Vì Dân để bỏ của chạy lấy người không? Theo thời giá năm 1972, giá vàng là 28 ngàn một lượng. Số tiền 8.500 sắm được gần ba chỉ vàng!

01/2026

SỜ TƯỢNG

Từ điện mở Wikipedia giải nghĩa chuyện sờ tượng như sau: "Sờ tượng hay xoa tượng (*statue rubbing*) là hành động chạm vào một bộ phận của bức tượng được chưng tại nơi công cộng. Hành vi sờ vào các pho tượng diễn ra phổ biến với khách du lịch, đồng thời hành vi xoa vào tượng cũng là một hình thức mê tín dị đoan được tin là sẽ mang lại niềm may mắn với mong muốn biến điều ước thành sự thật, cầu thần Phật gia hộ cho sức khỏe, may mắn, hoặc phổ biến hơn là niềm tin sẽ có dịp quay trở lại nơi đây một lần nữa. Những bộ phận được sờ chạm thường là những bộ phận nhô ra hoặc đặc trưng nhất, chẳng hạn như mũi hoặc bàn chân. Một số điều mê tín còn liên quan đến việc chạm vào bầu ngực (thường là tượng của nhân vật nữ) hoặc cơ quan sinh dục (thường là tượng của nhân vật nam) của nhân vật được khắc họa trên bức tượng - điều này thường được cho là sẽ mang lại may mắn trong tình yêu hoặc cải thiện khả năng sinh sản".

Tôi từng là du khách đặt chân đây đó trên nhiều quốc gia, vậy cũng là khách du lịch nên cũng ngứa tay sờ chỗ nọ chỗ kia. Đã mất công tới…hiện trường thì sờ vào chỗ đáng sờ, ngu chi mà sờ mũi với sờ chân. Tại Tây An, tỉnh Thiểm Tây bên Tầu có tượng một trong tứ đại mỹ nhân Trung Hoa đã đi vào lịch sử. Đó là nàng Dương Quý Phi. Dương Quý Phi mỗi khi ngắm hoa, hoa đều rũ héo vì hổ thẹn (tu hoa). Ba mỹ nhân khác là Tây Thi có nét đẹp cá nhìn thấy phải lặn (trầm ngư), Vương Chiêu Quân khiến chim sa (lạc nhạn) và Điêu Thuyền đẹp đến nỗi trăng cũng phải núp vào mây (bế nguyệt). Tên thật của Dương Quý Phi là Dương Ngọc Hoàn, sanh năm 719, mất năm 756. Chuyện tình của họ Dương và nhà vua Đường Minh Hoàng là chuyện loạn luân. Dương Ngọc Hoàn nguyên là cung phi của Thọ Vương Lý Dục, con trai của Đường Minh Hoàng. Khi cung phi được nhà vua sủng ái nhất là Võ Huệ Phi mất, nhà vua buồn rầu thương nhớ, lập đài Tập Linh để cầu siêu. Một bữa, thái giám Cao Lực Sĩ qua phủ Thọ Vương, thấy sắc đẹp của Dương Ngọc Hoàn có thể làm nhà vua nguôi ngoai nỗi nhớ Huệ Phi nên mật tấu với nhà vua đưa nàng về làm sãi sớm hôm đèn nhang cúng tế tại Tập Linh Đài. Để bù đắp cho Thọ Vương bị cướp vợ, Cao Lực Sĩ chọn con gái của Vị Chiêu thay thế.

Dương Ngọc Hoàn có nhan sắc trời bắt đẹp lại tinh thông cầm kỳ thi họa, có thể vừa múa vừa hát, được người đương thời so sánh như tiên nữ xuống trần. Dương rất khéo chiều chuộng vua nên nhà vua mê tít thò lò, ngày đêm ôm ấp, bỏ bê việc triều chính. Khi đó nhà vua đã ngoài 50, cơ thể đã rã rượi vì ăn chơi trác táng, lệnh cho An Lộc Sơn tìm thứ linh đan gọi là "trợ tình hoa" để vui chơi với tuyệt sắc giai nhân. Dương Ngọc Hoàn hớp hồn nhà vua, muốn chi nhà vua cũng chiều, bảo gì nhà vua cũng nghe, xin gì nhà vua cũng cho, tới mức nàng ra tay sắp đặt cả việc triều chính. Anh của người đẹp họ Dương là Dương Quốc Trung thừa cơ lộng quyền. An Lộc Sơn nổi tức dấy binh tạo phản vào năm 755. Nhà vua cùng Quý Phi chạy về Tứ Xuyên lánh nạn. Trên đường đào tẩu, quân lính bất mãn vì nghĩ loạn lạc xảy ra là vì Quý Phi nên buộc nhà vua phải xử tử nàng. Dương Quý Phi bị xiết cổ cho tới chết. Khi đó nàng mới 38 tuổi.

Theo quan niệm về sắc đẹp đời nhà Đường, người đẹp phải có da có thịt, hơi tròn trịa. Tượng Dương Quý Phi bằng đá được đặt tại Tây An quả có tròn trịa. Cặp nhũ hoa của nàng sờ vào rất đẫy tay nên mọi du khách, cả nam lẫn nữ, đều muốn cảm nhận. Ai sao ta vậy, nhưng sờ vào thứ bằng đá lạnh lẽo vô hồn chẳng sướng chi. Tuy nhiên du khách đã tới đây ít ai nhắm mắt bỏ qua được cặp nhũ hoa bằng đá. Nước chảy đá còn mòn huống chi những bàn tay thô bạo của tầng tầng lớp lớp du khách tháng này qua năm khác sờ sờ nắn nắn. Nhũ hoa của người đẹp nay đã bị mòn nhẵn tới mức báo động khiến vào năm 2015 nhà chức trách nơi khu tưởng niệm người đẹp đầu thế kỷ thứ 8 đã ra lệnh cấm sờ mó hai trái đào tiên của tượng. Kể ra du khách tôi cũng còn may tới trước khi bị trói tay!

Năm 2008 tôi đi một vòng nhiều nước Âu châu và có tới thành phố Verona ở Ý. Tôi chỉ lưu lại đây một buổi chiều để tới thăm nàng Juliet. Nàng Juliet chỉ là một nhân vật trong vở *kịch "Romeo and Juliet"* của đại văn hào Shakespeare.

Tác giả bên tượng Dương Quý Phi.

Thế nhưng mối tình của Romeo và Juliet đã được coi như một thiên tình sử ngang trái. Năm 1996, cuốn phim *Romeo & Juliet* do Leonardo Dicaprio và Claire Danes thủ hai vai chính được quay trên bãi biển Veronica làm Romeo & Juliet gần gũi với giới trẻ của thế kỷ 20 hơn. Đây là bộ phim thứ ba về Romeo và Juliet. Phim đầu sản xuất năm 1935 của đạo diễn George Cukor, phim thứ hai vào năm 1968 do Franco Zeffirelli đạo diễn.

Juliet từ một nhân vật trong vở kịch của Shakespeare đã được công chúng hà hơi thành một người thật, có tượng hẳn hoi. Tôi tới Veronica để được chiêm ngưỡng nàng Juliet bằng đồng. Tượng được dựng trong sân vườn ngôi nhà của gia đình Capello được xây dựng từ thế kỷ 13. Ngôi nhà bị bỏ hoang trong một thời gian dài, tàng cây bị dây leo mọc um tùm che kín các lối đi. Đầu thế kỷ 20 chính quyền thành phố mới quyết định biến ngôi nhà thành nhà của nàng Juliet. Thứ khiến cho du khách túa tới ngôi nhà chính là bức tượng nàng Juliet ở trần. Tượng được chưng vào năm 1972, cho tới nay bầu ngực phải đã bị du khách sờ nhẵn bóng tới nỗi đã xuất hiện một vết nứt. May là nàng Juliet không có sữa. Chuyện sờ ngực người đẹp đã trở thành bất tử là điều mọi du khách già trẻ lớn bé đua nhau làm. Các du khách trẻ tí toáy trên ngực còn có thể hiểu được. Họ cầu mong được may mắn trong chuyện tình cảm. Các cặp tình nhân hay vợ chồng trẻ thì xin hanh thông đường con cái. Nhưng các du khách già họ xin gì, chắc không ngoài chuyện sờ cho sướng tay. Tôi cũng manh nha mong được trải qua vài phút nhắm mắt tưởng tượng cho đời thêm chút hương hoa. Nàng Juliet đang đứng trong sân vườn này là "em" của nàng Juliet nguyên thủy năm 1972. Sau khi tượng bị nứt nơi nhũ hoa bên phải, nàng Juliet được mang đi khẩn cấp. Không phải vào nhà thương vì bệnh nứt tí mà vào viện bảo tàng Castelvecchio để phục chế. Khi

Sờ tí nàng Juliet.

tí nàng Juliet đã lành lặn, tượng được chưng ngay trong bảo tàng để bệnh khỏi tái phát. Một bức tượng mới y chang như tượng cũ được đúc với giá 27 ngàn đô Mỹ được đặt thay thế vào năm 2014. Du khách vẫn chơi mửng sờ tí như trước đây khiến tí người đẹp nay cũng đã bóng màu đồng. Bữa tôi tới, hơi trễ, cổng vừa đóng vì hết giờ. Thiệt hậm hực. Mất bao nhiêu đường đất mới tới thăm nàng nhưng chiếc cổng sắt vô tri đã ngăn cách tôi với nàng. Hai tay ôm cánh cổng, ghé mắt nhìn vào nàng Juliet xa xa phía trong tôi bỗng ngỡ mình là Romeo trong giờ tuyệt vọng!

Hai bức tượng của hai người đẹp qua mọi thời đại bị sờ tí là chuyện của các ông (nhưng cũng có bàn tay của các bà ké vô). Hai bức tượng kể sau là chuyện của các bà. Tượng của các bà dĩ nhiên là tượng các ông. Xui cho các bà là tượng các ông không có tí nên biết sờ đâu. Không cần lo, các bà vốn nhiều sáng kiến.

Tượng nhà báo Victor Noir.

Trong nghĩa trang Père Lachaise nằm ở quận 20 của thủ đô Paris là nơi an nghỉ của nhiều nhân vật nổi tiếng như Molière, Oscar Wide, Chopin, Colette, Edith Piaf và Jim Morrison. Nơi đây còn có mộ của nhà báo Victor Noir, sanh năm 1852, mất năm 1870, sống dưới thời trị vì của Napoleon Bonaparte III. Ông là một cây viết năng nổ của báo Le Marseillaise với những bài báo chỉ trích chế độ quân chủ. Ngày 10/1/1870, Victor Noir gặp một người họ hàng của Hoàng đế Bonaparte III là Pierre Bonaparte tại nhà in. Hai người tranh cãi kịch kiệt về một bài báo của Victor dẫn đến lời thách đấu súng của Pierre Bonaparte. Vào thời đó, khi bị thách đấu súng mà không nhận là thứ gà chết, không xứng đáng là một trang nam nhi Pháp. Victor chân yếu tay mềm đã thua và gục chết. Ông được chôn cất như một biểu tượng của cách mạng. Dân chúng phẫn nộ biểu tình và cái chết của ông được coi như góp phần vào sự sụp đổ của chế độ quân chủ vào năm 1870. Ngôi mộ của ông là địa điểm hành hương của những người ủng hộ chủ nghĩa cộng hòa. Nắp mộ của ông là một bức tượng bằng đồng do nhà điêu khắc tài danh Jules Dalou thực hiện, diễn tả tư thế khi ông gục ngã trong cuộc đấu súng. Bức tượng rất chi tiết từ khuôn mặt, biểu cảm, vóc dáng và thân hình. Nơi đũng quần của ông cũng gồ lên như của người thật, cực kỳ sống động. Không biết từ đâu mà các phụ nữ khắp nơi trên thế giới đồn đãi nhau là muốn tăng khả năng sinh sản, muốn có một đời sống tình dục viên mãn hoặc muốn có tí chồng cho vui thì đến mộ thực hiện một nghi lễ giản dị. Đó là đặt một đóa hoa vào mũ, hôn lên môi tượng và sờ vào chỗ u nơi đũng quần của tượng thì sẽ được toại nguyện. Nhiều bà muốn chắc ăn đã không ngần ngại vén váy nằm đè lên tượng trong tư thế vợ chồng thân mật. Qua năm tháng bị lấy hên, khu vực môi và của quý của tượng bị bong lớp ten đồng xanh trở nên bóng nhẫy. Năm 2004, để bảo vệ tượng, người ta đã làm một hàng rào ngăn cản chị em tới xin lộc. Chị em biểu tình phản đối. Không biết cuộc biểu tình có khí thế như ngày Victor Noir nằm xuống hay không nhưng nhà chức trách phải quy hàng, dỡ bỏ hàng rào. Chị em lại phấn khởi tới thực hiện...nghi lễ.

Tôi chưa tới nghĩa trang Père Lachaise này. Tới làm chi. Cũng như tôi chưa tới Funchal, nằm trên đảo Madeira ở Bồ Đào Nha, nơi chôn nhau cắt rốn của danh tài túc cầu Cristiano Ronaldo. Không một dân mê túc cầu nào không biết đến cái tên Ronaldo. Sanh ngày 5/2/1985 trong một gia đình

Leo lên cho chắc ăn!

nghèo nàn, cha làm vườn, mẹ nấu ăn, nhưng Ronaldo được cha mẹ thương yêu và khuyến khích phát triển lòng say mê túc cầu, thứ mà cậu bé tỏ ra có nhiều năng khiếu. Chân cậu không bao giờ rời trái banh. Năm 12 tuổi, cậu được trường đào tạo mầm non bóng đá Sporting Lisbon ở thủ đô Lisbon nhận cậu theo học để trở thành cầu thủ nhà nghề. Năm 2003, Ronaldo được đội Manchester United ký hợp đồng tuyển mộ. Được Sir Alex Ferguson huấn luyện, cậu sớm trở thành một tiền đạo có tốc độ nhanh, cách chơi hòa nhã và chính xác khiến hàng phòng thủ của đối phương kinh hoàng. Ronaldo đã đóng góp tích cực để đội Manchester United đoạt cúp vô địch *Premier League* và *UEFA Champions League* năm 2008. Ronaldo cũng đoạt danh hiệu Quả Bóng Vàng *Ballon d'Or* đầu tiên trong đời vào năm này. Một năm sau, Ronaldo đầu quân cho đội Real Madrid. Trong 9 mùa banh, Ronaldo đã giúp đội đoạt kỷ lục 4 lần ôm cúp *UEFA Champions League*. Năm 2018, anh qua đầu quân cho đội Juventus, giúp đội hai lần vô địch *Serie A*. Năm 2022, chuyển qua đội Al Nassr của Saudi Arabia khiến nền bóng đá của các vương quốc Ả Rập khởi sắc. Trong đội tuyển túc cầu Bồ Đào Nha, Ronaldo đã thi dấu xuất sắc mang lại cho quốc gia cúp UEFA Vô Địch Châu Âu năm 2016 và cúp *UEFA Nations League* năm 2019.

Với thành tích vẻ vang đưa nền túc cầu Bồ Đào Nha lớn mạnh trên các cầu trường quốc tế, Ronaldo đã được tạc tượng tại quê nhà. Bức tượng đồng cao 3,4 thước được chính anh khánh thành vào năm 2004 tại Madeira là tác phẩm để đời của điêu khắc gia Ricardo Veloza. Tượng Ronaldo thu hút du khách từ mọi nơi trên thế giới đổ về chiêm ngưỡng và…sờ! Tượng bị mòn ở nhiều vị trí như tay, chân và đặc biệt ở vùng nhạy cảm. Ngay từ khi khánh thành nhiều người đã đàm tiếu về sự gồ lên rõ rệt nơi của quý của danh thủ Ronaldo khiến người xem không khỏi đỏ mặt. Người ta không rõ về thành phần khách phá hoại nơi vùng kín của tượng. Nhưng ai cũng đoán họ là những phụ nữ tới từ khắp nơi. Tôi chưa hề héo lánh tới Madeira tuy đã nhiều lần tới Bồ Đào Nha. Không đến Madeira nhưng đã hai lần ghé tới Porto, nơi sản xuất rượu danh tiếng của quốc gia này. Vậy thì giả say thử đoán

Tượng cầu thủ Ronaldo.

mò tại sao chỗ kín của tượng danh thủ Ronaldo bị tấn công mãnh liệt như vậy. Chắc là các bà tới sờ chỗ...truyền giống để mong có được mụn con đá banh tài tình như danh thủ này. Hốt bạc là cái chắc!

Tôi cũng đã từng đến New York, tìm tới chỗ có tượng con bò mộng *Charging Ball* dáng hung hăng lao lên phía trước tại trung tâm tài chánh Wall Street. Chú bò mộng dài 4,9 thước, cao 3,4 thước, nặng 3.200 ký nằm ngay ngoài đường, thu hút khách du lịch tới từ bốn phương tám hướng. Con bò này có đặc điểm là có bộ phận truyền giống khá hùng dũng nay đã bóng rẫy vì du khách tới sờ để cầu may mắn. Đứng nhìn hàng người xếp hàng chờ tới lượt mó dái bò, tôi thấy có nhiều cô gái trẻ mân mê, miệng lẩm bẩm điều chi với khuôn mặt tươi cười mà vì đứng xa tôi không nghe rõ. Chẳng lẽ lại lăm le có bò con!

08/2025

TIN NHẠN

Khi ông bạn tôi ở Toronto nhắc tới một câu nhạc và hỏi tôi đó là bài hát tên gì, của ai, tôi không cần suy nghĩ mà trả lời liền: bài Tan Tác của Tu My. Tôi cũng không hiểu tại sao tôi lại kết bản nhạc này đến nỗi tới bây giờ vẫn còn y ỷ hát được gần hết bản. Hồi đó tôi còn khá nhỏ, thấy con gái chẳng biết cái "giống" này để làm chi, vậy mà cứ rên rỉ:

Mây bao la trời đen u tối
Đêm đông trường lữ khách bâng khuâng
Ngóng về phương xa chờ tin nhạn...
nhưng nhạn nào có biết nơi nao mà chờ,
Nhạn còn véo von bay cao bay xa tít . . . .
chẳng có hẹn ngày về tìm ai nơi nao

Tới mấy câu cuối tôi rống lên chẳng có chút đau khổ nào:

Bây giờ chim đã bạt ngàn khôn tìm . .
Cách sông cách núi muôn trùng

gió ơi, gió đưa chim về cùng ta kẻo ta mong . . .
gió im gió chẳng trả lời . . .
Chim hỡi hận lòng quyết gởi mây bay kiếp sau hẹn gặp
. . .
kiếp này đành thôi . . .

Ông Tu My là ai, thất tình ra sao, tôi chẳng để ý, cho tới khi viết bài này, tôi mới tìm được một bài viết của nhạc sĩ Phạm Duy viết vào năm 2008, theo đó ca khúc Tan Tác này được viết vào thập niên 1940. Tu My tên thật là Đỗ Mạnh Cường, sanh năm 1928 tại Thanh Trì, Hà Nội. Ông có một mối tình không thành với Vân Yến nhưng đã cho ông cảm hứng viết được ba ca khúc. Bài "Nhạc Lòng" ông có ghi rõ tặng em Vân Yến. Năm 1948, hai người chia tay nhau, ông viết bài "Chia Ly". Cuối cùng, vào mùa đông 1949, khi ông đang tản cư tại Thanh Hóa, ông viết ca khúc "Hận Lòng" sau đổi tên thành "Tan Tác". Ông đã ghi dòng chữ sau ở cuối bài hát: "Những nét nhạc mơ hồ từ trong lòng tuốt ra, có ảnh hưởng đến đời thực tế - Kỷ niệm những ngày thất bại ở Sầm Sơn, Thông Thôn, Man Thôn - Một mối xúc cảm cuối cùng với VY (Vân Yến). Thanh Hóa - Đông 1949". Cuối bài viết nhạc sĩ Phạm Duy viết: "Tôi xin được tạm ngưng bài viết ở đây và xin đóng góp vào việc xưng tụng tác giả và bài hát bằng một câu ca dao giản dị: "*Nhạn ơi trăm sự nhờ mày / Ngậm thư mang tới tận tay cho nàng / Chẳng may chim nhạn lạc đàn / Chim trời bay mất để chàng nhớ thương!*".

Chim nhạn được cái *job* đưa tin là do tích xưa của Trung Hoa. Thời Kim Chương Tông (1205) có cậu học trò tên Nguyễn Hảo Vấn, 16 tuổi, tới Tịnh Châu dự thi. Khi đi qua

Nhạn, còn gọi là vịt trời hay ngỗng trời.

sông Phần, thấy một thợ săn xách một đôi chim nhạn đã chết liền hỏi nguyên cớ. Người thợ săn kể đã dùng lưới bắt được một con chim nhạn. Chim chết trong lưới. Một con chim nhạn khác bay tới thấy bạn chết, nhất định đứng đó, không bay đi. Cuối cùng, nó bay lên cao, đâm đầu xuống đất chết tươi. Nghe chuyện, cậu học trò đi ứng thí bỏ tiền ra mua rồi chôn đôi chim chung với nhau bên bờ sông Phần. Người dân chung quanh cảm động về câu chuyện tình nghĩa này, mỗi người đi qua đều đắp thêm đá vào thành mộ cao, gọi là "Gò Nhạn". Những sĩ tử sau đó đi qua đều có thơ tỏ lòng thương tiếc. Từ đó có tục tế chim nhạn khi có hôn lễ. Nhà trai mang tới nhà gái một con chim nhạn với ý nghĩa chàng rể mãi mãi không thay lòng đổi dạ, như chim nhạn, khi chọn vợ sẽ mãi mãi chung tình.

Chim nhạn gắn bó với nhau khi luôn luôn bay theo bày. Một cánh nhạn lạc bày, cô đơn luôn gợi lên niềm cô quạnh thương tâm. Nhà thơ Đỗ Phủ có bài thơ "Cô Nhạn - Hậu Phi Nhạn" rất nổi tiếng: "*Cô nhạn bất ẩm trác / Phi minh thanh niệm quần / Thùy liên nhất phiến ảnh / Tương thất vạn trùng vân / Vọng tận tự do hiện / Ai đa như cánh văn*". (Nhạn lạc bày không ăn uống / Vừa bay vừa kêu gọi họp đàn / Có ai nhìn mà chẳng thương / Nhạn chìm dần vào vạn lớp mây / Nhìn mãi mà như vẫn còn thấy bóng / Tiếng kêu sầu thảm như vẫn vẳng bên tai). Ca dao của ta ăn theo ý này: "*Chim có đôi có bạn / Kìa hãy xem cặp nhạn mà làm gương / Đứng làm người trong đạo tao khương / Thủy chung như nhứt, giữ đường ngãi nhân*".

Chim nhạn được ca ngợi như sự chung thủy, gắn bó, đoàn kết và có tình có nghĩa hết biết. Không biết có phải vì những đức tính này mà nhạn được gán cho sự bay lượn kết nối đưa tin về những người thân xa cách không? Nhưng chuyện chim nhạn làm nhân viên bưu điện cũng có tích đàng hoàng. Trong Kinh Kịch của Trung Quốc có hí khúc "Hồng Nhạn Sao Thư". Thời chiến tranh Tiết Nhân Quý phải xa vợ là Vương Bảo Xuyến trong 18 năm trời đằng đẵng. Một ngày nọ, khi Vương Bảo Xuyến đang cắt cỏ ngoài đồng bỗng nghe thấy tiếng kêu của hồng nhạn, nàng bèn nghĩ ngay tới chuyện nhờ chim nhạn chuyển thư cho chồng. Nghĩ là làm nhưng giữa đồng làm chi có giấy mực, nàng bèn xé miếng vải ở quần, cắn ngón tay, hòa máu tươi và nước mắt thành mực, viết ra những con chữ khắc khoải nỗi nhớ mong đợi chờ. Cuối cùng Tiết Nhân Quý đã thắng trận vinh quang trở về đoàn tụ với người vợ tao khang trung trinh chờ chồng. Năm 2008, đoàn vũ Shen Yun có trụ sở tại New York, đã dựng kịch "Hàn Diêu" đi biểu diễn khắp thế giới.

Chuyện chim nhạn đưa thư còn có một truyền thuyết khác liên quan tới nhân vật Tô Vũ. Ông là một tướng quân của nhà Hán được cử đi sứ sang Hung Nô. Khi đó bên Hung Nô có cuộc tranh đấu nội bộ của viên Phó Tướng Trương Thắng, Tô Vũ bị cáo buộc có liên hệ và bị đầy tới phương Bắc và bị ép đi chăn dê suốt 19 năm. Về sau, khi sứ giả triều Hán tới Hung Nô hội kiến, đòi thả Tô Vũ, Thiền Vu của Hung Nô cho biết Tô Vũ đã chết. Sứ giả nghiêm khắc khiển trách Thiền Vu nói dối: Tô Vũ còn sống. Bằng chứng là cách đó không lâu, hoàng đế triều Hán đi săn tại vườn Thượng Lâm đã bắn được một con chim nhạn đang bay về phương Nam, chân chim có buộc một lá thư của Tô Vũ. Thư cho biết ông đang bị bắt chăn dê ở Bắc Hải. Cuối cùng Hung Nô đã phải đi tìm Tô Vũ và trả về nhà Hán.

Nho học tạo được ảnh hưởng lớn lao tại nước ta khi nước Nam bị Trung quốc đô hộ. Văn học nước ta, cả bác học lẫn bình dân, bị cánh nhạn xâm chiếm. Nói chuyện thư từ là phải tin nhạn. Nhạn thật vất vả bay lung tung đưa tin. Truyện Kiều của cụ Tiên Điền: "*Buồn trông phong cảnh quê người / Đâu cành quyên nhặt, cuối trời nhạn thưa*". Cụ Nguyễn Gia Thiều trong Cung Oán Ngâm Khúc: "*Ngày sáu khắc tin*

Tung cánh nhạn.

mong nhạn vắng / Đêm năm canh tiếng lắng chuông rền". Cụ Đặng Trần Côn trong Chinh Phụ Ngâm, Đoàn Thị Điểm diễn Nôm: "*Thấy nhạn luống tưởng thu phong / Nghe hơi sương sắm áo bông sẵn sàng"*. Tới cụ Nguyễn Đình Chiểu ở trong Nam, cũng…tin nhạn trong bài "Xúc Cảnh": "*Mây giăng ải Bắc trông tin nhạn / Ngày xế non Nam bặt tiếng hồng"*. Trong Bích Câu Kỳ Ngộ: "*Những là én Bắc nhạn Nam / Cánh hoa mặt nước biết làm sao đây."*

Ca dao của giới bình dân cũng không thoát khỏi bóng chim nhạn. Miền quan họ Bắc Ninh có câu: "*Lẻ loi chim nhạn sầu oanh / Để em thơ thẩn năm canh đợi chờ / Thương ai biết đến bao giờ / Bao giờ gặp mặt, bao giờ sánh đôi"*. Còn nhiều câu ca dao khác nhắc tới chim nhạn: "*Nhạn về biển Bắc nhạn ơi / Bao thuở nhạn hồi để én đợi trông"*.

Hoặc: " *Nhạn nam én bắc lạc bày / Biết bao giờ đặng duyên vầy ái ân*". Hoặc nhờ vả nhạn: "*Trên trời có ông sao vàng / Có ai đâu nữa mà chàng phụ tôi? / Mười hai cửa bể tình ơi / Gửi thư thư lạc, gửi lời lời bay / Nhạn ơi trăm sự nhờ mày / Gửi thư đem tới tận tay cho chàng*".

Nhạn còn bay tuốt vào Nam, ghé vào bản vọng cổ đầu tiên "Dạ Cổ Hoài Lang" của cụ Cao văn Lầu mới là chuyện lạ. Người ta bắt gặp hai câu có chim nhạn dính vào là câu 3 và câu 20. "*Vào ra luống trông tin nhạn / Năm canh mơ màng / Em luống trông tin chàng / Ôi gan vàng quặn đau í a*". Và câu chót, câu 20:"*Là nguyện cho chàng / Hai chữ bình an / Trở lại gia đàng / Cho én nhạn hiệp đôi í a*".

Hỏi thật bạn, bạn đã thấy chim nhạn bao giờ chưa? Tôi chưa từng thấy nhưng thấy nhạn được ca tụng quá trời, bay qua bay lại nối thương yêu của con người nên mường tượng chim nhạn là loại chim nhanh nhẹn, gọn ghẽ, đại khái như chim én, chim yến. Hồi xưa cô ca sĩ Phương Dung đã được báo chí phong cho biệt danh "nhạn trắng Gò Công". Cô rất hãnh diện với biệt danh này: "Cái ông đặt biệt danh đó chính là ký giả, thi sĩ Kiên Giang Hà Huy Hà. Ông hay lui tới phòng trà của Huỳnh Anh nghe tôi hát. Ông hỏi tôi: "Tại sao đi hát mà em hay mặc áo trắng?". Tôi trả lời: "Bởi vì em đang ở lứa tuổi học trò, không biết sửa soạn mặc gì cho đẹp nên cứ diện áo dài học trò đi hát. Bờ biển Gò Công khi ấy có nhiều chim nhạn lắm. Biệt danh "nhạn trắng Gò Công" ra đời như thế". Không biết ông ký giả và cô ca sĩ có tận mắt trông thấy chim nhạn bao giờ chưa? Nhạn không phải là loài chim mà thuộc họ…vịt! Dân gian gọi là "vịt trời". Tên khoa học gọi là họ *Anatidae*. Mỗi chú vịt trời này nặng từ 2,5 kí tới 4,1 kí. Nhạn sống khoảng 20 năm, bay khoảng một triệu cây số trong suốt cuộc đời. Nhạn là loài không làm tổ khi đẻ trứng. Chúng chọn những bề mặt đá nóng, đẻ trứng trên đó. Nhạn cũng không ấp trứng. Trứng nhờ sức nóng của đá để nở. Nói theo các cụ thì nhạn là loại đàn bà hư, chỉ biết rong chơi. Tôi rất nghi ngờ chuyện đưa thư của nhạn, thứ mà thơ văn làm ầm ĩ coi như cái *job* chính của nhạn.

Bồ câu đưa thư.

Chuyện chim đưa thư là chuyện của bồ câu. Không phải bồ câu nào cũng có khả năng đưa thư mà phải được huấn luyện. Chúng được nuôi tại một cơ sở dùng làm nơi nhận thư. Khi muốn chúng đưa thư thì mang chúng theo, viết thư ngắn gọn trên một miếng giấy, cột vào chân chim, thả chúng ra để chúng bay về cơ sở nuôi chúng. Như vậy chuyện đưa thư của bồ câu chỉ có một chiều: chiều từ nơi xuất phát về lại cơ sở chúng được huấn luyện. Ngày xưa khi binh sĩ ra mặt trận thường mang theo chim bồ câu đã được huấn luyện, cột thư và thả cho chúng mang về trại huấn luyện. Nếu muốn gửi thư ngược lại thì vô phương.

Chim được huấn luyện để đưa thư thường có độ tuổi từ 4 đến 8 tuần, nuôi khoảng 3 tháng thì có thể bắt đầu huấn luyện. Từ nơi huấn luyện, người ta mang chim đi và thả ra cho chúng bay về. Khoảng cách được tăng dần từ gần tới xa. Bồ câu được chọn để làm công việc nối kết vì chúng có một bộ GPS gọi là "thiết bị định vị sinh học" đáng kinh ngạc. Trước hết chúng có một cái la bàn từ trường để cảm nhận được từ trường của trái đất, giúp chúng xác định được phương hướng ngay cả khi phải bay xa hàng trăm cây số. Thứ hai: chúng có một cái bản đồ địa hình trong não. Trong thời gian huấn luyện chúng ghi nhớ được những đặc điểm địa hình như sông, rừng, đường để nhận ra đường quen. Thứ ba: chúng có một khứu giác đặc biệt để nhận biết mùi đặc trưng của từng vùng di chuyển.

Lợi thế của bồ câu so với các loài chim khác là trí nhớ dai. Khả năng này khiến chúng ít khi lạc đường bay từ chỗ được thả tới...nhà. Ngày nay người ta không dùng bồ câu để đưa thư nữa nhưng giá của một chú bồ câu đưa thư được huấn luyện vẫn rất cao. Một chú bồ câu đã được bán với giá kỷ lục là 400 ngàn đô Mỹ!

Đưa thư là phải khổ công huấn luyện như vậy, nhạn làm sao thực hiện được việc đưa thư nhuần nhuyễn như bồ câu để được gọi là những...tin nhạn. Tôi bỗng nghi ngờ mấy ông

Lính ra tiền tuyến mang theo bồ câu đưa thư.

nhà nho Tàu ngày xưa. Chắc các ông xạo để hậu thế bị lừa làm thơ làm văn ca tụng um sùm. Vậy khi viết bài này tôi cũng bị lừa để làm một việc bá láp lừa bạn sao? Dám lắm! Vậy khi đọc tới đây xin bạn rộng lượng coi như mình thí cô hồn chút thời gian cho một bài bá láp để đừng lẩm bẩm chửi thề. Xin đa tạ!

10/2025

TÚ TÀI

Cho tới bây giờ, thỉnh thoảng trong giấc ngủ tôi vẫn nằm mơ tới chuyện thi Tú tài và giật mình tỉnh dậy, mừng húm mà mồ hôi vẫn đổ ra. Trong lần thi Tú Tài I, tôi đã thức đêm thức hôm học đến bị yếu phổi. Chữ "Tú Tài" nặng nhọc với tôi như vậy tuy nghĩa của nó là "đẹp đẽ, có khả năng, tài giỏi".

Ông Tú Xương có lẽ cay đắng với chữ "Tú Tài" không kém gì tôi. Ông vác lều chõng đi thi tất cả 8 lần, từ khoa Bính Tuất (1886) tới khoa Bính Ngọ (1906). Ba lần đầu ông đạp vỏ chuối, tới lần thứ tư, năm Giáp Ngọ (1894), ông mới vớ được cái Tú Tài nhưng là Tú Tài đậu vớt, chữ ngày đó gọi là "Tú Tài Thiên Thủ". Ông chết với cái danh Tú Tài, chẳng bao giờ kiếm được cái "Cử Nhân" mặc dù vẫn cặm cụi đi thi. Khoa Quý Mão (1903), ông đổi tên thành Trần Cao Xương để xả xui nhưng chân đạp vỏ chuối vẫn cứ dính vỏ chuối. Ông nổi cáu thành thơ: *"Trách mình phận hẩm lại duyên ôi! / Đỗ suốt hai trường hỏng một tôi / Tế đổi làm Cao mà chó thế / Kiện trông ra tiệp hỡi trời ôi!"*. Tôi thuộc loại chữ Hán ăn đong nên khựng lại với câu thơ cuối. Nghĩa nó là chi? Hỏi ông Google ông giải thích: "“Kiện” là một danh từ chỉ đơn vị đo lường, ở đây dùng để ám chỉ một vật gì đó rất nhỏ bé, “trông ra tiệp” ý nói nhìn mãi vẫn không thấy, ám chỉ sự vô vọng, không tìm ra lối thoát". Hỏi ông AI (Trí Tuệ Thông Minh), ông lại nói khác: “Kiện” chỉ những người đi thi. “Trông ra tiệp” có nghĩa là trông mong, trông đợi vào một kỳ thi để “tiệp” là “tiếp” hoặc “đạt được”. Ý nói là mong được thi đỗ". Thôi thì xin lãnh hội hết mà trong lòng vẫn phân vân. Một anh bạn cho biết: trong chữ Hán, chữ Kiện (健) có nghĩa là “khỏe mạnh, giỏi giang” viết hơi giống chữ Tiệp (捷) có nghĩa là “nhanh lẹ”. Ông Tú Xương trông gà hóa quốc, chữ tác đánh ra chữ tộ, nên lộn. Coi bộ giải thích của anh bạn dễ nghe hơn là giải thích của hai ông kẹ Google và AI!

Cái danh Tú Tài thời ông Tú Xương chẳng ra chi, dở dở dang dang, không được thi Hội, không được bổ làm quan, chỉ làm được giáo quèn tại quê. Muốn được bổ làm quan phải đậu Cử Nhân. Muốn có Cử Nhân phải đậu 4 kỳ thi Hương tức 4 lần Tú Tài, sau đó vào Huế dự kỳ thi Hội để có thể lấy bằng Cử Nhân hoặc Tiến Sĩ. Người chỉ đậu 2 Tú Tài gọi là Tú Kép, 3 Tú Tài gọi là Tú Mền, 4 Tú Tài được gọi là Tú Đụp. Nhà thơ Tú Xương thi cả thảy 8 lần nhưng không đậu đủ 4 phùa nên về…làm thơ!

Việc thi cử ở nước ta khởi đầu vào năm 1072, thời nhà Lý nhằm chọn người tài ra giúp nước. Trước đó, việc tuyển chọn người ra làm quan chỉ là tùy tiện, không có phép tắc chi. Trong "Lịch Triều Hiến Chương Loại Chí" của Phan Huy Chú, chương Khoa Mục Chí, có ghi: "Con đường tìm người tài giỏi, trước hết là khoa mục, phàm muốn thu hút người tài năng, thì người làm vua một nước không thể nào không có thi cử". Thời kỳ manh nha của thi cử tại Việt Nam, tỷ lệ thi đỗ quá thấp, việc học lại quá từ chương, khiến có nhiều sĩ tử lận đận cả đời với thi cử. Ông Đoàn Tử Quang bắt đầu dự thi từ năm 20 tuổi, thi tới 21 lần, mãi tới tuổi 83 mới công thành danh toại. Ngặt nỗi mỗi ba năm mới mở một kỳ thi nên cơ hội không nhiều. Ông nội của Ngô Tất Tố đi thi 7 lần, bố Ngô Tất Tố khăn gói dự thi 6 lần. Ông Ngô Tất Tố hên hơn, chỉ phải thi có 2 lần. So với tiền nhân, nỗi buồn thi cử của ông Tú Xương nào có thấm chi!

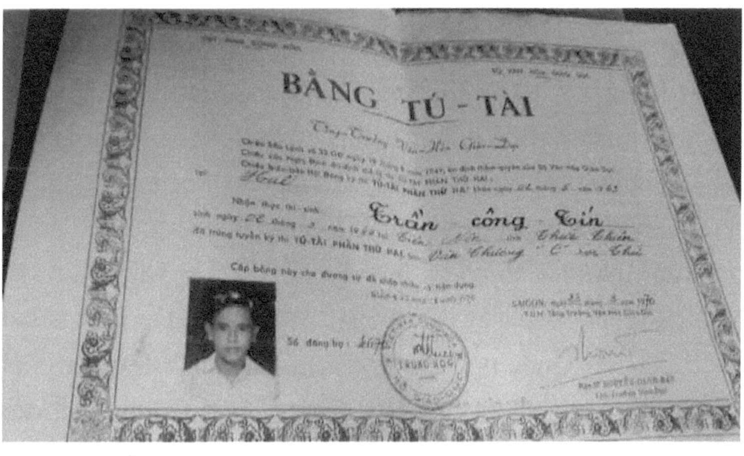

Chữ "Tú Tài" được vua Minh Mạng ban ra vào năm 1828. Trước đó người đậu kỳ thi Hương được gọi là "Sinh Đồ". Tới thời Pháp thuộc, bằng tốt nghiệp trung học Pháp được gọi là "*Baccalaureat*", mượn từ chữ La Tinh thời Trung Cổ "*Baccalaureus*" có nghĩa là "Thanh niên quý tộc muốn trở thành hiệp sĩ". Niên khóa 1926-1927, nhà cầm quyền mới lần đầu tiên tổ chức kỳ thi "*Bacalaureat de l'Enseignement Secondaire Local*", người ta dùng ngay chữ "Tú Tài" thành "Tú Tài Bổn Quốc" tuy hai chữ "*Baccalaureat*" và "Tú Tài" chẳng ăn nhậu chi với nhau. *Baccalaureat* tại Pháp thi hai kỳ: *Bacalaureat I* và II trong khi Tú Tài Bổn Quốc thoạt đầu chỉ có một kỳ duy nhất. Tuy chỉ có một kỳ nhưng thí sinh vất vả hơn nhiều vì phải học nhiều môn mà Tú Tài Tây không có như: văn chương Pháp và Việt, Triết Đông và Cận Đông, triết Tây, toán, khoa học, chữ Nho, sử địa tây lẫn ta. Thí sinh học ná thở. Thi cực khổ như vậy nhưng không phải tự nhiên mà thực dân tạo ra kỳ thi Tú Tài Bổn Quốc. Các cụ thời đó phải tranh đấu mới có chuyện thi bằng này. Cụ Bùi Quang Chiêu với tờ *La Tribune Indochinoise*, cụ Nguyễn Phan Long với tờ *Echo Annamite,* công kích kịch liệt nhà nước áp dụng chế độ ngu dân chỉ cho dân chúng học tới trình độ Trung học Đệ Nhất Cấp chứ không cho học cao hơn nữa. Tới niên khóa 1937-1938 bằng Tú Tài Bổn Quốc bị bãi bỏ. Tú Tài Tây được tổ chức thi thay thế. Tú Tài Tây nên ngôn ngữ chính là tiếng Tây. Năm 1945 Hoàng đế Bảo Đại ra đạo dụ dùng chữ Quốc ngữ trong các kỳ thi Tú Tài nhưng phải qua tới thời Đệ Nhất Cộng Hòa tiếng Việt mới được đưa vào làm ngôn ngữ chính trong các kỳ thi Tú Tài.

Khi di cư vào Nam vào tháng 7/1954, tôi theo học lớp Đệ Tam tại trường Chu văn An và tham dự kỳ thi Tú Tài I vào mùa hè năm 1956. Tôi theo học ban Văn Chương, gọi là ban C. Tôi không thích các môn toán, lý, hóa và vạn vật nên không theo các ban A và B. Khi thi Tú Tài I hệ số của các môn chính Việt văn, Anh văn và Pháp văn có hệ số 3, các môn khác có hệ số 1 hoặc 2. Toán hay Lý Hóa nếu làm đúng rất dễ được điểm 18/20 hoặc 19/20. Nhân với hệ số 3 vì đó là các môn chính của các ban A và B. Kết quả là dễ đậu hơn ban C. Ban C các môn chính có hệ số 3 là Việt văn, Anh văn và Pháp văn khó mà được điểm 12/20 hoặc 13/20. Năm tôi thi Tú Tài I, số thí sinh trúng tuyển của ban C chỉ có 10%. Mười anh chị ứng thí chỉ có một được nêu danh. Ngày đó có lối tuyên bố kết quả thi rất đau tim. Tới giờ tuyên bố, thí sinh và phụ huynh tập họp trong sân trường hồi hộp theo dõi xướng tên người trúng tuyển trên máy phóng thanh. Khi chiếc máy phóng thanh è è kêu, mọi con tim treo lên trong hồi hộp. Con số báo danh được đọc nhảy như cóc. Có lúc nó nhảy qua cả một phòng thi không có ai đậu.

Được xướng tên chưa chắc đã thành Tú Tài vì còn kỳ thi vấn đáp. Thi vấn đáp tựa như ra tòa án. Trực tiếp đối diện với các phán quan mặt sắt đen xì. Theo tôi nhớ thì trong các kỳ thi vấn đáp ngày đó tôi không bao giờ gặp một nữ giáo sư. Nếu được đối diện với mặt hoa da phấn chắc sẽ dễ chịu hơn. Phần lớn các giám khảo hỏi vấn đáp đều làm theo lương tâm nghề nghiệp, cho rút thăm câu hỏi, dành 10 phút cho thí sinh sửa soạn trước khi mặt đối mặt trả lời. Nhưng cũng có những trường hợp ngoại lệ. Tôi đã kể đâu đó vài trường hợp mà chính tôi và chú em tôi gặp, nay chỉ nhắc lại qua loa. Hung thần của môn vấn đáp Pháp văn hồi đó là Giáo sư Võ văn Lúa, có vợ đầm. Gặp ông phần lớn là...lúa đời! Vậy mà tôi gặp ông. Khi tôi đang ngồi sửa soạn câu đáp, bỗng nghe thấy ông đập bàn rầm rầm quát anh bạn đang thi: "Nếu anh là con trai tôi, tôi sẽ tát cho anh một cái!". Tôi ngồi run như cầy sấy. Tới lượt, tôi lên bảng trả lời khá trôi chảy, ông cám ơn, tôi liếc cây viết trên tay ông, thấy ông ghi số điểm 13/20. Nhưng chuyện sau đó mới vui. Một anh bạn cùng lớp không qua khỏi kỳ thi viết, chưa bao giờ vào vấn đáp, bỏ học ngang nhưng thành công trong cuộc sống với nghề phóng viên nhiếp ảnh chiến trường cho các hãng thông tấn Mỹ, sau này mời tôi đi ăn cưới anh. Cô dâu bữa đó chính là con gái thầy Lúa! Chú em tôi bị một ông Thầy dạy Pháp văn đì khi theo học ông trong lớp Đệ Nhị tại trường Chu văn An. Khi ông thấy tên chú được vào vấn đáp, ông cất công đi tìm phòng thi của chú. Khi thấy chú ngồi, ông ngang nhiên vào rỉ tai ông thầy đang hỏi vấn đáp. Và ông này đã đánh rớt. Sau này cả ông thầy đánh rớt và chú em tôi bị nhốt chung trong tù cải tạo của cộng sản. Hai người chung một đội. Khi chú em tôi được thả, tôi hỏi có nhắc lại chuyện xưa không, chú lắc đầu. Khi đó cùng chung cảnh tù tội, làm khổ thêm nhau làm chi. Hai ông này hồi đó đều là giáo sư trẻ khá nghênh ngang. Họ coi trời bằng vung bỏ quên lương tâm nhà giáo. Năm thi Tú Tài II, tôi gặp một ông giáo sư cũng cùng băng trẻ nhưng dạy Anh văn. Năm đó ông hỏi vấn đáp 13 thí sinh. Tôi trả lời câu hỏi theo những gì được học trong chương trình lớp Đệ Nhất C. Ông dè bỉu cho đó chỉ là những kiến thức căn bản, ông muốn câu trả lời sâu hơn. Chương trình học không dậy, lấy đâu kiến thức sâu hơn. Ông tặng tôi con số 3 điểm, điểm loại. Năm đó tôi rớt vấn đáp. Không chỉ tôi dẫm vỏ chuối, tất cả 13 thí sinh gặp ông đều nhận số điểm loại 3/20. Khóa thi thứ hai năm đó, ông bị cấm chấm thi. Sau này, khi Hội Cựu Học Sinh Chu Văn An tại Montreal tổ chức họp mặt, có quầy sách mà các Giáo sư và cựu học sinh là tác giả, ông có vài cuốn sách dịch và ngồi ký sách cạnh tôi. Dĩ nhiên ông không nhận ra tôi nhưng tôi sao quên được ông. Tôi cũng chẳng nhắc chuyện xưa làm chi. Cùng tha hương, vui chi mà làm buồn lòng nhau.

Các ông giáo sư trẻ ngày đó mà tôi kể trên đã ngông nghênh không kể chi tới đám học sinh chúng tôi. Không biết sau này các ông ấy có lúc nào nghĩ lại chuyện ác đức các ông làm khi thời của các ông đang thịnh. Họ đùa giỡn trên công sức học tập ngày đêm đến vỡ vàng của học sinh. Họ hủy hoại tương lai của học sinh khi chúng tôi phải cắm đầu học dưới đôi mắt săm soi của ông Bùi Đình Đạm. Đại Tá Bùi Đình Đạm, sau này lên tướng, là Giám Đốc Nha Động Viên. Nếu thi rớt sẽ nhận được giấy mời của ông tướng này ngay. Chưa có tấm bằng Tú Tài I trong tay sẽ được nhập trường Hạ Sĩ Quan Đồng Đế để ra Trung sĩ. Đây là một đau xót thành thơ. "*Rớt Tú Tài anh đi Trung Sĩ / Em ở nhà lấy Mỹ nuôi con / Mai sau xong chuyện nước non / Khi về anh có Mỹ con anh bồng*". Trong bản nhạc "Thà Như Giọt Mưa", Phạm Duy phổ thơ Nguyễn Tất Nhiên cũng não nùng không kém khi rớt Tú Tài: "*Ta hỏng Tú Tài / Ta hụt tình yêu / Thi hỏng mất rồi / Ta đợi ngày đi / Đau lòng ta muốn khóc / Đau lòng ta muốn khóc*". Bài thơ cùng tên của Nguyễn Tất Nhiên không có đoạn bi ai này. Phạm Duy đã thêm vào khi phổ nhạc.

Đất nước đang trong tình trạng chiến tranh, chuyện tòng

quân là chuyện của mọi thanh niên. Tuy nhiên nhà cầm quyền vẫn phải duy trì sự phát triển của quốc gia. Thế hệ chúng tôi ngày đó cắm đầu học không phải để trốn tránh việc mặc áo ka ki nhưng với kiến thức thu thập được, chúng tôi sẽ phục vụ hữu hiệu hơn. Những người có bằng cấp, trở thành những chuyên viên, trước sau cũng khoác áo lính, nhất là khi có lệnh tổng động viên sau trận tổng công kích của Việt cộng vào dịp Tết Mậu Thân. Sau thời gian huấn luyện ở quân trường, giáo sư và chuyên viên được biệt phái về nhiệm sở cũ để những con người văn võ toàn tài tiếp tục đem hết khả năng ra giúp nước.

Cái bằng Tú Tài như nấc thang cần thiết để chúng tôi leo lên cho địa vị cá nhân cũng như cho sự cống hiến hữu hiệu hơn cho đất nước. Vậy mà cuộc tuyển lựa thật gian truân. Tỷ lệ đậu không nhiều. Tôi đã cố tìm kết quả các kỳ thi Tú Tài trong thời kỳ này nhưng tài liệu thu thập được chưa vừa ý. Theo Wikipedia thì năm 1964, tỷ lệ trúng tuyển Tú Tài I là 22%, Tú Tài II là 32%. Theo một tài liệu khác thì tỷ lệ đậu Tú Tài I chỉ vào khoảng 30% tới 35%. Tỷ lệ đậu Tú Tài II khá hơn, khoảng từ 35% đến 45%. Điều này dễ hiểu vì trình độ học sinh lớp Đệ Nhị không đồng đều bằng trình độ học sinh lớp Đệ Nhất vì đã được gạn lọc trong kỳ thi Tú Tài I. Tỷ lệ đậu của học sinh trường công thường cao hơn học sinh trường tư vì học sinh trường công đã được gạn lọc khi thi vào lớp Đệ Thất. Tỷ lệ đậu nói trên là tính chung cả ba ban A, B và C trong mỗi kỳ thi. Nếu tính riêng thì tỷ lệ đậu của thí sinh ban C ít hơn nhiều.

Kết quả ban C của Hội đồng thi Sài Gòn năm tôi dự

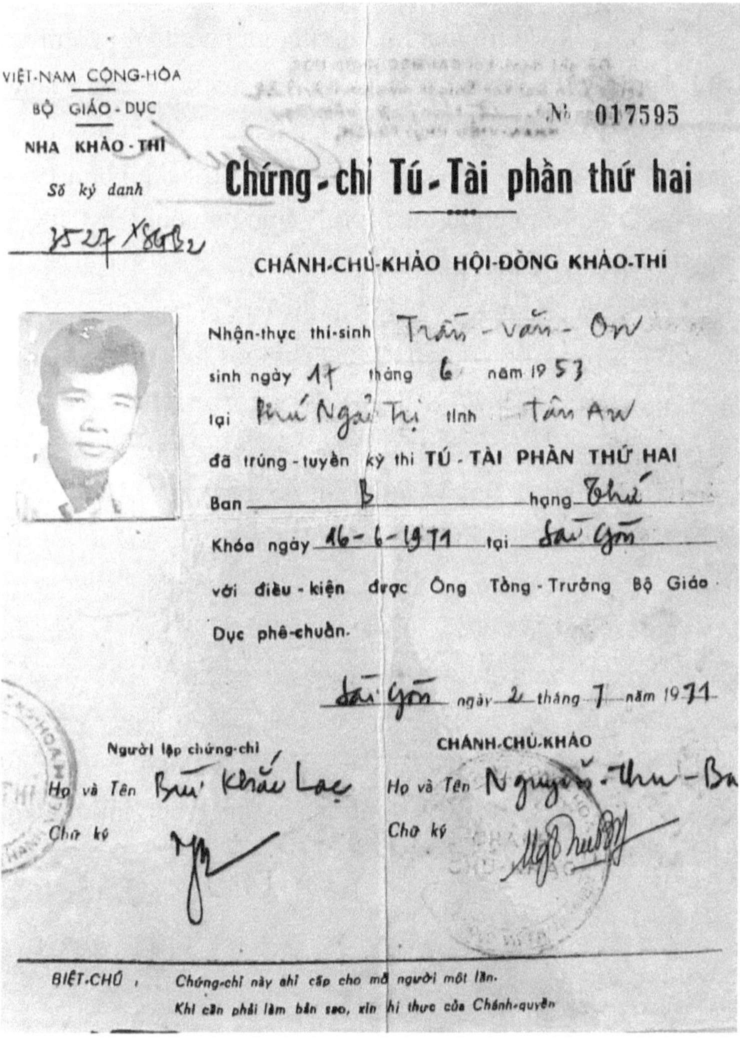
VIỆT-NAM CỘNG-HÒA
BỘ GIÁO-DỤC
NHA KHẢO-THÍ
Số ký danh
3527 X 86 B2

№ 017595

Chứng-chỉ Tú-Tài phần thứ hai

CHÁNH-CHỦ-KHẢO HỘI-ĐỒNG KHẢO-THÍ

Nhận-thực thí-sinh Trần-văn-Ơn
sinh ngày 17 tháng 6 năm 1953
tại Phú Ngãi Trị tỉnh Tân An
đã trúng-tuyển kỳ thi TÚ-TÀI PHẦN THỨ HAI
Ban B hạng Thứ
Khóa ngày 16-6-1971 tại Sài Gòn
với điều-kiện được Ông Tổng-Trưởng Bộ Giáo Dục phê-chuẩn.

Sài Gòn ngày 2 tháng 7 năm 1971

Người lập chứng-chỉ
Họ và Tên Bửu Khắc Lạc
Chữ ký

CHÁNH-CHỦ-KHẢO
Họ và Tên Nguyễn-Thu-Ba
Chữ ký

BIỆT-CHÚ, Chứng-chỉ này chỉ cấp cho mỗi người một lần.
Khi cần phải làm bản sao, xin thị thực của Chánh-quyền

thi vào cuối thập niên 1950, chỉ có khoảng 50 Tú Tài trên khoảng 500 thí sinh. Tỷ lệ là 10%. Sáng hôm sau, các báo đăng kết quả. Tên thí sinh vượt qua vũ môn được in chữ hoa trang trọng trong một khung hoa văn được đặt tên là: "Bảng Hổ Đề Danh".

Thi như vậy là thi loại bỏ chứ không phải là thi kiểm tra trình độ của học sinh. Có lẽ giới chức giáo dục cũng nhận thấy như vậy nên các kỳ thi được cải tổ dần. Niên khóa 1968 bỏ phần thi vấn đáp. Năm 1973 bỏ kỳ thi Tú Tài I. Năm 1974 thi Tú Tài được tổ chức theo lối thi trắc nghiệm IBM. Tỷ lệ thí sinh vượt vũ môn tăng hẳn.

Thời gian chúng tôi vác bút đi thi Tú Tài, ông nhạc sĩ Đỗ Kim Bảng ngày đó có bản "Mùa Thi" rất thấm thía. *"Hôm nay: ngày thi / Bao nhiêu người đi / Xe! rộn rịp / Lớp! tràn người niềm vui vấn vương / Thi ơi là thi! / Sinh "mi" làm chi! / Bay, Nghẹn ngào / Bám, ồn ào / Buồn vui vì "mi" / Đây, bao bộ mặt cười ra nước mắt than câu: "Học tài thi phận" / Đây, bao tiếng cười đắc chí khoe rằng: "Phen này tao trượt thì ai đậu cho" / Hôm nay còn thi / Mai kia còn thi / Ôi! Đời đời khóc cùng cười hòa theo mùa thi"*.

Hôm nay còn thi. Mai kia còn thi. Tính từ ngày tôi khổ sở lấy cho bằng được cái Tú Tài, tới nay đã ngót nghét bảy chục niên. Vậy mà tôi vẫn còn thi Tú Tài. Trong những cơn mộng dữ!

09/2025

TƯỢNG

Tôi thích tượng. Đi tới đâu, thấy tượng là phải dừng lại nghía. Từ những tượng bán bên vệ đường ở Tokyo màu mè lạ mắt tới những tượng trâu ngựa bên vỉa hè Sài Gòn ngày về thăm chốn cũ. Tượng ngựa thì tôi quá thích. Một lần trên đường từ Nha Trang tới Đà Lạt, ghé vào thăm ngôi chùa khá lạ làm toàn bằng mảnh chai mảnh sứ bể, tôi nhác thấy trong tủ bán tượng một cặp ngựa đang vờn nhau tạc từ một loại đá trắng đục trông rất linh động, kết liền. Chẳng cần biết giá, ôm ngay vào người. Và ôm luôn tới giờ. Ngày ngày ngắm nhìn vẫn thấy mê.

Khi qua thăm thủ đô Washington D.C. của Mỹ trước đây, năm nào tôi không nhớ, nhưng mê ngay bức tượng của Tổng Thống Abraham Lincoln trong đài tưởng niệm của ông. Tượng trâu tượng ngựa còn mê huống chi tượng của một vị *tonton* đình đám trong lịch sử Hoa Kỳ. Tượng ông ngồi, có khuôn mặt cương nghị pha chút đăm chiêu buồn bã, cô đơn

Tượng ngựa.

trên bệ cao như vẫn còn giữ những lo toan cho đất nước. Ông là tổng thống thứ 16 của Mỹ, lãnh đạo từ năm 1861 tới khi bị ám sát vào năm 1865, đã có công đưa đất nước vượt qua cuộc nội chiến với những rối ren khủng hoảng đạo đức, văn hóa, hiến pháp và chính trị lớn nhất của Hoa Kỳ. Ông là người khai sanh đảng Cộng Hòa và là tổng thống đầu tiên của đảng. Ông đã xóa bỏ chế độ nô lệ, củng cố chính phủ liên bang và hiện đại hóa nền kinh tế Hoa Kỳ. Bãi bỏ chế độ nô lệ là dấu ấn đậm nhất trong những thành tích của vị tổng thống được coi là một trong ba vị xuất sắc nhất gồm: George Washington, Abraham Lincoln và Franklin D. Roosevelt.

Ngày 28/8/1963, trong ngày diễn hành về Washington có 250 ngàn người tham dự, Mục sư Martin Luther King Jr. đã chọn đài kỷ niệm *Lincoln Memorial* để đứng đọc bài diễn văn nổi tiếng *"I Have a Dream"* tranh đấu cho quyền bình đẳng của người da màu. Dưới cặp mắt quan hoài của bức tượng Abraham Lincoln, Mục sư King cũng đã đưa lịch sử nước Mỹ qua một bước ngoặc quan trọng.

Lincoln Memorial.

Đài tưởng niệm *Lincoln Memorial* nằm ở vị trí đối diện với Đài tưởng Niệm *Washington Monument* có hình dáng cao vút mà dân Việt ta thường gọi là "tháp bút chì". Thiệt không có một vị trí nào thích hợp hơn để tôn vinh hai vị tổng thống lừng danh nhất của lịch sử Mỹ. "Tháp bút chì" có chiều cao 169 thước bằng đá cẩm thạch trắng được thiết kế theo phong cách tân cổ điển tượng trưng cho sự thanh cao và vĩnh cửu. Hai đài kỷ niệm hai vị tổng thống lừng danh nhất Hoa Kỳ, một bên kín mít, một bên hở toang.

Đứng từ ngoài nhìn vào Đài *Lincoln Memorial* chỉ là

những hàng cột cao vút không che lấp bức tượng bên trong. Bức tượng Lincoln ngồi cô đơn giữa những hàng cột là tác phẩm của điêu khắc gia Daniel Chester French. Ông phải mất 4 năm mới hoàn thành. Tượng được làm bằng 28 khối đá cẩm thạch trắng của vùng Georgia. Thoạt đầu tượng được dự trù cao chỉ 3 thước nhưng khi hoàn thành có chiều cao tới 5 thước 8 để cân đối với không gian rộng lớn nơi đặt tượng. Đế tượng dài 10 thước rưỡi, rộng 8 thước rưỡi và cao 17 phân làm bằng đá cẩm thạch của vùng Tennessee. Nếu nhìn kỹ, người ta sẽ thấy hai bàn tay đặt trên ghế của tượng, tay trái có hình chữ A và tay phải hình chữ L. Đó là hai chữ viết tắt tên của tổng thống. Theo sử gia Gerald Prokopowicz thì không biết chắc điêu khắc gia có cố ý khắc như vậy không nhưng có vẻ ông đã có ý đó. Người ta đồ chừng điêu khắc gia French muốn ghi ơn Tổng Thống Lincoln vì đã ký sắc lệnh liên bang cho trường Đại học của người điếc Gallaudet University quyền được cấp bằng có giá trị như các Đại học khác. Tạp chí National Geographic Society tiết lộ là chính French cũng có một cậu con trai bị điếc nên ông rất rành ngôn ngữ bằng dấu tay dùng cho người điếc.

Tonton Lincoln ở *Lincoln Memorial* là *tonton* ngồi. *Tonton* ở núi Rushmore chỉ ló bộ mặt lên. Thực ra tại ngọn núi ngày nay đã trở thành một địa điểm du lịch nổi tiếng này có tới bốn ông *tonton* ló mặt lên lận. Ba ông siêu *tonton* như đã kể trên, thêm vào ông Thomas Jefferson. Mỗi người có một tính chất tiêu biểu khiến hậu thế phải nhớ tới. Ông Washington dành độc lập cho đất nước, ông Jefferson củng cố nền dân chủ, ông Roosevelt mở mang kinh tế và bảo tồn môi trường

Tượng Lincoln trong Lincoln Memorial.

thiên nhiên, còn ông Lincoln, như chúng ta đã biết, bãi bỏ chế độ nô lệ. Bốn bộ mặt của bốn vĩ nhân được tạc ngay vào đá *granite* của núi Rushmore nằm gần thành phố Keystone, tiểu bang South Dakota. Đây là tác phẩm của hai thế hệ: hai cha con điêu khắc gia Gutzon Borglum và Lincoln Borglum. Người đưa ra ý tưởng là nhà sử học Doane Robinson của tiểu bang South Dakota với mục đích phát triển ngành du lịch trong vùng. Công trình được khởi công vào năm 1927 và bốn chân dung được hoàn tất từ năm 1934 đến 1939. Ý định ban đầu không phải là chỉ tạc bốn khuôn mặt mà là tạc bốn chân dung hoàn chỉnh từ đầu đến thắt lưng. Nhưng sau chỉ tạc bốn khuôn mặt vì…thiếu kinh phí. Tuy thiếu hụt phần thân hình như dự tính nhưng quần thể tượng đài bất hủ này vẫn được du khách coi là "biểu tượng của mọi biểu tượng" ở Hoa Kỳ. Cho tới nay vẫn chưa có thêm khuôn mặt nào được đề nghị tạc chung vào quần tụ "tổng thống" này.

Tượng bốn vị Tổng Thống trên núi Rushmore.

Tượng Tổng thống Abraham Lincoln ngồi, tổng thống ló mặt đã có, tổng thống đứng cũng đã có nhưng ít người biết. Đó là tượng Lincoln đứng với kích thước đúng chiều cao của ông được đặt tại mái vòm *Rotunda* của quốc hội Hoa Kỳ. Mái vòm của tòa nhà quốc hội Capital nằm chính giữa hai cánh: cánh Nam dành cho Hạ viện và cánh Bắc dành cho Thượng Viện. Đây là nơi trưng bày các tác phẩm nghệ thuật lịch sử quan trọng, đặc biệt là bốn bức tranh lớn của John Trumbull về Cách Mạng Mỹ và bức bích họa *"The Apotheo-*

sis of Washington" khổng lồ, đường kính dài gần bằng một sân bóng rổ trên trần nhà. *Rotunda* là một căn phòng hình tròn, mái vòm cao tới 88 thước, được coi là trái tim của điện Capital.

Rotunda quan trọng như vậy nên sau khi Tổng Thống

Tượng Tổng Thống Lincoln đứng trong trụ sở Quốc Hội.

Abraham Lincoln bị ám sát vào năm 1865, quốc hội Mỹ muốn đặt một bức tượng của ông để tưởng nhớ tới vị anh hùng của dân tộc Mỹ. Công việc được xúc tiến vào năm 1866, chỉ một năm sau khi ông qua đời. Các điêu khắc gia nổi tiếng của Mỹ đều muốn để dấu ấn của mình vào tác phẩm được trưng bày ở nơi danh tiếng này. Số tiền dành cho người tạc tượng là 10 ngàn đô, tương đương khoảng 200 ngàn đô ngày nay. Nhưng quốc hội Mỹ không chọn một điêu khắc gia nổi tiếng nào dù họ có bằng cấp đầy mình, có người từng tốt nghiệp tại Âu châu. Họ chọn một cô gái 18 tuổi, không theo học một trường điêu khắc chuyên môn nào. Cô tên Vinnie Ream, sanh năm 1847 tại Madison, tiểu bang Wisconsin. Năm 1861, gia đình cô dọn về thủ đô Washington khi đó vẫn còn dấu vết của cuộc Nội Chiến với binh sĩ đóng tại khắp nơi và các bệnh viện chậtních những thương binh. Gia đình của Vinnie Ream lâm vào cảnh khốn cùng khi trụ cột của gia đình là ông bố bị bệnh, sức khỏe sa sút không chống đỡ nổi mái ấm. Vinnie phải xin vào làm tại Bưu điện với số lương 50 đô một tháng dù mộng của cô là trở thành một điêu khắc gia. Cô chưa bao giờ nhìn thấy một tượng nghệ thuật ngoài đời mà chỉ say mê ngắm hình chụp trong sách. Khi tới Washington cô mới có dịp chiêm ngưỡng tượng thật tại tòa nhà quốc hội và tại các công viên của thủ đô. May mắn tới với cô khi cô quen biết được một dân biểu tên James S. Rollins. Ông này biết đam mê tạc tượng của cô nên giới thiệu cô với điêu khắc gia nổi danh Clark Mills. Điêu khắc gia Mills nhận cô vào giúp việc trong xưởng đúc tượng của ông. Tài năng của cô bột phát dưới sự chỉ dẫn tận tình của ông. Cô xin thôi việc ở Bưu điện.

Vững tin ở tay nghề của mình, cô có tham vọng muốn tạc tượng Tổng Thống Abraham Lincoln khi ông đang làm việc để có thể bán kiếm tiền. Mơ ước của cô bé 17 tuổi là không thể khi Tổng Thống đã từ chối mọi đề nghị vẽ hoặc tạc tượng ông của các nghệ sĩ có tiếng. Khi đó tình hình đất nước còn rối ren như mớ bòng bong, ông không rảnh để lo việc cá nhân. Cô lại nhờ ông dân biểu James S. Rollins. Vinnie viết thư giải thích hoàn cảnh của gia đình đang lâm vào nghèo túng, cô cần kiếm tiền để gia đình sinh sống và cam kết sẽ khắc họa chân thực về ông khi đang bù đầu lo toan chuyện quốc gia. Vận may đến với cô khi Tổng thống cho phép cô tạc tượng ông.

Trong 5 tháng liền, cô tới tòa Bạch ốc nửa tiếng mỗi ngày để làm việc lúc tổng thống họp nội các hoặc ngồi làm việc. Cô thổ lộ : "Tôi chưa từng thấy ai rơi vào nỗi buồn sâu thẳm như ông trong những tháng tôi ngồi làm việc. Tôi cảm thấy ngay cả sức mạnh phi thường của ông cũng đang bị bào mòn bởi một nỗi buồn nặng nề". Năm tháng sau Tổng Thống Abraham Lincoln bị ám sát, bức tượng bằng đất sét gần như đã hoàn tất. Trong đau buồn, cô tiết lộ với báo chí: "Nhiều bức họa chân dung cũng như tượng của Tổng Thống đã được nhiều nghệ sĩ hoàn thành trước đó nhưng khi biết tôi là một cô gái nghèo, ông bằng lòng cho tôi tạc tượng khi ông đang làm việc. Giả dụ tôi là một điêu khắc gia nổi tiếng thế giới tôi tin chắc ông sẽ không cho phép". Chính Tổng Thống Lincoln cũng là con nhà nghèo. Ông phải mò mẫm tự học đêm đêm bằng ánh nến sau một ngày làm việc

Cô Vinnie Ream bên bức tượng bán thân Tổng Thống Lincoln được tạc trước khi ông bị ám sát.

vất vả nơi trang trại. Ông khởi đầu bằng nghề thư ký trong nông trại, buôn bán trên sông nước, công nhân bẻ ghi xe lửa trước khi thành luật sư chuyên bảo vệ cho người nghèo. Ông bước vào chính trường từ các cuộc bầu cử địa phương tại tiểu bang Illinois tới quốc hội liên bang trước khi trở thành tổng thống.

Tác phẩm của Vinnie Ream trở thành bức tượng cuối cùng của Tổng thống trước khi ông bị ám sát. Đó là bức tượng của một Lincoln khi đang vất vả lèo lái đất nước sau cuộc nội chiến, một Lincoln với vẻ mặt thật đầy lo âu, kiệt sức trong nhiệm vụ đầy khó khăn. Quốc hội đã chọn cô trước các điêu khắc gia chuyên nghiệp nổi tiếng vì cô đã là người tiếp cận Tổng thống vào những ngày cuối đời của ông. Cô là nữ nhân trẻ nhất được nhận thực hiện một công trình liên bang. Các điêu khắc gia không khỏi dè bỉu sự chọn lựa này. Để coi một con nhỏ 18 tuổi, không theo học chính thống, sẽ múa may ra sao để tạo ra được tác phẩm.

Cô Vinnie Ream.

Vinnie được cấp cho một xưởng làm việc dưới hầm của điện Capitol, một vinh dự chưa từng có nhưng cũng là một áp lực rất lớn. Ngày ngày các nghị sĩ và dân biểu ghé qua coi cô làm việc, các ký giả tới theo dõi tiến trình thực hiện, các người đố kỵ tới với hy vọng nhìn thấy thất bại của cô gái 18 tuổi. Nhưng cô cắn răng kiên trì làm việc trong 5 năm để hoàn thành một bức tượng thật nhất của vị tổng thống tài ba nhất từ trước tới nay, bức tượng ông đứng trang nghiêm với dáng vẻ trầm tư. Khi đó cô mới 23 tuổi.

Các nhà phê bình từng đặt dấu hỏi về tài năng của cô gái 18 tuổi trước đây giờ đã khâm phục về sự chín chắn đáng kinh ngạc của tác phẩm. Báo Washington Evening Star ca ngợi bức tượng đã "thể hiện nhiều cảm xúc và giá trị nghệ thuật hơn bất cứ tượng Lincoln nào khác". Vinnie Ream qua đời vào ngày 20/11/1914, thọ 67 tuổi. Tính từ ngày bức tượng được hoàn thành vào năm 1865, tới nay tượng đã "thọ" được 160 năm!

Tôi viết bài này vào dịp nước Mỹ kỷ niệm "Ngày Martin Luther Luking Jr.", năm nay rơi vào ngày thứ hai 19/1. Ngày kỷ niệm này là ngày nghỉ lễ chính thức hàng năm. Mục sư King là người nối gót Tổng Thống Abraham Lincoln tranh đấu cho quyền được sống bình đẳng của người da màu tại Hoa Kỳ. Một người bãi bỏ chế độ nô lệ, một người thực hiện được "giấc mơ" cho người da màu được sống bình đẳng. Trong đó có người tỵ nạn Việt Nam chúng ta!

01/2026

US OPEN 2025

Vậy là bữa cỗ tennis năm nay vừa chấm dứt với giải US Open đầy kịch tính. Người ta chú trọng nhất tới giải đơn nam năm nay tranh giữa hai đấu thủ Jannick Sinner, số 1 thế giới và Carlos Alcaraz, số 2 thế giới. Hai anh này ăn trùm từ vài năm qua trong các giải lớn của *tennis* gọi là Grand Slam. Có tất cả 4 giải Grand Slam được tổ chức mỗi năm, bắt đầu bằng giải Australian Open được tổ chức vào tháng 2, tiếp theo là giải French Open, Wimbledon và kết thúc bằng giải US Open vào tháng 9. Trong giải đơn nam hai năm 2024 và 2025, hai chàng trai trẻ Sinner, 24 tuổi, và Alcaraz, 22 tuổi đã chia nhau mỗi anh hai giải mỗi năm. Năm 2024 Sinner ôm hai cúp Australian Open và US Open trong khi Alcaraz chiếm giải French Open và Wimbledon. Năm 2025, Sinner ẵm hai giải Wimbledon và Australian Open còn Alcaraz bợ hai giải French Open và US Open. Thấy hai anh này làm mưa làm gió trên sân quần vợt, tôi bỗng tò mò muốn biết có ai làm hơn hai anh này, tức ẵm hết 4 cái Grand Slam trong cùng một năm không? Hóa ra có. Đó là Don Budge vào năm 1938. Anh Rod Laver còn ngon lành hơn khi hai lần ôm hết 4 giải trong cùng một năm, vào năm 1962 và 1969. Về phía nữ có Steffi Graf vào năm 1968. Nếu có điều cần nói thêm về US Open thì phải là số tiền mà nhà vô địch ẵm được. Tôi ngồi coi lễ phát giải. Khi trao cho Carlos Alcaraz phong bao tiền thưởng, tôi ngạc nhiên khi xướng ngôn viên cho biết số tiền là 5 triệu đô Mỹ! Đây là số tiền khủng nhất trong năm 2025. Ba giải Grand Slam kia lần lượt như sau: Wimbledon bên Anh (4.1 triệu), French Open bên Pháp (2.9 triệu) và Australian Open bên Úc (2.3 triệu). Các giải Grand Slam đều thực thi nam nữ bình quyền nên số tiền đều giống nhau. Nam 5 triệu thì phía nữ nàng Sabalenska cũng ôm 5 triệu. Tuy gọi là bình quyền nhưng nam tốn mồ hôi hơn khi phải đánh tới 5 *set* trong khi nữ chỉ múa vợt có 3 *set*!

Trong số các đấu thủ tranh giải năm nay có một tên Việt Nam là Learner Tien. Anh xui xẻo khi vào vòng đầu đã đụng danh thủ Novak Djokovic và thua với tỷ số 6-1, 7-6 và 6-2. Tuy nhiên mới 19 tuổi, Tien còn cả tương lai trước mặt. Thành tích oanh liệt nhất của Tien là đánh bại tay vợt xếp hạng 5 thế giới Daniil Medvedev trong giải Australian Open vào đầu năm nay 2025. Trận đấu dài trên 5 tiếng đồng hồ, căng thẳng trong 5 ván (6-3, 7-6, 6-7, 1-6 và 7-6). Tay vợt người Nga Medvedev đã tức giận khi đứng hạng 5 thế giới mà thua tay vợt Mỹ gốc Việt đứng hạng 121 nên bỏ cuộc họp báo sau trận đấu. Hành động khiếm nhã này có thể bị xử phạt. Có một chuyện vui vui trong trận đấu này. Tien đã

Carlos Alcaraz

thua ván thứ tư với tỷ số đáng ngại 1-6. Ai cũng tưởng anh đã hết xí quách nhưng anh cho biết sau trận đấu: “Thú thật tôi mót tè quá khi bắt đầu ván này. Vì vậy nên sau khi nhận thấy tình hình không thuận lợi, tôi nghĩ mình nên thua chóng vánh nhưng phải được giao banh trước ở ván thứ 5 để có lợi thế. Khi tỷ số đã là 0-5, tôi cố gắng thắng lại một bàn để có thể được giao banh trước ở ván thứ 5”. Cách tính toán thông minh này đã khiến anh thành công trong ván thứ 5 thiệt gay go. Tien đã lọt tới vòng 4 của giải để trở thành người trẻ nhất vào tới vòng 4 của Australia Open kể từ khi Rafael Nadal đạt thành tích này vào năm 2005 khi anh mới 18 tuổi.Tien cũng là tay vợt người Mỹ trẻ nhất vào tới vòng 4 kể từ khi Pete Sampras tạo thành tích này 35 năm trước, vào năm 1990 .

Lúc đó Sampras chỉ mới 18 tuổi.

Sau giải Australian Open, Tien đã lập một kỳ tích khác: đánh bại tay vợt số 2 thế giới Alexander Zverev tại giải ATP Abierto Mexicano Telcel với tỷ số 6-3 và 6-4. Vậy là trong vòng một tháng Tien đã liên tiếp đánh bại hai tay vợt hạng 5 và hạng 2 thế giới. Dùng lối đánh tay trái sắc bén, sự lì lợm đến khó tin và chiến thuật đơn giản nhưng hiệu quả, Tien đã khiến Zverev phạm hàng loạt sai lầm dẫn tới gục ngã trước một đối thủ 19 tuổi.

Learner Tien

Learner Tien sanh năm 2005 tại Irvine, tiểu bang California. Cha và mẹ anh đều là người gốc Việt. Ông Khương Dan Tien là một luật sư, bà Huyen Tien là một giáo sư môn

Toán. Họ đặt tên hai con trai theo nghề nghiệp của họ: Justice (Công Lý) và Learner (Học Sanh). Theo một bài viết của báo Essentially Sports, ngay từ năm mới có một tuổi, Tiến đã cầm trên tay một chiếc vợt. Bài báo không nói rõ nhưng có lẽ đó là dịp thôi nôi theo truyền thống Việt, Tien đã chọn chiếc vợt trong số nhiều đồ vật bày ra trước mắt. Mới cầm thôi chứ chưa đánh đấm chi. Cả cha lẫn mẹ Tien đều hài lòng với việc chọn lựa của con. Tien đã được ra sân *tennis* rất sớm, vào năm 2 tuổi. Năm 5 tuổi, Tien đã đoạt giải nhi đồng được tổ chức tại Upland, tiểu bang California, vào dịp lễ Halloween năm 2011. Phần thưởng là một chiếc đèn bí ngô đặc trưng của Halloween. Nhưng tới năm 10 tuổi Tien không thấy hứng thú chơi tennis nữa và có ý định…giải nghệ! Cha của anh khi đó đã nói với báo chí: "Nó chơi rất giỏi môn này.Chúa ơi! Thật đáng tiếc khi nó không thấy thích thú nữa dù tài năng và tiềm năng của nó rất lớn". Nhưng may mắn thay, quần vợt đã nắm được chân Tien. Ông Khuong Tien quyết định đưa con trai vào sâu hơn trong môn chơi này bằng cách tới Hiệp Hội Quần Vợt Hoa Kỳ *(United States Tennis Association),* viết tắt là USTA, tìm huấn luyện viên chuyên nghiệp cho con. Năm 14 tuổi Tien được huấn luyện viên huyền thoại Eric Diaz nhận khi nhìn ra tiềm năng của cậu bé gốc Việt. Ông trả lời các phóng viên thể thao: "Thông thường mọi người hay chờ đợi những lớn lao nơi các đứa trẻ. Nhưng Tien là một cậu bé trầm tính, ít nói và nhiều nghị lực. Tôi như cảm thấy có một vầng hào quang tỏa ra từ những cậu bé như vậy. Tôi luôn nói với Tien rằng cháu sẽ không bao giờ ở nơi mà cháu muốn. Tien sẽ phải loại trừ suy nghĩ rằng: Ồ, tôi qua giỏi, tôi quá thành công. Kể cả khi Tien đang thành công, cậu ấy vẫn còn nhiều mục tiêu trước mắt để biết mình sẽ phải cố gắng với tầm nhìn dài hạn”.

Tien không phụ lòng huấn luyện viên. Năm 2022, anh giành chức vô địch *UST Boys 18s* là một giải dành cho các tay vợt trẻ Mỹ. Năm 2023, anh hai lần về nhì tại các giải Grand Slam Junior của US Open và Australia Open. Từ đây, anh chính thức ghi tên thi đấu tại các giải Grand Slam của các tay vợt nhà nghề. Tháng 11/2024 anh leo lên tới thứ hạng 114 thế giới nhưng đầu năm 2025, tụt xuống hạng 121.

Learner Tien đang là niềm hy vọng cho nước Mỹ. Đã từ lâu *tennis* Mỹ không có ai đoạt được danh hiệu vô địch đơn nam trong các giải Grand Slam. Vài cái tên như Taylor Fritz, Tommy Paul hay Frances Tiafoe từng có lúc khiến dân Mỹ hy vọng nhưng họ không thể vượt qua được các tay vợt Ý Jannick Sinner, Tây Ban Nha Carlos Alcaraz hay Đức Alexander Zverev. Thời của các tay vợt Mỹ Pete Sampras hay Andre Agassi đã không còn nữa. Giới mộ điệu quần vợt Mỹ kỳ vọng vào Learner Tien. Họ nhen nhúm hy vọng khi vào năm 2024, Tien đã đoạt được chức vô địch *ATP Challenger Tour* đầu tiên trong sự nghiệp ở Jeddah, Ả Rập Saudi. Huấn luyện viên Eric Diaz ngày càng hài lòng với học trò của mình. Ông nói: “Tien có tâm lý tốt. Cậu thực sự giữ được bình tĩnh ở những lúc quan trọng của trận đấu. Điều này giúp cậu tăng tự tin để sau đó chỉ cần chơi thứ *tennis* của chính cậu”. Trong bảng sắp hạng mới nhất vừa được công bố sau US Open, Tien đã đứng hạng 49 thế giới!

Tôi biết tới Tiên Learner khi đọc được một bài trên Facebook của một người bạn của gia đình anh. Từ đó, mỗi khi có giải *tennis* nào, tôi cũng dò chương trình thi đấu để được coi anh ra sân. Tôi nghĩ người chơi *tennis* nhà nghề gốc Việt mới chỉ có anh. Vậy nên tới bây giờ, khi tìm tài liệu về Tien Learner, tôi mới thấy sự thiếu sót của mình. Tay vợt Pháp gốc Việt Harmony Tan đã hạ tay vợt sừng sỏ một thời Serena Williams ngay trong vòng đầu của giải Wimbledon năm 2022 trong một trận đấu gay go kéo dài tới 3 tiếng 11 phút. Đây là lần đầu tiên Harmony Tan tham dự giải nên rất khớp khi biết sẽ đụng Serena Williams ngay trong vòng đầu. Cô cho biết khi trả lời phỏng vấn của đài BBC Sport: "Khi biết được kết quả bốc thăm, tôi thật sự sợ hãi. Serena là một huyền thoại. Tôi đã thốt lên: "Ôi trời ơi! Làm sao tôi có thể chơi được? Và nếu tôi có thể thắng một hoặc hai ván, điều đó thực sự

Harmony Tan

tốt cho tôi". Trước ngày trận đấu diễn ra, huấn luyện viên Sam Sumyk của cô đã trả lời Tennis Majors: "Serena Williams không thể có phong độ cao khi trở lại thi đấu sau một năm vắng bóng. Điều đó không có nghĩa là Serena sẽ thi đấu không tốt. Chúng tôi đến đây để đánh bại Serena". Không ai đặt hy vọng vào Harmony Tan khi Serena Williams đã từng 7 lần đoạt ngôi vị số một của giải sân cỏ Wimbledon và 23 lần vô địch các giải Grand Slams. Nhưng gió đã thổi ngược! Trước khi tham gia giải Wimbledon 2022, Harmony đã dự tranh trong các giải Grand Slams US Open 2018 và 2022, French Open từ 2019 tới 2022, Australian Open 2022.

Harmony Tan mang ba dòng máu: Việt, Kampuchia và Trung Hoa. Cô sanh ngày 11/9/1997 tại thủ đô Paris và mang quốc tịch Pháp. Cha cô là người Kampuchia gốc Hoa, mẹ cô người Việt. Khi còn nhỏ Harmony Tan đã theo học rất nhiều môn như khiêu vũ, nhu đạo, đánh golf và *piano*. Cô đã học chơi nhạc cổ điển tại một nhạc viện trong 7 năm. Tuy nhiên quần vợt là thứ cô chú trọng tập luyện nhất. Nói vậy không có nghĩa cô chỉ…chơi. Việc học luôn là quan trọng hàng đầu với cô. Sau khi đậu Tú Tài, cô đã theo học Sciences Po Paris. Trong sự nghiệp quần vợt, cô đã từng được xếp hạng 90, đoạt 10 giải đánh đơn. Cái tên Harmony Tan "mất tích" sau cú thắng ngoạn mục Serena Williams vào năm 2022. Vào tự điển mở Wikipedia tiếng Anh, tôi tìm thấy cô có tham dự đánh đôi giải US Open vào các năm 2024 và 2025 nhưng bị loại ngay trong vòng đầu. Trong bảng xếp hạng các nữ đấu thủ nhà nghề thế giới được phổ biến vào ngày 14/7/2025, cô tụt xuống hạng 334!

Brandon Nakashima.

Cũng trong giải US Open 2022 còn có đấu thủ Brandon Nakashima. Nghe tên thì rặt Nhật Bổn, chẳng dây mơ rễ má chi tới con rồng cháu tiên nhưng lại có dây mơ rễ má tới dân Việt. Ông ngoại anh là cựu Trung Tá phi công Phạm Anh. Mẹ của Brandon là Christina sanh tại Việt Nam, sang Mỹ năm 5 tuổi. Bà sanh Brandon Nakashima vào ngày 3/8/2001 tại San Diego, tiểu bang California. Cha anh là người Mỹ lai Nhật, sanh tại Mỹ.

Tốt nghiệp trung học trường High Bluff Academy tại San Diego, anh ghi danh vào Đại học University of Virginia vào tháng giêng năm 2019 khi được 17 tuổi và chơi *tennis* cho đội Virginia Cavaliers của trường. Chỉ sau một *semester*, anh ghi danh thành đấu thủ nhà nghề. Năm 2020 anh được chọn vớt (*wildcard)* vào tham dự giải Grand Slam đầu tiên là giải US Open, được vào vòng 2 và thua hạt giống số 5 Alexander Zverev. Zverev sau đó vào tới chung kết. Năm 2021, anh dự tranh lần đầu tiên giải Wimbledon và thua tay vợt Mỹ Taylor Fritz ngay vòng đầu. Năm 2022, tại French Open, anh vào tới vòng 3 và lại thua Zverev. Cùng năm này, anh vào tới vòng 4 trong giải Wimbledon và gác vợt trước Nick Kyrgios. Sau đó Nick vào tới chung kết của giải. Tháng giêng năm 2024 anh được xếp hạng 96 thế giới. Tại giải US Open 2024, anh lại vào tới vòng 4 sau khi đánh bại hạt giống 15 Holger Rhune, Arthur Cazaux và Lorenzo Musetti. Tại vòng 4 anh lại một lần nữa bị kỳ đà Alexander Zverev cản mũi anh vào sâu hơn. Tháng 5/2025 anh được xếp hạng 29 thế giới nhưng tới tháng 7/2025, anh tụt xuống hạng 33. Để đoạt được thứ hạng này anh đã có những thành công trong các giải ATP mà tôi không hài ra. Trong khuôn khổ bài viết này, tôi chỉ viết về những lần anh tham gia các giải Grand Slams. Kể cũng lạ, Learner Tien được xếp hạng 49 mà dân Việt ta hầu như ai cũng biết trong khi Brandon Nakashima hạng 33, cả hai đều chơi dưới màu cờ Mỹ, thì mờ nhạt, nhất là đối với dân Việt hải ngoại. Chắc chỉ vì cái tên!

Viết tới đây, tôi mới thấy đặt cái tít bài "US Open 2025" coi bộ không thích hợp. Tôi chỉ viết ít dòng về giải này để lấy cớ chìm đắm vào việc giới thiệu ba khuôn mặt Việt Nam trong các giải Grand Slams. Nhưng biết sao được, tôi quá hứng thú khi làm công việc nhặt nhạnh những mảnh đá quý của người gốc Việt tại hải ngoại thuộc mọi lứa tuổi, mọi khía cạnh, mọi hoạt động trong việc hội nhập vào dòng chính nơi chúng ta ngụ cư.

09/2025

XE HƠI TẠI VIỆT NAM

Xe hơi là thứ chạy đầy đường đầy phố, có chi mà nói. Vậy mà vẫn nói được mới…lắm chuyện. Từ khi viết phiếm, tôi được bạn bè cho là tên lắm chuyện. Chuyện nhỏ nhít như tại sao người ta gọi cái thứ chạy bốn bánh nổ phành phạch là "xe hơi"? Tôi cũng không biết nên gõ cửa nhà ông AI. AI là ai? Là ông trí tuệ nhân tạo, *Artificial Intelligence,* gọi tắt là AI. Ông ấy phán như thế này: "Tên "xe hơi" trong tiếng Việt để chỉ phương tiện giao thông cơ giới (ô tô) khi nó du nhập vào Việt Nam vào đầu thế kỷ 20, dưới thời Pháp thuộc. Xe là từ thuần Việt, đã có từ lâu để chỉ phương tiện di chuyển có bánh (xe ngựa, xe bò, xe đạp…). Hơi ở đây là cách gọi tắt của "hơi nước". Thời kỳ đầu, xe hơi vận hành bằng động cơ hơi nước nên gọi là xe hơi. Sau này dù xe hơi chuyển sang động cơ đốt nhưng cái tên xe hơi vẫn được giữ lại như một cách gọi quen thuộc.

Pháp gọi là *automobile* (tự di chuyển).. Khi *auto* xuất

hiện người ta dùng để chỉ *auto* thay vì tạo ra một từ mới. Anh gọi là *car*, xuất xứ từ tiếng La Tinh *"carrus"* có nghĩa là "xe chạy bằng bánh xe". Vậy từ "xe hơi" là một sáng tạo của Việt Nam.

Chiếc xe hơi đầu tiên Benz Patent Motorwagen.

Phát minh quan trọng nhất của cuộc cách mạng kỹ nghệ tại Âu châu là máy hơi nước nhưng xe hơi lại là phát minh tại Á châu do một người Âu châu thực hiện. Thế mới rắc rối cái sự đời. Năm 1668 Ferdinand Verbiest, một giáo sĩ truyền giáo Bỉ thuộc dòng Tên ở Bắc Kinh, Trung Quốc, đã chế ra một chiếc xe tự chạy nhờ một ấm nước sôi. Đây chỉ là một món đồ chơi. Khi đó luật lệ buộc phải có người cầm cờ chạy trước xe để tránh gây tai nạn cho người đi bộ nên các nhà chế tạo chịu không phát triển xe hơi được. Chiếc xe hơi đầu tiên chính thức có bằng sáng chế là chiếc *Benz Patent Motorwagen* do Kỹ sư Karl Benz và ê kíp chế ra vào năm 1886, 218 năm sau khi xe đồ chơi của giáo sĩ Ferdinand Verbiest. Hình dáng chiếc xe tổ phụ của xe hơi có hình dạng chẳng giống chi xe hơi hiện nay, động cơ có dung tích vẻn vẹn 954 cc, tốc độ tối đa 16 cây số/giờ. Chiếc xe này hiện được lưu giữ tại Bảo Tàng Quốc Gia Đức.

Xe hơi của người Việt.

Mãi tới đầu thế kỷ 20 xe hơi mới được các hãng sản xuất Pháp như Peugeot, Renauld, Penhard xuất xưởng chiếm một nửa tổng số xe hơi toàn cầu. Có lẽ vì là thuộc địa của Pháp nên chiếc xe hơi đầu tiên vào Việt Nam rất sớm. Nhà văn Jean Ajalbert khi đó ở tại Sài Gòn kể lại: "Năm 1900 tôi leo lên chiếc xe hơi đầu tiên được nhập vào Sài Gòn. Ông Vincent Ippolito lái xe tới giao cho Toàn Quyền và dự tiệc tối. Khi chúng tôi đến cổng thì hai lính tập bỏ trạm gác, vứt súng bỏ chạy trước chiếc xe quái quỷ tự chạy mà không có ngựa kéo!". Ông Vincent Ippolito, người Pháp gốc Ý, là người đầu tiên làm *dealer* xe tại Sài Gòn. Ông mở một công ty xuất nhập khẩu xe hơi và xe đạp Peugeot mang tên *"Société d'Automobiles Ippolito et Cie"* trụ sở tại góc đường Charner (Nguyễn Huệ) và Espagne (Lê Thánh Tôn) có ba thợ máy đều là người ngoại quốc. Khách hàng đầu tiên của công ty Ippolito là Ernest Outrey, quan đầu tỉnh Thủ Dầu Một. Nhưng ông Ippolito không phải là người mang chiếc xe đầu tiên vào Sài Gòn. Trước đó đã có hai chiếc xe *Serpollet* chạy bằng hơi nước do hai người Pháp sở hữu. Đó là Kỹ sư Georges Hermenier, người xây dựng nhà máy nước Sài Gòn, và Louis Jacques, Giám đốc một công ty xuất nhập cảng và là Chủ tịch Phòng Thương Mại Sài Gòn.

Ngoài Hà Nội, người có xe hơi đầu tiên là một người rất nổi tiếng: bác sĩ Yersin. Năm 1902, ông được Toàn quyền Đông Dương ủy thác tổ chức Trường Y Khoa tại Hà Nội. Ông đã giữ chức Khoa Trưởng trong hai năm trước khi trở lại Nha Trang. Khi nhận nhiệm sở mới, ông đã mang theo một chiếc xe hơi. Nhưng theo Trung Tâm Lưu Trữ Quốc Gia thì từ năm 1886, Hà Nội đã có hai chiếc xe hơi, một của Giáo hội do cha Puginier sử dụng và một của nhà thầu công chánh tại Hà Nội là Coutel. Hai chiếc này chạy bằng động cơ hơi nước. Từ năm 1910 tới 1920, xe hơi nhập cảng vào Đông Dương ngày càng nhiều. Các nhãn hiệu Citroen, Peugeot và Renault ăn trùm trong thời kỳ đầu này.

Những người chơi xe hơi đầu tiên đều là người Pháp. Họ có lợi thế vì là tây cai trị. Nhưng dân ta cũng không kém cạnh. Chiếc xe hơi đầu tiên về Việt Nam vào năm 1907 thuộc về một ông tây. Chiếc thứ hai lại thuộc về một ông ta. Ngon

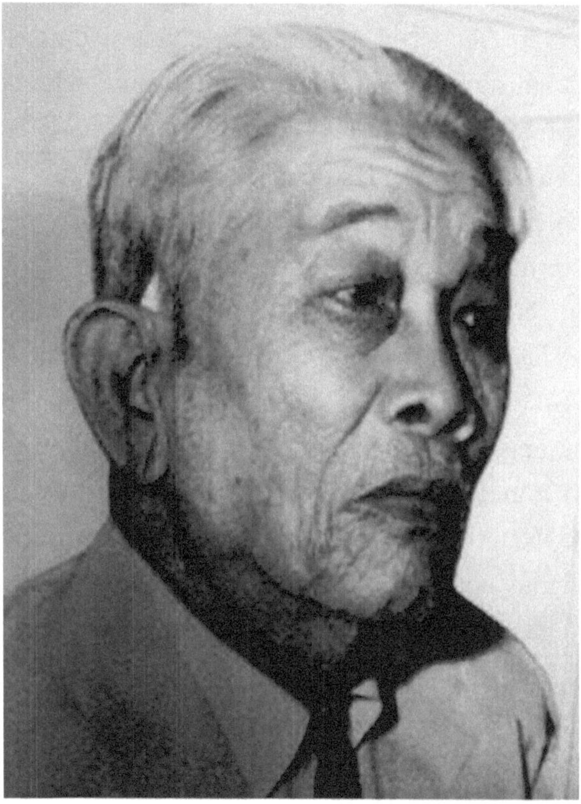

Ông Châu Văn Tú, biệt danh thầy Năm Tú.

chưa? Ông này thường được gọi là Thầy Năm Tú, tên thiệt là Châu văn Tú, tên tây là Pierre Tú, người Mỹ Tho. Ông sắm xe hơi cùng năm 1907, ngang cơ với ông tây. Sanh trưởng trong một gia đình giàu có, công tử Châu văn Tú được gia đình cho sáng Pháp du học. Chàng có quốc tịch Pháp, rất sính đồ ngoại, nói tiếng Pháp nhuyễn như tây với giọng mũi rất Parisien. Có chiếc xe hơi, ông Tú chở đám đờn ca tài tử đi vung vít khắp nơi, có mặt tại các đám ăn chơi sang trọng. Ông này là bàu gánh hát cải lương mang tên "Ban Hát Cải

Lương Năm Tú – Mỹ Tho" rất ăn khách. Chính nhờ tiền từ gánh hát này mà ông Tú sắm xe hơi, qua mặt các Công Tử Bạc liêu Trần Trinh Huy, Công tử Cần Thơ Dương văn Quảng và ngay cả vua Bảo Đại nổi tiếng ăn chơi.

Thày Năm Tú chơi ngông kéo theo một đám ngông khác. Chiếc xe hơi số 7 và số 8 nhập cảng vào Việt Nam về tay ông Nguyễn Minh Tho, Các chiếc số 10, 11 và 12 là của ông Lê Phát Tân. Ông Tân là em ruột ông Lê Phát Đạt, tức ông Huyện Sĩ. Ông Huyện Sĩ xây ngôi nhà thờ to đùng ở Sài Gòn chính là ông ngoại của Nam Phương Hoàng Hậu. Báo Phụ Nữ Tân Văn số 207, ra ngày 6/7/1933 viết về sự kiện này : "Coi bộ trong ba người An Nam sắm xe hơi trước nhứt thì cũng đã thấy nhà giàu Nam Kỳ ta xài lớn. Xe mới có mà ông Tho mua một lần hai cái, ông Tân mua tới 3 cái một lần, xài lớn thiệt".

Người Việt Nam đầu tiên có xe hơi ở Trung kỳ là ông Nguyễn văn Đương ở Thanh Hóa. Ông này chơi sang cưỡi xe bốn bánh vào năm 1913, sáu năm sau ông Châu văn Tú ở Sài Gòn. Tôi thắc mắc về thân thế ông làm nên lịch sử này nhưng không tra cứu được. Vào hỏi trí tuệ nhân tạo *ChatGPT* được trả lời là không rõ về ông này và thông tin ông là người mua xe hơi vào năm 1913 cũng không thể kiểm chứng được.

Cùng năm này, tại Bắc kỳ, ông Bạch Thái Bưởi tậu chiếc xe hơi đầu tiên. Đó là chiếc xe Peugeot chạy xăng, giá 1 triệu đồng Đông Dương. Bạch Thái Bưởi là một khuôn mặt đình đám tại Bắc kỳ. Sanh năm 1874 trong một gia đình nông dân nghèo họ Đỗ tại làng An Phúc, tỉnh Hà Đông. Cha mất sớm, ông phải giúp mẹ sinh sống bằng nghề bán hàng rong.

Ông Bạch Thái Bưởi.

Ông được một phú hộ họ Bạch nhận làm con nuôi vì thấy ông thông minh, lanh lợi. Ông đổi từ họ Đỗ sang họ Bạch và được gia đình mới cho đi học. Lớn lên ông làm ký lục, bây giờ gọi là thư ký, cho một hãng buôn người Pháp tại phố Tràng Tiền, Hà Nội. Sau đó ông đổi qua làm cho một hãng thầu công chánh. Nhờ vậy, ông học được cách tổ chức, quản lý và tiếp xúc với các thiết bị máy móc. Năm 1895, ông Bạch Thái Bưởi được phủ Thống Sứ Bắc Kỳ cử qua Pháp dự hội chợ thương mại Bordeaux. Dịp này ông học hỏi được cách bán buôn. Về nước, ông xin thôi việc và bắt đầu xây dựng cơ nghiệp riêng. Ông thầu cung cấp tà-vẹt cho công trình đường sắt xuyên Việt và chiếc cầu Doumer bắc qua sông Hồng tại Hà Nội. Trong 3 năm liền ông lặn lội trong khắp núi rừng kiếm gỗ tốt làm tà-vẹt. Năm 1902, khi cầu Doumer được khánh thành, ông Bạch Thái Bưởi đã trở nên giàu có. Năm 1908, ông chuyển sang kinh doanh vận chuyển đường thủy. Khi đó ngành thương mại này hầu như hoàn toàn do

Hoa kiều nắm giữ. Ông lập công ty "Hàng Hải Bạch Thái Bưởi" và thuê lại ba chiếc tầu Phoenix, Dragron và Fai Tsi Long của một hãng thầu Pháp chở thư từ và hành khách trên đường thủy tại Bắc kỳ vừa mãn hợp đồng với chính phủ. Ông đổi tên ba chiếc tầu này thành Phi Phụng, Phi Long và Khoái Tử Long. Công ty của ông hoạt động trên hai tuyến đường: Nam Định – Bến Thủy (Nghệ An) và Nam Định – Hà Nội.

Các công ty vận chuyển của Pháp và Hoa không để ông yên. Họ hạ giá vé hành khách tuyến đường Nam Định – Hà Nội khiến ông cũng phải hạ thấp hơn để cạnh tranh. Hai bên thi nhau hạ giá khiến giá từ 40 xu xuống còn có 5 xu. Công ty của ông Bạch mới mẻ không cầm cự nổi. Ông đánh qua mặt tinh thần: nêu cao tinh thần dân tộc bằng cách nhấn mạnh người Việt Nam ủng hộ doanh nghiệp Việt Nam. Ông đổi tên tàu thành Lạc Hồng, Trưng Trắc, Đinh Tiên Hoàng, Lê Lợi. Ông tổ chức các cuộc diễn thuyết về lòng tự hào dân tộc, khí phách giống nòi và hô hào người Việt ủng hộ người Việt. Dân ta đang sống trong thân phận nhược tiểu bị trị, không ưa chi người Pháp cũng như không có cảm tình với các con buôn người Hoa nên ào ào kéo nhau qua đi tàu của ông. Ông còn vận động mọi người, nhất là những người có tiền của, cùng chung vai gánh vác lòng tự tôn dân tộc bằng cách đặt một ống…phước sương trên tàu để phụ vào chi phí điều hành cho công ty của ông. Nhờ tinh thần dân tộc này mà công ty của ông ngày càng phát đạt, tới nỗi ông có thể thâu tóm được các công ty vận tải đường sông của Pháp và Hoa kiều. Năm 1917 hãng Deschwanden phá sản, ông mua cả 6 chiếc tàu của công ty này và thu dụng ông chủ Deschwanden về làm công cho ông. Tới năm 1919, công ty Bạch Thái Bưởi đã có tới 30 tàu lớn nhỏ cùng nhiều sà lan chạy trên hầu hết các tuyến đường sông miền Bắc, qua đến cả Hồng Kông, Nhật Bản, Phillippines, Trung Quốc và Tân Gia Ba. Cũng năm 1919 công ty Bạch Thái Bưởi đóng con tàu Bình Chuẩn dài 42 thước, cao 3,6 thước, trọng tải 600 tấn, công suất 450 mã lực. Đây là con tàu hiện đại hoàn toàn do người Việt Nam đóng.

Thành công trên sông nước, công ty Bạch Thái Bưởi còn mạnh dạn đi vào các ngành hoạt động khác như mở nhà in lớn Đông Kinh Ấn Quán ở Hà Nội, và nhiều dự án lớn như một nhà máy xay gạo với các máy móc nhập cảng từ Hambourg, Đức; đặt ống cống, xây nhà máy nước, dựng nhà máy điện cho thành phố Nam Định; đặt đường sắt nối Nam Định và Hải Phòng. Tuy nhiên những dự án này chưa thành thì ông đột ngột mất sau một cơn đau tim vào tháng 7 năm 1932, thọ 58 tuổi.

Nhưng nói tới tay chơi xe hơi Việt Nam chính hiệu phải kể tới vua Bảo Đại. Ông này có tài lái xe rất nhuần nhuyễn mà chữ thời thượng hiện nay gọi là "tay lái lụa". Ngoài ra các thú ăn chơi trên đời, ông vua chịu chơi này cũng nhuần nhuyễn không kém. Từ nhảy đầm, đánh gôn đến chơi máy bay, du thuyền ông có đủ. Nhưng thú sưu tầm xe hơi của ông mới kinh hoàng vào thời mà xe hơi còn là thứ còn rất xa lạ với nhiều người Việt Nam, thần dân của ông. Bộ sưu tập xe hơi của ông thời đó đã có một chiếc Mercedes 770, nặng 4 tấn, kính dày 3 phân, vỏ xe chống được đạn 8 ly của súng

Vua Bảo Đại lái xe thể thao.

tiểu liên; 4 chiếc limousine; 1 chiếc Citroen và những chiếc xe thể thao hiệu Ferrari 250 và Bentley.

Chiếc xe đầu tiên trên thế giới ra đời vào năm 1886, chiếc xe đầu tiên chế tạo tại Việt Nam là chiếc La Dalat ra đời vào năm 1970. Tính ra là 84 năm. Năm 1970 là thời thanh niên của thế hệ tôi, khoảng tuổi "tam thập nhi lập". Khi đó bạn bè tôi hầu như ai cũng có xe gắn máy Đức hay Nhật. Nhưng le lói nhất là xe Lambretta hoặc Vespa. Tôi có chếc Vespa Sprint yên liền rất tình tứ. Một số bạn tôi khấm khá hơn đã có xe hơi chạy vi vút lấy le với các bóng hồng. Phần lớn chơi xe Pháp như Citroen Traction, Peugeot 204, Simca 1000, xe Đức như Volkswagen Beetle trông như con ong nhưng cũng có người chơi xe Nhật như Datsun. Nhưng hầu như không ai muốn có chiếc Renault 4CV vì chiếc này được dùng làm xe taxi sơn hai màu xanh trắng chạy đầy đường phố. Xe hơi Mỹ to kềnh cũng không được giới trẻ thời đó ưa chuộng trừ khi cưới vợ phải thuê loại xe này nằm đầy trên đường Nguyễn

Huệ để rước nàng về dinh mới đúng mốt.

Các kiểu xe La Dalat.

Chiếc xe đầu tiên chế tạo tại Việt Nam La Dalat, có động cơ 4 thì, 602 phân khối, 31 mã lực, hộp số 4 tay, dài 4 thước, chiều rộng 1,53 thước và cao 1,54 thước, nặng khoảng từ 480 đến 590 ký tùy theo kiểu xe. Từ 1970 đến 1975, có tất cả 5 ngàn chiếc La Dalat xuất xưởng. Các bộ phận chính như động cơ, tay lái, nhún, phanh được nhập cảng; đèn, còi ghế nệm, dàn đồng, mui xe được chế tạo tại Việt Nam. Tỷ lệ cơ phận nhập cảng và nội địa lúc đầu là 75/25, tới năm cuối 1975 là 60/40.

Xe La Dalat hình dáng thô kệch, không bắt mắt, trông hơi ọp ẹp nên đám bạn bè loại ăn nên làm ra của tôi thời đó không mặn mà chi. Dùng xe La Dalat chở đào không oai một tý nào nên họ làm lơ. Chừ nghĩ lại không biết họ có ân hận không. Muốn hỏi cũng chẳng được, phần lớn đã vĩnh viễn ra đi. Chẳng lẽ đốt cho họ chiếc La Dalat hàng mã để họ có dịp chuộc tội, cái tội thích làm le mà quên đi lòng ái quốc.

08/2025

XE Ò E

Ông bạn tôi đang lái xe trên đường, nghe tiếng ò e vang lên phía sau, đèn chớp loáng nhoáng, ông cuống cuồng tránh cho chiếc xe hai màu vàng xanh vượt qua, nhào vào bên đường và gây tai nạn. Ông này thuộc hạng nhát gan lại không vững tinh thần nên gặp nạn với xe cứu nạn.

Người nào lái xe trên đường phố cũng nhiều lần đụng độ chiếc xe phiền toái này. Thường chúng ta bình tĩnh, ngó kính chiếu hậu coi "chàng" có chạy trên cùng làn đường mình đang chạy không. Nếu có, bật đèn chớp chớp xin các xe trên làn đường bên cạnh nhường cho xe mình chen vào tá túc. Thường thì mọi người đều hoan hỉ nhường nhau để chiếc xe ò e vượt qua. Nếu trên xa lộ, khi chiếc xe cứu nạn vượt qua xe mình, đây là dịp bẻ tay lái phốc qua lợi dụng tình hình chạy theo đuôi, không bị kẹt đường, nhanh như chớp. Xe ò e tuy phiền toái nhưng được mọi người tôn trọng. Không tôn trọng, "chàng" cứ chạy thúc đít, nhột phía sau dễ sợ.

Xe ò e này phiền toái nhưng không bị phàn nàn. Trên xe có một con người đang cần cứu sống gấp. Sinh mạng con người là ưu tiên. Chỉ nhanh chậm ít giây phút là sự việc sẽ mang lại kết thúc khác nhau giữa biên giới sống chết. Hôm nay là người không quen biết nằm trên xe, mai mốt biết đâu là mình. Chẳng ai nói thánh nói tướng được chuyện này.

Xe ngựa cứu thương dùng trong cuộc Nội chiến Mỹ (1861-1865).

Ông bạn học cùng lớp với tôi tại Chu văn An năm xưa Vương Đức Lệ, qua Mỹ sống tại Virginia, chẳng may dính ung thư phổi. Theo một bài viết của nhà thơ Phạm Cao Hoàng, ông nhà thơ Vương Đức Lệ có cái tên cúng cơm Lê Đức Vượng này rất biết điều. Ông tỉnh queo nói: "Từ lúc trẻ tôi đã hút thuốc rồi!". Ý nói tôi sa miệng vào thứ khói thơm thì tôi chịu kết quả, chẳng có chi phải phàn nàn. Một bữa ông ngất xỉu, gia đình gọi xe cứu thương rước ông vào bệnh viện. Tỉnh dậy, ông thấy mình còn sống, ông thơ:

Tử thần bắt hụt ta lần nữa
Bạn mới mừng chung khóa nỗi vui
Bạn cũ buồn riêng ly rượu phạt
Ôm vai bá cổ ngẩn ngơ cười!
Đã mấy lần rồi tai giả điếc
Tử thần lay gọi mãi không nghe!
Bởi còn lưu luyến duyên phàm tục
Mãi đợi người xưa lạc lối về

Ông nhà thơ Luân Hoán cũng như ông nhà thơ Vương Đức Lệ, từng nằm trên xe ò e. Nằm xong, tử thần tha, ông mần thơ:

nửa khuya lại thở ào ào
ambulance xúc tống vào nhà thương
không đi sợ đến cùng đường
đi thì càng lún trong buồn tủi thôi
thân chừ như tấm giấy bồi
rã thì rã mẹ cho rồi cái ta
xúm nhau đè ngửa ta ra
thọc ống vào mũi, chan hoà máu me
ta vùng, ta thở khò khè
ma trơi đom đóm lập lòe chung quanh

Tôi không có cơ hội hỏi ông Lụân Hoán về cảm tưởng của ông khi ngự xe ò e nhưng chắc khi đó ông còn bận thở nên không biết mình cảm thấy ra sao. Có một người thắc mắc tới độ nhất định phải tường tận coi khi nằm phè trên xe chạy hết tốc lực mà bàn dân thiên hạ phải né tránh nó phê ra sao nên muốn thử. Đó là bà Kesha Kennedy, 34 tuổi, ngụ tại Zanesville, quận Muskingum, tiểu bang Ohio. Bà này đã gọi 911 tới 400 lần để xin cấp cứu vì nhiều căn bệnh khác nhau. Tháng 7 năm 2024, bà lại gọi điện thoại cấp cứu khiến nhà chức trách phải điều xe tới. Khi tới nhà thương, các bác sĩ thấy bà khỏe như voi, chẳng bệnh tật chi. Việc cấp cứu bà đã khiến không có xe đáp ứng một cuộc gọi khác khiến bệnh nhân tử vong. Bà Kennedy bị truy tố về hành vi lạm dụng điện thoại khẩn cấp 911. Trước tòa, bà đã nhận tội gây rối dịch vụ công, báo động giả và 25 tội nhẹ khác để muốn biết cảm giác hồi hộp khi được nằm trên xe cấp cứu. Một nhà tâm lý học pháp y cho biết bà này mắc chứng "rối loạn giả tạo dẫn tới nói dối".

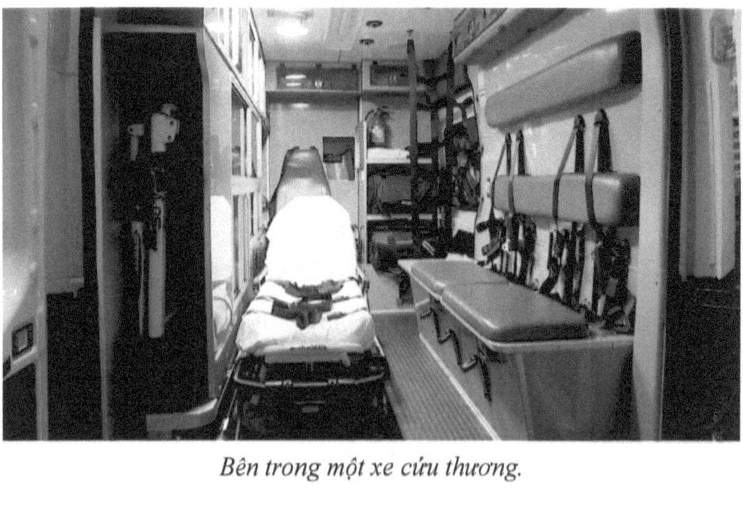

Bên trong một xe cứu thương.

Thứ xe mà ông Luân Hoán ngự và bà Kesha Kennedy muốn nằm thử được gọi là xe *ambulance*, bắt nguồn từ tiếng

La-tinh *ambulare* nay đã trở thành từ quốc tế. Chữ *ambulance* trên đầu xe thường được viết ngược. Hầu như tại mọi quốc gia đều viết ngược như vậy. Lý do là để cho các xe chạy phía trước nhìn vào kiếng chiếu hậu thấy chữ này thuận chiều rõ ràng để tránh. Đây là chiếc xe của sự sống nên được ưu tiên trên đường phố. Bởi vì xe chỉ chậm trễ một hai phút là một sanh mạng đi đong. Theo tờ USA Today, mỗi năm tại các thành phố lớn của Mỹ có hơn một ngàn người đã bị tử thần giật mất chỉ vì sự chậm trễ của xe cứu thương. Tại phi trường quốc tế Los Angeles, một nhân viên phi trường tên Andre Redyk, 64 tuổi, bị bất tỉnh khi đang bốc dỡ hành lý. Chỉ 7 phút sau, xe ò e đã có mặt tại hiện trường. Trên lý thuyết, thời gian này đủ để cứu sống nạn nhân. Nhưng khổ nỗi phi trường rộng lớn, xe ò e tới kéo còi inh ỏi mà không thấy nơi ông Andre Redyk nằm bất tỉnh ở chỗ mô. Chỉ vì có sự hiểu nhầm giữa người gọi và người nhận điện thoại. Ông này nằm một chỗ, xe tới một chỗ khác. Sau khi được xác định vị trí thì đã mất tới 25 phút. Nạn nhân đã bị tử thần dẫn đi mất tiêu.

Trước năm 1869 không có chuyện nhanh chậm này vì hồi đó xe *ambulance* chưa ra đời. Vào một buổi chiều năm 1869, trên Đại Lộ số 5 của thành phố New York, bà Marie Zakrzewska, 43 tuổi, vén cao váy, tay ôm một chiếc túi da sát vào ngực, tất tưởi chạy băng qua đường, tới chỗ một người đàn ông bị xe ngựa cán đang nằm bất tỉnh. Đám đông vây quanh, chỉ trỏ, bàn tán bị bà Marie quát tránh ra có vẻ bất mãn. Họ chế nhạo: “Một con mẹ đàn bà thì làm được cái trò trống gì!”. Viên cảnh sát đứng giữ trật tự cũng hùa theo: “Bà điên à? Bà không có lý do gì để can thiệp". Bà Marie quì xuống bên nạn nhân, trả lời: "Nếu tôi không can thiệp người này sẽ chết". Bà bắt mạch, mở áo nạn nhân, kiểm tra hơi thở. Rồi bà ngước mắt lên: "Tôi cần một chiếc xe ngựa trống và một cái mền". Vài người chạy đi kiếm xe và mền. Bà cùng họ bế nạn nhân lên xe một cách thận trọng, giữ thăng bằng cần cổ. Bà ra lệnh: " Đừng mạnh tay như vậy, coi chừng làm tổn thương cột sống". Thấy bà Marie điều động mọi người, viên cảnh sát trố mắt nhìn và hỏi: "Bà là ai vậy?". Bà ngẩng mặt lên: "Là người đang làm điều mà lẽ ra ông phải làm!". Thực ra bà là một bác sĩ, gốc Đức, rất năng nổ. Bà thấy ở một thành phố lớn như New York mà mỗi tai nạn là một bi kịch vì chẳng ai biết cấp cứu nạn nhân ra sao. Tối đó, một ý nghĩ bám riết lấy bà: "Phải làm một cái gì đó!". Hai tuần sau, bà biến ý nghĩ thành việc làm. Bà rủ hai bác sĩ và một y tá cùng tiếp tay với bà. Bà nói: "Chúng ta cần một đội phản ứng nhanh với những người chuyên môn, phương tiện phù hợp và y cụ cơ bản. Đại khái toán này phải có mặt tại bất cứ một địa điểm nào trong vòng vài phút". Mọi người hỏi lại bà: "Một kiểu như một đội y tế lưu động?". Bà gật đầu: "Đúng vậy". Họ cười: "Nhưng tiền đâu để làm? Thành phố sẽ không bao giờ chịu chi đâu". Bà quả quyết: "Nếu thành phố không hợp tác, chúng ta sẽ tự bắt đầu. Ai tham gia sẽ làm việc miễn phí cho đến khi chúng ta chứng minh được việc làm của chúng ta có hiệu quả". Họ bị bà thuyết phục bởi tấm lòng và sự hăng say của bà. Chiếc xe cấp cứu đầu tiên chỉ giản dị là một chiếc xe ngựa được gia cố, một chiếc cáng thô sơ và một hộp chứa bông băng, vải gạc, cồn cùng một vài chiếc kẹp phẫu thuật. Marie cùng các đội viên tập luyện trong nhiều ngày cách khiêng cáng, cách làm cầm máu, cách cố định xương gãy, cách tiếp cận nạn nhân trong những tình huống khác nhau. Nhưng phần khó nhất là làm sao thuyết phục được dân chúng hiểu được công việc cần thiết này. Chuyện không phải dễ. Họ dè bỉu: "Coi cái lũ điên của bà bác sĩ kìa!". Hoặc: "Họ làm chi đó? Một gánh xiếc à?". Marie và đội cấp cứu không hề nao núng. Họ tin khi việc làm của họ có kết quả nhãn tiền, dân chúng sẽ hiểu. Một ngày thứ bảy, một tai nạn xảy ra. Một đứa nhỏ té xuống từ tầng lầu hai. Mọi người la hét. Chiếc xe cấp cứu của bà Marie tới chỉ trong vài phút. Họ nhảy xuống. Bác sĩ Marie la lớn: "Mọi người tránh ra!". Trong khi người mẹ khóc nức nở một cách bất lực, bà Marie cúi xuống khám xét và la lên; "Thằng bé vẫn còn thở. Mạch vẫn chạy. Có thể cứu được". Bà dùng các tấm ván cố định thân hình chú bé, chỉ bảo việc của từng người và chiếc xe ngựa chạy thẳng tới bệnh viện. Cậu bé được cứu sống. Thái độ của cả thành phố thay đổi cấp kỳ. Cái bị dè bỉu là "ý tưởng điên rồ của một người đàn bà" trở thành dịch vụ xe cứu thương đầu tiên trên thế giới. Thành phố New York áp dụng ngay hệ thống đó. Rồi lan qua Boston. Rồi khắp nước Mỹ.

Tại New York, bệnh viện Bellevue triển khai dịch vụ xe cứu thương sớm nhất. Trong hai năm 1869 và 1870, họ đã đáp ứng 1.400 cuộc gọi khẩn cấp. Tới năm 1890, con số này đã leo tới con số 4.400 cuộc gọi mỗi năm. Từ những chiếc xe ngựa, xe cứu thương được cải tiến cùng với cuộc cách mạng kỹ nghệ xe hơi. Từ những xe hơi chạy bằng hơi nước, tới xe chạy điện, rồi xe chạy bằng xăng. Xe cứu thương có động cơ được bệnh viện Michael Reese dùng vào năm 1899. Tiếp theo đó xe cứu thương được sản xuất hàng loạt. Loạt xe đầu tiên được công ty James Cunningham & Son của Mỹ chế tạo vào năm 1909, có 4 xy-lanh, công suất 32 mã lực. Đó là xe cứu thương Model 774. Những loạt xe cứu thương đầu tiên chỉ là những xe chở khách thông thường được chuyển đổi thành xe cứu cấp. Tới năm 1965, Viện Hàn Lâm Khoa Học Hoa Kỳ (*National Academy of Sciences)* mới công bố một cuộc nghiên cứu về mức độ an toàn của xe cứu thương. Một năm sau, Cơ Quan An Toàn Giao Thông Xa Lộ (*National Highway Traffic Safety Administration)* mới ban hành các tiêu chuẩn riêng về việc chế tạo xe cứu thương. Các hãng chế tạo xe hơi đua nhau ra những kiểu xe cạnh tranh sát ván về chất lượng cũng như về giá cả. Hãng xe Nhật Toyota có chiếc Toyota Hiace, hãng Ford của Mỹ có chiếc Ford Transit, hãng Mercedes Benz có chiếc Sprinter, hãng xe Huyndai của Đại Hàn có chiếc Starex. Mỗi chiếc đều có những ưu khuyết điểm riêng. Tôi nghĩ chúng ta chẳng sắm xe cứu thương làm chi nên không đi sâu vào chi tiết của từng chiếc. Nhưng tôi không thể không khoe một sáng kiến rất hợp thời của Canada chúng tôi. Đó là chiếc xe cứu thương cho người béo phì. Béo phì là xu thế của thời đại hiện nay. Số người dư cân tại Canada hiện nay đã lên tới con số 6 triệu, chiếm 20% dân số. Họ thuộc loại khách hàng thường xuyên của xe *ambulance*. Xe dành cho người béo phì được trang bị những chiếc cáng rộng và bộ phận nâng có thể kéo lên xe bệnh nhân nặng tới 450 kí trong khi những xe thông thường hiện nay chỉ được thiết kế cho bệnh nhân nặng tối đa 160 kí. Đây là những chiếc xe nặng kí đầu tiên trên thế giới!

Từ ngày xe cứu thương hoạt động, nhiều sự việc bất ngờ đã xảy ra. Ngày 15/ 4/2019 xe ò e của bệnh viện Lakeside tại thành phố Omaha, tiểu bang Nebraska của Mỹ, cứu cấp một người đàn ông 59 tuổi bị bệnh tim. Xe còn phải chạy khoảng 20 phút nữa mới tới bệnh viện. Bác sĩ trên xe lo lắng không biết bệnh nhân có thể chịu đựng được thời gian đó không. Bất ngờ, xe đụng vào một ổ gà lớn, nảy lên và tim của bệnh nhân đập lại. Bác sĩ Andrew Goldsweig của bệnh viện Lakeside dí dỏm: "Đó là một cách để điều trị tương đương với sốc điện. Thường bạn chỉ thấy nó trên tivi nhưng đây rõ ràng là một cú hích lớn. Hóa ra người ta có thể làm được điều đó với một cái ổ gà!". Ông cho biết một trường hợp được ghi chép lại xảy ra vào thập niên 1970 khi tài xế một xe cứu thương đã leo đụng vào giải ngăn cách giữa đường khiến xe sốc mạnh làm nhịp tim của bệnh nhân đập lại bình thường.

Chuyện tái ông thất mã là chuyện xe *ambulance* có thể làm được. Tháng 2 năm 2019, Drew Gunby, 21 tuổi, ngụ tại Texas, lạc tay lái khi đang chạy với tốc độ 80 cây số/ giờ. "Khoảng 5 phút sau khi khởi hành, tôi đụng vào một hàng rào. Tôi bay về phía sau đến ghế giữa. Kính chắn gió bị bể hoàn toàn. Tôi hất cằm và cuối cùng đi đến bệnh viện bằng xe cứu thương. Cằm tôi bị thương nặng và lưng bị tổn thương". Xe ò e tới bệnh viện, anh được chụp CT và MRI coi các bộ phận khác có bị tổn thương không. Họ đã bất ngờ tìm thấy một khối u dài 5,5 phân trong não. Khối u này thuộc loại bệnh hiếm, mỗi năm tại Anh chỉ có khoảng 11.400 người trên 75 tuổi mắc phải. Các bác sĩ đã vội mổ lấy khối u ra. Nếu không phát hiện, bệnh sẽ phát ra trong vòng 2 năm. Anh Gunby vui mừng phát biểu: "Tôi thật sự biết ơn tai nạn vì đã phát hiện ra bệnh khi còn trẻ, nhiều khả năng có thể phục hồi nhanh".

Anh bạn tôi, nhà thơ Đoàn Vinh hiện sống tại Costa Mesa, California, cũng "hên" khi bị tai nạn xe. Tai nạn nhẹ thôi nhưng cũng phải ngự xe *ambulance* vô bệnh viện. Bác sĩ cũng *scan* tổng quát coi các bộ phận trong thân thể có bị chi không. Và họ khám phá ra ung thư tụy tạng thời kỳ đầu. Nếu không biết sớm, bệnh sẽ rất nguy hiểm. May nhờ tai nạn nên họ chữa trị ngay và anh sống khỏe tới ngày nay.

Mô hình drone cứu thương của ArgoDesign.

Xe cứu thương coi bộ được việc dữ! Vậy nên khi lái xe có bị phiền nhiễu thì cũng cứ cười toe. Không cười thì làm chi được nhau. Chúng ta đành chịu trận nhưng thời đại tiên tiến đã giải thoát cho giới lái xe chúng ta . Thời nay là thời của *drone. Drone* bay vù vù trên trời, từ để giải trí cho tới ném bom, thì tại sao không cho chiếc xe ò e hết ò e. Hãng

ArgoDesign đã có ý tưởng cho ra đời chiếc xe cứu thương *drone* bay trên trời với định vị GPS và các cánh quạt có thể gấp gọn lại được. *Ambulance drone* có thể chở bệnh nhân tới nhà thương nhanh hơn khi chẳng phải chen vai thích cánh với các loại xe trên đường phố. Khi đó, dân lái xe sẽ không bị phiền toái bởi tiếng ò e. Và ông bạn lính quýnh của tôi khỏi cuống cuồng khi tiếng ò e thúc vào bàn tọa tới lâm vào tai nạn một cách lãng xẹc!

01/2026

NGOẠI TẬP

HÙNG LÂN VÀ TÔI

Nhạc sĩ Hùng Lân mất vào ngày 17/9/1986 tại Sài Gòn. Hôm nay, ngày 17/9/2025 tôi nhớ tới ông. Tính ra đã 39 năm. Ba năm trước, tại nhà thờ Phanxicô Dakao đã có một lễ giỗ 36 năm ngày mất của ông. Linh mục Đỗ Xuân Quế, chủ tế lễ giỗ, đã nói trong thánh lễ: "*'Hôm nay là lễ giỗ thứ 36 của ông Phêrô Hoàng Văn Hương tức là nhạc sĩ Hùng Lân. Ông là người đáng cho chúng ta trân trọng và quý nhớ. Vậy chúng ta hãy cùng nhau cầu nguyện cho ông được vào nước Thiên Chúa. Nếu ông đã được vào rồi thì xin nhớ đến chúng ta là những người đang tiếp tục cuộc hành trình nơi dương thế đang hướng về Nước Trời."* Sau thánh lễ là chương trình tưởng niệm trong đó có tiết mục trình diễn nhạc của Hùng Lân, cả nhạc đạo lẫn nhạc đời. Người dẫn chương trình cho tiết mục này là nhạc sĩ Cao Huy Hoàng, đến từ Phan Thiết. Ông chia sẻ: "*Nếu ngày ấy, thầy Hùng Lân qua đời, Chúa hỏi 'nén bạc của ta đâu?', thầy có lẽ không trả lời hoặc chưa trả lời kịp thì hôm nay, chúng ta có thể nhìn lại và thấy được rằng nén bạc của thầy Hùng Lân đó là cả một nền thánh nhạc Việt Nam, trong đó đại diện là nhạc đoàn Lê Bảo Tịnh cùng với bao nhiêu bài thánh ca bất hủ để lại trong lòng giáo dân...*".

Với một lễ tưởng niệm trong nhà thờ như vậy, người ta dễ nghĩ Hùng Lân là một nhạc sĩ của thánh ca. Nghĩ như vậy không phải là sai nếu nhìn vào những bước đầu tới với âm nhạc của ông. Hùng Lân tên thật là Hoàng văn Hương, sanh ngày 23/6/1922 tại phố Phủ Doãn, Hà Nội, trong một gia

đình Công Giáo. Mới được 8 tuổi, ông đã học nhạc với linh mục người Pháp tên P. Depautis, tên Việt là Cố Hương. Năm 1934, 12 tuổi, ông tiếp tục học nhạc với cha J. Bois tại Tiểu chủng viện Thánh Phêrô Hoàng Nguyên ở Hà Đông và Đại chủng viện Xuân Bích ở Hà Nội. Ông thành lập Nhạc Đoàn Lê Bảo Tịnh quy tụ những nhạc sĩ sáng tác nhạc và giữ chức Đoàn Trưởng. Ông là một trong những người tiên phong sử dụng tiếng Việt để hát thánh ca tại Việt Nam. Ngày nay, trong mùa Giáng Sinh, tại khắp nơi, trong và ngoài thánh đường, bản thánh ca "Đêm Thánh Vô Cùng" *(Silent Night),* lời Việt của Hùng Lân luôn văng vẳng trong suốt mùa lễ. Tham dự các thánh lễ ngày Chủ Nhật tại Việt Nam cũng như tại hải ngoại, tôi nhiều lần nghe các bài thánh ca của Hùng Lân như Về Đây Mẹ Ơi, Về Bên Chúa, Trần Hoàn Vui Lên, Cao Vời Khôn Ví, Trên Núi Cây Dầu hay Tình Yêu Dâng Hiến mà không hề biết đó là nhạc của ông.

Thánh ca chỉ giới hạn trong nhà thờ và hầu như giáo dân không biết tên tác giả nên không làm nên tên tuổi của nhạc sĩ sáng tác. Hùng Lân được nhiều người biết đến nhờ nhạc đời. Ngay từ những ngày còn nhỏ, tôi đã cùng các bạn học gân cổ hát Khỏe Vì Nước hay Hè Về. Các bài hát này quen thuộc với giới học sinh đến nỗi chúng tôi cũng hát một cách say sưa với những lời chế mà tác giả chắc không vừa lòng. Nhưng chính những lời chế đã chứng tỏ sức phổ biến của tác phẩm. Ca sĩ Quỳnh Giao, từ năm 1986, đã bắt đầu cầm bút viết về tân nhạc Việt Nam. Hát đã hay, cầm bút cũng hết xảy. Những bài viết của Quỳnh Giao trên báo Văn Học, Người Việt, Thế Kỷ 21 và giọng đọc trên các đài BBC và VNCR được mọi người theo dõi một cách say mê. Dĩ nhiên cô không quên viết về nhạc sĩ Hùng Lân, người thầy dạy cô môn nhạc lý và ký âm pháp tại trường Quốc Gia Âm Nhạc và Kịch Nghệ Sài Gòn. Cô tâm sự: *"Thầy Hùng Lân rất tận tâm và nghiêm khắc nên lũ học trò vừa sợ vừa thương. Cho đến nay, đối với riêng Quỳnh Giao, thầy Hùng Lân là người dậy môn nhạc pháp giỏi nhất. Thầy đã đào tạo biết bao nhạc sinh xuất sắc và những người học trò của thầy sẽ không bao giờ quên ơn và quên phương pháp giảng dậy thật hữu hiệu mà dễ hiểu của thầy. "Hè Về" là ca khúc Mùa Hè đẹp nhất của chúng ta. Hùng Lân có biệt tài viết lời ca nhanh và liền lạc như một chuỗi hạt trai. Quý độc giả cứ thử hát lại rồi sẽ có cảm giác bồng bềnh, mênh mông, rào rạt trên sóng của áng mây hồng buổi sớm mai, của mầu xanh ngọc bích nơi cành lá, của mầu phượng đỏ rung rinh ngoài nắng. Và còn nữa: đám mây trắng đùa với nắng, đàn chim én tung cánh đo trời, dưới thì đồng lúa vàng nhịp nhàng cao thấp trên sườn đồi. Hương sen thanh nồng lan theo gió mát. Cảnh đã đẹp mà nhạc thì lôi cuốn, dìu dặt và trong sáng. Chỉ trong một đoạn mà người thưởng thức nghe được tiếng ve, tiếng trúc; ngắm được mây trắng, lá ngọc, chim én, lúa vàng, mà còn ngửi được hương thơm của sen nồng. Hát cả câu lên để thấy lòng lâng lâng, thanh thoát. Người ngoại quốc học tiếng Việt một trăm năm có lẽ cũng không thể đọc kịp lời khi hát ca khúc này".*

Nhạc sĩ Hùng Lân giảng dạy tại trường Quốc gia Âm Nhạc và Kịch Nghệ.

Hình như bài "Hè Về" liên kết với Hùng Lân nhiều nhất. Tôi cũng gọi ông là "ông Hè Về" khi may mắn gặp ông. Trong cuốn Phiếm 15, tôi đã viết về cuộc hội ngộ bất ngờ này: *"Ngày tôi phồng mang trợn má hát bài "Hè Về" một cách say sưa, tôi đâu có để ý tới ông nào là tác giả. Vậy mà tôi đã gặp ông Hùng Lân trong một trường hợp hết sức bất ngờ. Tháng 9 năm 1967, tôi qua thủ đô Hoa Thịnh Đốn tham dự một cuộc hội thảo về chuyên ngành tôi đang làm việc. Ban tổ chức sắp đặt cho tôi cư ngụ tại khách sạn Annapolis. Cái khách sạn này làm phiền tôi không ít. Mỗi lần bắt taxi về lại khách sạn là một lần tôi vất vả với cái tên khách sạn. Lần đầu lớ ngớ qua Mỹ, phát âm tiếng Mỹ của tôi chưa chuẩn với những chỗ cần nhấn mạnh hay thả yếu. Đọc cái tên Annapolis thẳng băng, không nhấn mạnh vào âm thứ hai như dân địa phương, chẳng ông tài xế taxi nào hiểu cả. Có nhiều lần phải móc tấm danh thiếp của khách sạn trình cho các ông ấy thì mới được đưa về tới nơi tới chốn. Còn không, họ cứ tưởng tôi muốn đi tới bót...police! Tôi đang chán cái khách sạn oái oăm này, nơi mà trần xì mình tôi là người Việt Nam, thì một buổi sáng cuối tuần, dậy sớm, ra đường còn thưa thớt người, đang chổng mông ngó vào tủ kiếng của một cửa hàng, thì thấy thấp thoáng trong kính hai ông đầu đen. Quay đầu lại, một ông buột miệng hỏi bằng tiếng Việt: "Việt Nam hả?". Tôi mừng như bắt được của. Ngày đó thấy một cái đầu đen Á Châu đã thấy có cảm tình, cái đầu đen này lại nói tiếng Việt thì mừng hết lớn. Chuyện nổ như bắp rang, hỏi "lý lịch" nhau, ông mới xưng ông là nhạc sĩ Hùng Lân. Hoá ra là ông...Hè Về! Ông hỏi han người đang ở đâu tá, tôi nói tình thực, ông phán ngay: "Ở vậy thì buồn chết! Về chỗ tớ ở cho vui!". Vậy là tôi về khách sạn, trả phòng, đi theo ông nhạc sĩ. Nhà ông ở gần Tòa Bạch Ốc. Nghe thì sang nhưng đó là nhà nghỉ rẻ tiền của sinh viên tên Hartnett Hall. Ngày đó, dân Việt du học hay đi tu nghiệp tụ nhau ở đây. Cuối tuần tổ chức ăn uống nhậu nhẹt với nhau vui hết biết. Tôi vui vì có đồng hương nhưng cũng vì nhẹ túi được chút đỉnh, có thêm tiền đi chơi, sắm sửa. Ngày đó ông Hùng Lân làm việc tại Trung Tâm Học Liệu thuộc Bộ Giáo Dục, được cử qua Mỹ tu nghiệp. Qua vài tháng ở với nhau, chúng tôi coi nhau như anh em, dù ông lớn hơn tôi 16 tuổi. Tôi trở về Việt Nam trước, khi ông Hùng Lân về lại thì chúng tôi tới chơi nhà nhau ở Sài Gòn rất thường. Lúc đó ông ở Đa Kao, tôi ở Thị Nghè, khá gần nhau. Hùng Lân có dáng người đạo mạo nhưng rất vui vẻ, bình dị và dễ thân tình. Chơi với ông, tôi hầu như quên đi ông là một tên tuổi lớn, có những nhạc phẩm lớn. Bản Khoẻ Vì Nước thì dịp trình diễn thể thao nào mà không vang lên một cách hùng hồn. Bài Rạng Đông chúng ta ai chẳng biết. Bản Việt Nam Minh Châu Trời Đông, Cô Gái Việt, Mùa Hợp tấu, Hận Trương Chi...Nhưng tôi hoàn toàn không biết ông cũng là tác giả bài Ông Nỉnh Ông Nang được ban hợp ca Thăng Long trình diễn rất xuất sắc. Tôi cũng không ngờ ông là cha đẻ của bài Em Yêu Ai mà lứa con tôi nghêu ngao hàng ngày.* Nếu hỏi rằng, em yêu ai / Thì em rằng em yêu ba này /Thì em rằng em yêu má này / Yêu chị yêu anh / Yêu hết cả nhà. *Hay là bản Thằng Tí Sún mà lũ con tôi ê a ngày nhỏ:* Ê! Cái thằng Tí sún, Tí sún / Nhe cái răng nham nhở chổi cùn / Vì nó lười đánh răng sớm tối / Lại ăn kẹo suốt ngày không ngơi".

Thời gian sống với nhau tại Harnett Hall đâu cũng chừng 3 tháng, mỗi cuối tuần đám sinh viên và viên chức tu nghiệp bày ra nhiều trò trong đó có trò ăn uống là sôi động nhất. Đầu têu là ông Hè Về. "Tiệc" thường là đùi gà chiên. Chén

Biểu diễn Văn Nghệ tại Hoa Kỳ 1968

bát không có một tiệm nào sánh bằng. Những tên có chén ăn cơm đúng tiêu chuẩn không nhiều. Còn thì bất cứ thứ chi có thể đựng được đều được sử dụng hết kể cả bình cắm bông. Ông nhạc sĩ nhiều tuổi nhất săn sóc đám không vợ không con như ông anh cả nhiều tâm huyết. Ngày tôi về lại Việt Nam, va li của tôi được ông dán không biết bao nhiêu bảng tên chung quanh. Cho chắc ăn!

Trong cuộc sống thường ngày, ông là người cẩn thận nhất trong những người cẩn thận mà tôi gặp. Tôi nghĩ khi sáng tác, chắc ông cũng mân mê bản thảo tới nẫu ra thành nước. Nhưng Hùng Lân không viết nhạc tình, thứ nhạc nẫu ra thành nước. Hình như ông chỉ có vài bài như "Sầu Lữ Thứ", "Hận Trương Chi" là hơi tình một chút. Ngày ở Washington D.C. ông có khoe với tôi bài "Tuyết Rơi" không biết ông viết khi nào. Có lẽ là trong những ngày nhìn tuyết rơi tại Mỹ. Bài này ông chỉ viết lời Việt cho nhạc phẩm bất hủ *"Tombe la Neige"* của Adamo mà Phạm Duy đã đặt lời Việt trước đó. Đây là mấy câu đầu trong bản tiếng Việt của Hùng Lân: "Ngoài kia tuyết rơi đầy / Em không đến bên anh chiều nay / Ngoài kia tuyết rơi rơi / Trong băng giá tim anh tả tơi".

Nhạc sĩ Hùng Lân (1922-1986)

Nhạc Hùng Lân không phải nhạc có thể ngồi yên nghe mà là nhạc…giật. Nó thúc giục người nghe lắc lư nghêu ngao theo. Làm sao có thể ngồi yên trên ghế để hát Hè Về, Khỏe Vì Nước, Rạng Đông? Phải đứng lên, há họng hết cỡ, căng người rống lên mới đã. Nhưng bản "Việt Nam Minh Châu Trời Đông" thì khác, trầm buồn nghiêm trang làm lắng đọng người nghe. Nhiều người cho rằng bản nhạc này xứng đáng là quốc ca của Việt Nam. Thời Đệ Nhất Cộng Hòa, Quốc

Hội Lập Hiến khai mạc vào tháng 3/1956 đã có bàn về việc chọn quốc ca. Có nhiều bài đã được mang ra thảo luận gồm: "Chào Mừng Việt Nam" của Phạm Duy, "Nhân Dân Cách Mạng Việt Nam" và "Việt Nam Minh Châu Trời Đông" của Hùng Lân, "Một Trời Sao" của Ngô Duy Linh, "Suy Tôn Ngô Tổng Thống" của Ngọc Bích và Thanh Nam. Sau khi bàn cãi, bài "Việt Nam Minh Châu Trời Đông" của Hùng Lân được coi là sáng giá hơn nhưng cuối cùng Quốc Hội Lập Hiến lại chọn bài quốc ca mà chính phủ Nguyễn văn Xuân và sau đó chính phủ Nguyễn văn Tâm đã chọn trước đó, rồi ra lệnh cho nhân viên đài Phát Thanh Sài Gòn giữ nguyên phần nhạc nhưng phải sửa lại tên từ "Tiếng Gọi Sinh Viên" thành "Tiếng Gọi Công Dân" và phần lời ca cho phù hợp với giai đoạn mới và vận hội mới của đất nước. Nhiều người tiếc cho quyết định này của quốc hội. Tại sao các dân biểu thời đó không can đảm chọn một bài tụng ca đất nước tươi đẹp với nét nhạc trầm hùng của một nhạc sĩ đã có nhiều cống hiến cho nền nhạc Việt từ thuở phôi thai mà lại giữ lại một bản có lời lẽ sắt máu của một nhạc sĩ khi đó ở bên kia chiến tuyến. Lưu Hữu Phước đã phát biểu một cách biếm nhẽ về việc này trên đài phát thanh Hà Nội với những lời lẽ giễu cợt là bài hát của ông "vẫn cứ bị người bên kia chiến tuyến sử dụng vào một mục đích khác". Nhắc tới chuyện này, Giáo Sư Nguyễn Ngọc Huy đã nhận xét: "*Lưu Hữu Phước thuộc thành phần đảng viên Tân Dân Chủ bị lôi kéo vào Đảng Cộng Sản. Anh ta không đủ khí phách để chống lại việc đó và bị loại ra khỏi trường chánh trị như Đặng Ngọc Tốt, cũng không đủ tinh thần sắt máu để được Cộng Sản Việt Nam tin dùng như Huỳnh Tấn Phát, Huỳnh Văn Tiểng, Trần Bửu Kiếm. Mặt khác, anh ta không có một khả năng đặc biệt về chánh trị mà Cộng Sản Việt Nam có thể khai thác được như Mai Văn Bộ. Trước sau, Lưu Hữu Phước chỉ là một nhạc sĩ. Do đó, Cộng Sản Việt Nam đã dùng anh ta như một văn công, sản xuất nhạc theo lịnh Đảng và lên tiếng về các vấn đề khác những khi Đảng thấy cần. Nói tóm lại, Lưu Hữu Phước đã sáng tác bản nhạc Tiếng Gọi Sinh Viên lúc còn là một sinh viên có tinh thần quốc gia. Ngày nay, anh ta là một văn công của Cộng Sản Việt Nam và mọi lời phát biểu của anh ta chỉ là do Đảng Cộng Sản Việt Nam mớm cho".*

Bản "Việt Nam Minh Châu Trời Đông" được sáng tác vào năm 1944 đã đoạt ngay giải nhất kỳ thi âm nhạc toàn quốc năm đó. Sau đó bản này được chọn làm bài ca chính thức của Việt Nam Quốc Dân Đảng. Chính nhạc sĩ Phạm Duy cũng đã từng ca ngợi bản nhạc này: "Một bài âu ca oai linh, nghiêm trang nhất, xứng đáng nhất để làm bài quốc ca như đã có lần được đề xướng".

Hùng Lân đã đóng góp cho nền tân nhạc Việt Nam nhiều sáng tác mà người dân Việt Nam ít nhiều đều thuộc nhưng không thèm biết tác giả là ai. Nhạc của ông đã hòa vào đời sống của mỗi chúng ta, thân thuộc đến nỗi mọi người nghĩ nó có đó như một tất nhiên, như ca dao tục ngữ. Các em bé mẫu giáo có "Em Yêu Ai", 'Thằng Tí Sún", "Con Cò", Ông Trăng Thu". Lớp thanh niên có "Hè Về", "Rạng Đông", "Cô Gái Việt", "Khỏe Vì Nước" và nhiều bản nhạc hùng khác. Những người yêu quê hương đất nước có "Trăng Lên", "Một Mùa Xuân Huyền Ảo", "Vườn Xuân", "Việt Nam Minh

Châu Trời Đông". Nhạc của ông làm chúng ta yêu đất nước, mến quê hương hơn. Bên cạnh những sáng tác quý giá nặng lòng với quê hương và các thế hệ người Việt đồng bào của ông, Hùng Lân còn dành cả đời mình cho sự nghiệp giáo dục âm nhạc. Ông giảng dậy tại Quốc Gia Âm Nhạc và Kịch Nghệ và nhiều trường trung học. Ông đã viết nhiều sách nghiên cứu và giáo khoa nhạc: Nhạc Ngữ Việt Nam, Tìm Hiểu Dân Ca Việt Nam, Nhạc Lý Tân Biên, Giáo Khoa Âm Nhạc, Nhạc Lý Toàn Thư, Hỏi và Đáp Nhạc Lý, Nhạc Hòa Âm và Nhạc Đơn Điệu, Thuật Sáng Tác Ca Khúc.

Đã gặp ông, sống với ông một thời gian, hát nhạc của ông từ thuở nhỏ nhít, tôi thấy ông là người luôn lạc quan, vui vẻ, yêu người, yêu đất nước, không bao giờ tắt tiếng cười trong một cuộc sống hết sức nhẹ nhàng. Ông rong chơi trong thế giới đong đầy nắng hạ này khi Hè Về, hết hè ông rộn ràng lên đường khi Rạng Đông vừa tới. *Anh nghe chăng cung kèn rạng đông / Đang uy linh lừng vang trên không / Đang tha thiết hùng hồn / Khơi chí gan Lạc Hồng / Cháy lên nhuộm trên ánh hồng".*

Dù ở bất cứ đâu ông vẫn là người mẫn tiệp trong xử thế, nhẹ nhàng trong cung cách sống. 64 năm tại thế có quá ngắn cho một người Việt yêu nước, tài hoa và hiền lương như ông không?

09/2025

ĐỌC "NGÔ ĐÌNH DIỆM VÀ TÔI" CỦA BÙI CÔNG VĂN

Hồi ký viết về cố Tổng Thống Ngô Đình Diệm có khá nhiều. Hầu hết đều viết về thời kỳ ông Ngô Đình Diệm chấp chánh. Cuốn Hồi Ký của ông Bùi Công Văn khác. Ông viết về thời gian ông Ngô Đình Diệm còn "in gót nơi quê người". Chúng ta vẫn nghe loáng thoáng thời kỳ ở New York, ông Diệm ở trong một tu viện. Điều này đúng nhưng không đúng hẳn. Ông Diệm có phòng ở tại Chủng Viện Maryknoll tại Ossining, phía Bắc thành phố New York, và Lakewood ở New Jersey, nhưng sống một thời gian dài nơi nhà ông Bùi Công Văn.

Ông Bùi Công Văn, người Cần Thơ, sanh năm 1919, là người có khiếu sinh ngữ. Ông biết tiếng Anh, Pháp, Nhật và Quảng Đông. Sau một thời gian làm tiếp viên hàng không cho hãng Air France và làm việc tại British Council ở Sài Gòn, ông được tuyển vào làm biên tập viên cho đài Tiếng Nói Hoa Kỳ VOA khi đó có trụ sở tại thành phố New York. Ông và gia đình đặt chân tới New York vào tháng 4 năm 1951.

Cơ duyên khiến ông biết và quen với ông Diệm là một bức thư do ông Dư Phước Long, thông dịch viên tại Cơ Quan Thông Tin Hoa Kỳ USIS tại Sài Gòn, nhờ ông trao tận tay cho ông Diệm khi đó đang ở khách sạn Whitehall. Ông Diệm rời Việt Nam qua La Mã trong đoàn người đi hành hương Năm Thánh 1950 rồi bay qua Mỹ. Mọi thư từ Việt Nam gửi cho ông Diệm đều bị nhà cầm quyền Pháp kiểm duyệt hoặc

Ông Bùi Công Văn trên chiếc velo-solex ở Sài Gòn (2/14/1951)

tịch thu nên ông Dư Phước Long mới phải nhờ ông Văn mang tay qua cho ông Diệm. Một tháng sau khi đặt chân tới New York, ông Văn tới gặp ông Diệm. *"Cái tên Ngô Đình Diệm, chúng tôi đã nghe nhắc đến rất nhiều lần, nhưng đây là lần đầu tiên được gặp ông. Trước mắt chúng tôi là một người đàn ông trạc ngoài năm mươi, vóc dáng thấp, tóc đen nhánh, làn da sạm nắng và khuôn mặt sáng rỡ. Ông mặc một bộ vest nâu sẫm với chiếc cà vạt giản dị - phong thái khiêm tốn, ăn mặc xuề xòa. Dù không đứng dậy đón tiếp, nhưng ông giơ nhẹ hai tay, nở nụ cười hiền hậu và thân tình - một cử chỉ giống như từ một người cha - khiến chúng tôi lập tức có cảm giác gần gũi. Ông ra hiệu mời chúng tôi ngồi xuống đối diện. Tôi mở đầu câu chuyện bằng cách giải thích cho ông Diệm hoàn cảnh gia đình tôi và ông Dư Phước Long đã gửi gắm một bức thư nhờ tôi chuyển tận tay như thế nào. Ông không hỏi nhiều về lá thư hay người gửi, mà chỉ chú tâm hỏi về tình hình quê nhà vào thời điểm chúng tôi rời đi. Ông lắng nghe chăm chú, châm một điếu thuốc rồi gạt tàn ngay sau một hơi rít ngắn - bằng cách vê đầu điếu thuốc vào gạt tàn. Đó là một thói quen rất đặc trưng của ông. Suốt nhiều năm sau, chúng tôi vẫn thường quan sát ông làm động tác ấy - châm thuốc, rít một hơi, nhẹ nhàng cọ điếu thuốc vào mép ly hay gạt tàn - lặp đi lặp lại như một phản xạ, trong khi ông độc thoại hàng giờ liền. Cách ấy khiến ông bận rộn với đôi tay, mắt thì dán vào điếu thuốc, thay vì nhìn thẳng vào người đối diện. Khi ông nhìn ai, ánh mắt ông dường như xuyên qua họ, như thể đang chăm chú vào một điểm vô hình phía sau".*

Gia đình Bùi Công Văn đến New York ngày 4/25/51 (Hình do Air France cung cấp)

Ông Diệm cho biết ông không có tham vọng hoạt động chính trị mà chỉ muốn kết nối những đồng hương và sinh viên Việt Nam sống tại Mỹ. Ông cũng không làm chi ra tiền, chỉ sống nhờ tiền giúp đỡ của ông anh là Giám Mục Ngô

Đình Thục. Ngày 1/7/1952, ông Văn mở tiệc ăn đầy tháng đứa con được sanh ra tại Mỹ, mời tất cả bạn bè và người quen trong đó có ông Diệm. "*Ông Diệm đến sớm nhất. Khi mở cửa, chúng tôi suýt không nhận ra ông - khác hẳn người đàn ông mà chúng tôi gặp đêm đầu tiên ở Khách sạn Tudor cách đó 14 tháng. Có lẽ ông vẫn mặc bộ vest nâu sẫm và cà vạt xanh như trước, nhưng hôm nay ông trẻ trung và tươi tỉnh hơn, tay phải cầm một chiếc cặp đen to tướng. Lúc đi theo ông vào dãy hành lang dài dẫn vào phòng khách, lần đầu tiên chúng tôi chú ý đến dáng đi kỳ lạ của ông: là người có vóc dáng thấp, bước chân ông nhẹ và nhanh nhưng mũi bàn chân không hướng thẳng mà xòe ra ngoài. Trông như một con vịt đang tiến bước. Ở Việt Nam, chúng tôi gọi dáng đi ấy là chân đi "chữ bát" - giống như nét chữ Hán của số 8. Ông ngồi vào chiếc ghế danh dự, chiếc ghế bành duy nhất trong nhà, đặt chiếc cặp xuống và lấy ra bao thuốc Phillip Morris. Mới hút được nửa điếu, ông dập tắt bằng cách cọ nhẹ đầu thuốc vào gạt tàn, rồi lại châm điếu khác. Vợ tôi đem vào một khay với hai ly whisky pha soda, nhưng ông từ chối rượu và chỉ xin một tách trà đậm*". Quà ông Diệm mang tới bữa đó là một tràng hạt làm bằng hạt sen mà ông bảo là rất thơm, có thể pha trà hoặc cho lũ trẻ chơi. Nửa giờ sau, khách mời mới lục tục kéo tới.

Vài ngày sau, khi ông Văn đang làm việc tại Đài, ông Diệm điện thoại tới: "Anh Văn, tôi cần anh giúp. Tôi đang ở ga tàu. Anh có thể đến đây ngay được không?". Ông Văn trả lời cho biết ông sắp phải lên sóng nên không bỏ đi được. Ông Diệm vội nói: "Không quan trọng lắm. Nhưng lưng tôi đau kinh khủng. Tôi không nghĩ mình có thể trở lại Lakewood được". Ông Văn nói ông Diệm cứ tới nhà, vợ ông đang ở nhà có thể giúp ông được. *"Tối hôm đó, tôi về đến nhà thì thấy ông Diệm đang nằm nghỉ trên chiếc ghế dài phủ tấm vải đỏ do vợ tôi mua. Ông cố ngồi dậy nhưng nhăn mặt vì đau, rồi lại nằm xuống. Tôi giúp ông nằm cho thoải mái và ông kể rằng cơn đau lưng phát tác dữ dội trên đường về. Tôi nhờ bác sĩ hàng xóm - ông Meltzer - đến khám, dù đã khá muộn. Sau khi được tiêm thuốc và chườm nóng phần lưng dưới, ông Diệm đã đỡ hơn và có thể tự đi về lại căn hộ của chúng tôi. Vợ tôi chườm nóng cho ông suốt đêm. Hôm sau, ông đã khỏe hơn nhiều. Sau vài ngày nghỉ ngơi và điều trị tiếp, ông hoàn toàn bình phục, đi lại nhẹ nhàng và có vẻ vui vẻ hơn trước. Trước khi rời đi, ông bảo: "Anh biết không, hình như số phận đã đưa tôi đến với anh, mà tôi không hề có ý làm phiền đâu. Tôi hiểu cuộc sống của anh - với gia đình, con cái, đồng lương hạn hẹp. Tôi chỉ có thể nói lời cảm ơn anh từ tận đáy lòng". Vợ chồng tôi xúc động. Chúng tôi trấn an ông rằng ông không phải là gánh nặng gì cả, mời ông cứ trở lại bất cứ lúc nào ông muốn - chỉ mong ông không chê những bữa ăn đạm bạc và cuộc sống đơn sơ của chúng tôi. Ông nói lời tạm biệt và rời đi".*

Trong 9 tháng, từ năm 1952 qua năm 1953, ông Diệm đã tới ở với gia đình ông Văn. Lương của đài VOA chỉ đủ tiêu dùng, gia đình ông Văn không dư giả chi, nợ nần chồng chất, nhưng, với ông Văn, "hạnh phúc không nhất thiết phải cần nhiều tiền. Ở bên ông Diệm, chúng tôi đã tìm thấy ý nghĩa của cuộc sống và biết rằng mình đang làm những điều tốt đẹp cho ông ấy". Căn nhà thuê không rộng rãi chi, ông đã phải biến căn phòng khách thành phòng cho ông Diệm. Chiếc ghế dài được dùng làm giường ngủ. Ông Diệm hầu như đóng đô trong căn phòng này trừ vài dịp hiếm hoi ông phải ghé về chủng viện Maryknoll, mỗi lần chỉ vài ngày. Tình cảnh giật gấu vá vai này ông Diệm biết. Ông nói với bà Văn: "Tôi biết mình có thể là gánh nặng cho anh chị, nhưng tôi quá cô độc ở chủng viện. Nơi ấy biệt lập đến mức tôi không thể theo dõi được những gì đang diễn ra ngoài kia. Tôi chỉ mong anh chị rộng lòng và thông cảm cho phép tôi được tá túc nhiều ngày mỗi lần tôi đến. Với lại... dường như ở quê nhà đang có những diễn biến lớn lao."

Từ đó ông Diệm như là một thành viên trong nhà. Những ngày ông Văn phải đi làm ca ngày, ông Diệm dẫn đám con ông Văn ra công viên Riverside gần nhà chơi và chụp ảnh. Ông Diệm có cái thú chụp hình với chiếc máy Leica cũ kỹ. "*Với gia đình tôi, việc có ông ở cùng là một niềm vui lớn. Giữa đất khách quê người, chúng tôi coi ông như người thân ruột thịt, như một người cha nuôi. Thực tế là con cái chúng tôi tự nhiên gọi ông là 'Ông nội Maryknoll' mà chẳng có ai bảo chúng thế hay vì có ý đồ riêng nào, đủ cho thấy sự gắn bó thật lòng của chúng tôi với ông... Tình cảm của chúng tôi dành cho ông cũng tự nhiên như tình cảm của con cái dành cho cha mẹ. Và ông Ngô Đình Diệm cũng rất trân trọng chúng tôi. Tôi dành cho ông Diệm sự kính trọng và tình cảm gần như một người con dành cho cha. Thật vậy, các con của chúng tôi bắt đầu gọi ông là "Ông nội". Vì Dominic, Marie và có lẽ cả Mỹ Châu nữa vẫn còn nhớ ông nội của chúng ở*

Ông Ngô Đình Diệm trong chiếc ghế bành ưa thích của mình tại căn hộ của ông Bùi Công Văn (New York, 1952)

Việt Nam nên để phân biệt, chúng tôi gọi ông là "Ông nội Maryknoll". Cách gọi đó, mà cả tôi và vợ tôi cũng dùng khi nói với các con, cho thấy rõ tình cảm mà chúng tôi đã dành cho ông và tiếp tục giữ gìn qua nhiều năm sau. Cho đến tận bây giờ, dù bọn trẻ đã trưởng thành và phần lớn ký ức về ông nội Maryknoll đã mờ nhạt, thì đối với tôi và vợ, chúng tôi vẫn gọi ông như thế".

Ông Ngô Đình Diệm như không còn cô đơn nữa. Ông đã thực sự có một gia đình nơi đất khách. Mỗi lần đi đâu về, ông thường mua cho lũ trẻ khi thì trái cây, khi thì gói bánh quy mà ông gọi là "rackets" với cách phát âm tiếng Anh pha giọng Pháp không mấy rõ ràng. Cũng có khi ông mua đồ chơi cho đám trẻ. Như một chiếc điện thoại đồ chơi con nít cho Dominic hay chiếc túi xách nhựa màu xanh lá cây cho Mỹ Châu. Ông chơi với đám trẻ như ông nội chơi với cháu. *"Những lúc khác, ông chỉ đơn giản chơi đùa cùng lũ trẻ, và dường như trở nên thân thiết nhất với Dominic. Ông thường nhấc bổng cậu bé lên, đung đưa qua lại, hoặc giả vờ vật lộn rồi dạy Dominic một hai thế judo, vừa cười vừa thích thú không kém gì thằng bé. "Này con trai," ông hỏi, "nếu có một tên trộm lẻn vào nhà và định tấn công con, con sẽ làm gì?" Dominic siết chặt hai nắm tay bé xíu như một võ sĩ, rồi tung ra những cú đấm và những cú đá. Ông nội Maryknoll sẽ lao vào vật lộn với Dominic, cả hai cùng lăn ra sàn, cười nghiêng ngả".*

Nếu không có cuốn hồi ký của ông Bùi Công Văn, không bao giờ chúng ta có thể biết có một ông Diệm đời thường như thế. Chúng ta đã quen với ông "Tổng Thống Diệm" hơn là "ông Diệm rất người" trong cuộc sống thường nhật. Một chuyện ông Văn kể về khiếu khôi hài của ông Diệm. Khi

Ông Ngô Đình Diệm cùng gia đình họ Bùi và những bạn bè (New York, 1952)

nói về ông Lý Chánh Đức, một người quen sống tại New York, ông nhái điệu bộ của ông này. *"Ông đứng chắp tay, miệng méo xệch, rồi tiếp tục uốn lưng, vừa làm vừa bình luận: "Đức giống như một diễn viên trên sân khấu, múa theo tiếng castanets. Thân mình ông ta co giật, còn tay giật lên giật xuống như bị dây rối giật vậy. Với ông Ngô, chế giễu không phải là chuyện cấm kỵ. "Ông nội Maryknoll" ấy khi gặp Dominic thì hiền lành dạy võ, chơi đùa với lũ trẻ, nhưng khi nghe tôi kể lại cảnh Hòa khóc trong buổi họp ở nhà Đức Thanh, ông liền cảnh giác: "Coi chừng! Hòa là diễn viên. Hắn diễn đấy. Một giọt chân tình cũng không có đâu." Rồi ông Ngô liền bắt chước Hoà: dùng mu bàn tay quệt lên đôi mắt ráo hoảnh của mình, rồi đấm vào ngực như thể đang ăn năn hối lỗi - một màn tự thú giả tạo đến mức lố bịch".*

Ông Diệm mê chụp hình. Có lần khi vợ ông Văn và cô Yến, một sinh viên học nhạc tại Minnesota về New York chơi trong dịp hè, đang dắt tay nhau đi dạo trên bãi cỏ ở Chủng viện Maryknoll, ông Diệm đã chụp một tấm hình màu. Ông Huỳnh Sanh Thông khi coi bức hình đã bị *coup de foudre*. Ông lên tận Minnesota thăm người đẹp, theo đuổi trong một thời gian dài trước khi hai người nên duyên chồng vợ. Ông Diệm khi ngắm tấm hình đã đùa: "Nhìn cô Yến kìa! Cổ có đeo cái gì quanh eo phải không? Dưới tà áo dài đó có phải là lựu đạn không ta?".

Chung quanh ông Diệm có nhiều huyền thoại. Cuốn hồi ký của ông Văn giải mã được một vài huyền thoại này. Như chuyện "thày tu Diệm" tránh nói tới chuyện không thanh nhã liên quan đến phụ nữ. Ông Văn tiết lộ: *"Có lần tôi kể cho ông nghe về bà Hoàng Xuân Hãn, người mà tôi đã nhìn thấy ngày hôm đó đang đi bộ,tay trong tay với Đức Thanh gần ngân hàng của tôi, Ngân hàng Tiết kiệm Excelsior, tại đường 57 gần văn phòng VOA. Tôi cho rằng bà Hãn không phải là một người phụ nữ xấu xí vì bà ta thật sự trẻ trung và xinh đẹp. Có phải bà ấy đang cố dụ Đức Thanh rút tiền để bà ấy đi mua sắm không? Ông Diệm cười lớn rồi giải thích với tôi rằng bà Hãn là người "song tính" và mặc dù bà ấy có vẻ thân mật với Đức Thanh ngay cả ở nơi công cộng nhưng Đức Thanh không thể sơ múi gì được đâu. Theo ý ông Diệm, đối với người phụ nữ đó thì tất cả chỉ là một màn "đấm bốc trong bóng tối", hoàn toàn không phải như mọi người nhìn thấy. Có rất ít thông tin chi tiết được biết về bà Hãn, vợ của một học giả nổi tiếng từ Hà Nội, nhưng ông Diệm thì biết và đã kể lại cho chúng tôi nghe. Tôi thấy mừng khi nhận ra ông ấy là một con người hoàn toàn bình thường, bất chấp những lời đồn đại về việc ông 'ghét phụ nữ' hay là một 'trinh nam suốt đời' và những điều tương tự".*

Huyền thoại ông Diệm là một "thày tu" hoặc "tu xuất" cũng được ông Văn bật mí. Đó là điều người ta tưởng tượng và tiết lộ một cách ý thức như vô ý thức về sự đạo hạnh của ông Tổng Thống của một gia đình công giáo có ông anh là Giám mục. Ngày đó khi nghe những lời đồn đoán này tôi cũng nghĩ là thật. Trong đầu óc tôi, ông Tổng Thống Diệm chắc luôn nói chuyện với Chúa, đọc kinh cầu nguyện mỗi ngày. Những ngày sống trong gia đình ông Văn, ông Diệm không mang hình ảnh đó. *"Trong suốt thời gian sống với chúng tôi ở căn hộ đường 111, ông Diệm gần như suốt ngày ngồi trên chiếc ghế bành quen thuộc, trừ những lần đi dạo công viên hoặc đi lễ ngày Chủ Nhật. Nhiều lần, chúng tôi cùng ông đi lễ tại Nhà thờ Ascension trên đường 108. Ông quỳ bên cạnh tôi, thường ở hàng ghế đầu hoặc thứ hai, bên kia là Marie, Dominic và đôi khi là Mỹ Châu. Vợ tôi không đi nhà thờ vào thời điểm ấy vì phải chăm sóc bé Mỹ Nga. Trái với lời đồn rằng ông Diệm là "linh mục mặc thường phục" hay cực kỳ sùng đạo như một nhà tu, tôi chưa bao giờ thấy ông rước lễ hay cư xử khác gì so với chúng tôi - những tín hữu Công giáo bình thường và cũng không quá sùng đạo. Thực ra, ông Diệm không mang theo sách lễ hay tràng hạt, và ông cũng không ở lại nhà thờ lâu hơn gia đình tôi. Chúng tôi cũng chưa bao giờ thấy ông cầu nguyện hay thực hiện nghi lễ tôn giáo nào ở nhà. Nếu ông thực sự là một tín hữu Công giáo đặc biệt mộ đạo thì ông đã phải kín đáo đến mức không ai nhận ra, và tôi không hiểu những lời gán cho ông biệt danh "thầy tu" bắt nguồn từ đâu. Tôi sẽ không ngạc nhiên nếu phát hiện ra đó chỉ là những lời lăng mạ từ các đối thủ chính trị muốn biến ông thành một nhà tu xuất để hạ thấp uy tín chính trị của ông".*

Ông Ngô Đình Diệm lên đường sang Pháp tại sân bay Idlewild, (New York, 5/ 1953).
Đứng: Bà Văn, Ông Văn, Bùi Kiến Thành Ngồi: Ngô Đình Diệm, Linh mục Trần Đình Kiệm.

Năm 1953, một biến cố lớn xảy ra: ông Diệm được mời qua Pháp. Đây là một lời mời quan trọng khiến ông phải suy nghĩ lung. Ông rời nhà ông Văn, về lại chủng viện Maryknoll để tĩnh tâm suy nghĩ. Khi đó tình hình tại Đông Dương ngày càng tồi tệ sau những thất bại liên tiếp của quân đội

Pháp trên chiến trường. Có lẽ ông Diệm thấy tình thế đã chín mùi nên quyết định đi.

Đầu tháng 5 năm 1953, ông Diệm rời New York qua Paris. Hành lý chỉ có một chiếc va-ly và một chiếc cặp. Toàn thể đồ đạc còn lại, ông đã gửi nơi nhà ông Văn gồm sách vở, giấy tờ, quần áo và vật dụng cá nhân. Ông dặn ông Văn sau này gửi qua Paris cho ông Tôn Thất Cẩn nhận và giữ cho ông. Chiếc cà vạt cũ của ông bữa ra phi trường không thắt được nên ông Văn tặng ông một chiếc cà vạt mới.

Ông Diệm ra đi, nhà ông Văn bỗng vắng vẻ hẳn. Không còn ông trong căn phòng ngủ, không còn khách lai vãng, không có những cuộc trò chuyện xuyên đêm. Chiếc ghế dài ông nằm suốt nhiều tháng chừ vẫn còn in dấu người, chỗ giữa lún xuống, cong hẳn đi. Đám con ông Văn ngày nào cũng hỏi ông nội Maryknoll đâu rồi. *"Muriel còn quá nhỏ để nhớ hay trò chuyện về ông, nhưng với Dominic và Mỹ Châu, chúng tôi đành phải nói rằng: "Ông nội Maryknoll sẽ quay lại sau vài tuần nữa." Than ôi, câu nói ấy khiến hai đứa bắt đầu mong ngóng ông, chờ ông trở về với tay cầm trái cây hay một món đồ chơi nào đó, giống như những lần ông quay lại sau vài ngày ở các chủng viện Maryknoll tại Lakewood hay Ossining. Chỉ có Marie là biết rõ rằng ông nội đã sang Pháp - đi mãi mãi. Rằng có thể ông sẽ trở lại, nhưng điều đó, thực tế, là không thể".*

Giáng Sinh năm 1953, ông Văn viết cho ông Diệm một tấm thiệp với hàng chữ: "Tôi biết rằng quyền lực tự thân chưa bao giờ là điều mà ông quan tâm, nhưng đất nước cần ông, cần sự lãnh đạo của ông. Xin hãy tha thứ cho sự tự phụ của tôi. Tôi bây giờ còn nôn nóng hơn cả lúc ông còn ở đây với chúng tôi, vì giờ ông không còn ở đây để chúng tôi có cảm giác đang có một mục tiêu rõ ràng. Tôi biết ông sẽ gặp vô vàn trở ngại ở Paris, nhưng xin cho phép tôi mượn một câu nói cũ: 'Anh hùng tạo thời thế thì thời thế cũng tạo anh hùng.' Thưa ông, tôi nói điều này hoàn toàn xuất phát từ đáy lòng, không hề mang theo bất kỳ động cơ thầm kín nào."

Với thất bại của quân đội viễn chinh Pháp tại Điện Biên Phủ vào tháng 5 năm 1953, hội nghị Genève thành hình. Sau đó Quốc Trưởng Bảo Đại chỉ định ông Ngô Đình Diệm làm Thủ Tướng. Những gian truân tân Thủ Tướng gặp trong những ngày đầu chấp chánh như thế nào, lịch sử đã ghi lại và chúng ta cũng đã rõ. Không những các giáo phái và các kẻ nội thù muốn bứng ông ra khỏi nước, ngay cả Ngoại Trưởng Mỹ Foster Dulles cũng muốn loại bỏ ông. Ông trụ lại được là nhờ công lao của Lansdale nhất định ủng hộ ông, trái với những người Mỹ tại Sài Gòn khi đó. Lansdale có một biệt danh chua cay nhưng chính xác mà những người phản đối ông đặt cho: "người giật dây quyền lực".

Sau Tết, vào tháng 2 năm 1956, ông Văn được Đại Sứ Việt Nam tại Hoa Kỳ Trần văn Chương, cha của bà Ngô Đình Nhu, mời tới theo yêu cầu của ông Diệm. *"Dưới chân dung bà Trần Văn Chương, ngài Đại sứ hỏi tôi có bằng đại học không. Khi tôi trả lời là không, ông nói: "Không phải vì tôi coi trọng mấy thứ bằng cấp đó đâu. Chính Tổng thống Diệm cũng chẳng có bằng đại học!" Một lời hạ thấp gián tiếp dành cho chính Tổng thống của ông. Tôi không biết rằng ông Diệm đã yêu cầu Đại sứ liên lạc với tôi để đề nghị một vị trí tại Đại sứ quán! Sau vài câu vòng vo, Đại sứ Chương hỏi tôi muốn giữ chức vụ gì. Tôi đáp ngay, không do dự: "Xin lỗi nếu câu trả lời của tôi quá thẳng. Tôi không quan tâm đến một chức vụ nào trong Đại sứ quán của ông. Nhưng nếu đó là chỉ thị của Tổng Thống Ngô Đình Diệm, thì tôi chỉ mong một vai trò cố vấn-conseiller". "Xin anh giải thích thêm". "Cũng chẳng có gì cần giải thích nhiều. Ông hiểu ý tôi mà". Tôi không muốn nhấn mạnh lối chơi chữ ấy. Thay vào đó, tôi tiếp: "Chức năng của một conseiller là để cố vấn. Về nhiều vấn đề - chẳng hạn như cách thoát khỏi những kẻ tay sai của chủ nghĩa thực dân."*

Ông Chương gửi điện tín về Sài Gòn, câu trả lời của Dinh Độc Lập là một câu hỏi khác: "Ông Bùi Công Văn có muốn nhận chức Trưởng Phái Bộ tại Hồng Kông không?'. Ông Văn đã trăn trở suy tính trước khi quyết định. Ông rất muốn về Việt Nam nhưng chỉ muốn để góp ý với ông Diệm những khi ông cần tới ông. Ông thực sự không muốn sa chân vào vòng cương tỏa của chính trị. Nhưng rồi ông nhận lời vì một lý do hết sức thực tế. *"Trên hết, yếu tố quyết định là sự túng thiếu nghiêm trọng và cấp bách. Chúng tôi lúc nào cũng nợ nần. Điều đáng xấu hổ nhất là tôi vẫn còn nợ Đỗ Vạn Lý số tiền mà anh đã cho tôi vay không chút do dự khi chúng tôi còn thân thiết - số tiền ấy dùng để chuyển hành lý của ông Diệm sang Pháp. Và vào tháng Chín năm ngoái, khi tôi đưa Marie đi ghi danh vào Trường Trung học Holy Name ở Takoma Park, ở khu uptown Washington, D.C., tôi nhận ra tôi sẽ cần nhiều tiền hơn nữa cho con cái mình. Hôm ấy, trời đã tối, tôi giới thiệu con bé với Mẹ Bề trên trong ánh đèn vàng nhạt. Cả hai cha con đều mệt mỏi sau một ngày dài. Tôi phải nài nỉ bà nữ tu tốt bụng ấy cho Marie được nhận vào trường theo chế độ giảm học phí đặc biệt, trả thành nhiều đợt. Bà đồng ý, và điều đó khiến chúng tôi nhẹ nhõm đi phần nào, nhưng trải nghiệm đó đã in hằn trong tâm trí tôi. Đến nỗi, khi chú Gil ở VOA nói, "Hãy nghĩ đến các con của anh," thì câu nói ấy dội lại như tiếng chuông trong đầu tôi - vọng từ khoảnh khắc chiều hôm đó tại Holy Name".*

Gia đình ông Văn về tới Sài Gòn và được ông Diệm mời vào dinh Độc Lập. *"Chúng tôi ngồi yên, trong im lặng và háo hức, thì như từ trong không khí, một cánh cửa bên mở ra và ông bạn thân thiết - cũng là "ông nội Maryknoll" của bọn trẻ - Tổng thống Ngô Đình Diệm, bước vào. Tất cả chúng tôi đều đứng dậy. Marie phải giúp các em đứng lên vì với chúng, ông chỉ là ông nội quen thuộc, người từng chơi đùa với chúng vài năm trước. Ông Diệm mỉm cười thân mật, ra hiệu cho chúng tôi ngồi xuống, không bắt tay, rồi ngồi xuống chiếc ghế dài đối diện và mở lời: "À, vậy là các bạn mới về à?". Người đàn ông từng sống gần gũi với chúng tôi suốt nhiều tháng ở New York, giờ đây đã là Tổng thống Việt Nam. Ông không thay đổi gì nhiều, ngoại trừ một vẻ trang trọng nhẹ nhàng. Nhưng điều đó cũng bình thường, vì là một nguyên thủ quốc gia và một người theo đạo Khổng, ông buộc phải tuân thủ một số nghi thức nhất định, kể cả với "con cái" mình. Chúng tôi trò chuyện dài, thỉnh thoảng thân mật. Ông vẫn kể lại vài câu chuyện hài hước quen thuộc. Còn chúng tôi thì vui vẻ mỉm cười, nhưng vẫn giữ đúng mực, không dám đùa lại hay tỏ vẻ thân tình quá mức. Lúc này, những đứa nhỏ đã bắt đầu thiếp đi. Chúng tôi lần lượt đặt các cháu nằm xuống ghế sofa trong phòng tiếp khách, trong khi cuộc trò chuyện vẫn tiếp tục. Cho đến giờ, Marie vẫn chưa nói gì với Tổng thống - nhưng cũng chỉ có con bé là còn thức để theo dõi toàn bộ cuộc đối thoại dài dằng dặc của ông Ngô với chúng tôi. Sự hiện diện của gia đình tôi đêm ấy rõ ràng là một sự kiện hiếm thấy ở Dinh Độc Lập. Cuộc gặp đầu tiên với Tổng thống cũng là cuộc gặp cuối cùng mà ông vẫn giữ lại phần nào sự thân mật của những năm tháng cũ, khi còn chưa là Tổng thống. Đó cũng là lần cuối cùng Marie và các con tôi - những đứa trẻ từng chơi đùa với "ông nội Maryknoll" trong công viên Riverside - gặp lại ông. Từ đó cho đến lúc qua đời, ông Diệm không bao giờ gặp lại lũ trẻ nữa".*

Vợ chồng ông Văn còn gặp Tổng thống vài lần nữa trước khi lên đường đi Hồng Kông. Họ được ông Diệm tiếp trong phòng riêng một cách thân mật và không cần nghi thức. Một đêm nọ, khi đang nói chuyện với ông Văn, ông Diệm điện thoại cho ông Phó Tổng Thống Nguyễn Ngọc Thơ nói đợi ông Văn qua nói chuyện. *"Nhưng đúng theo thói quen, ông Diệm nói miên man rồi quên khuấy đi cuộc gọi đó. Khi tôi rời Dinh Độc Lập và được đưa đến tư dinh của ông Thơ thì đã ba giờ sáng! Người đàn ông tội nghiệp ấy không dám gọi lại phản đối lệnh của Tổng thống, cũng không dám để lại lời nhắn cho người gác cổng để hẹn tôi vào hôm sau. Thay vào đó, ông mặc nguyên bộ đồ ngủ nhăn nheo, mắt ngái ngủ và ngáp dài khi tôi được đưa vào gặp".*

Ngày 20/3/1956 gia đình ông Văn đi Hồng Kông. Tòa lãnh sự tại Hồng Kông gồm có 4 nhân viên, toàn người địa

Thống đốc Hồng Kông Sir Robin Black và phu nhân cùng ông bà Bùi Công Văn (1958 hoặc 1959)

phương. Họ đều là người bản xứ hoặc đã sống lưu vong tại Hồng Kông từ lâu. Ngoài ra có hai nhân viên phụ lo tóm tắt tin tức báo chí địa phương gửi về Sài Gòn và biên tập bản tin tiếng Việt cho kiều bào. Một trong hai nhân viên phụ này là bà Võ Thị Diệu Viên. Chúng ta biết bà hơn dưới cái tên Linh Bảo, tác giả cuốn "Gió Bấc". Bà kết hôn với một người Hoa.

Nạn tham nhũng và hối lộ của chính trường Hồng Kông là điều ai cũng biết, kể cả ông Thống Đốc người Anh cũng không ngoại lệ. Lãnh sự cũ là ông Francois Lê Quang Nhã, một người có quốc tịch Pháp, không dại chi mà không tham gia vào hàng ngũ tham ô này. Một trong những lợi nhuận là ký xác nhận hóa đơn do các nhà buôn xin thị thực thương mại để nhập hàng vào Việt Nam. Một phần lợi nhuận này được xung vào quỹ "đảng" của ông Nhu. Nhưng tới ông

Văn, ông luôn giữ liêm chính, không còn lợi nhuận để tài trợ cho quỹ đảng. Ông Cố Vấn Ngô Đình Nhu lập tức cử sứ giả qua thuyết phục ông Văn hợp tác với kế hoạch gây quỹ. *"Sự xác nhận ấy về "quyền lực phía sau ngai vàng" của phe ông Nhu khiến tôi vừa chán nản, vừa vỡ mộng. Tôi từ chối "chơi bóng," và các sứ giả trở về nước, không bao giờ quay lại nữa. Tôi tiếp tục kiểm tra hóa đơn thương mại như thường lệ, nhưng dần nhận thấy số lượng giảm hẳn. Trong khi đó, các bản kê vận chuyển vẫn ghi nhận khối lượng giao thương không thay đổi, thậm chí tăng đều. Rõ ràng họ đã né Lãnh sự quán, và các thương nhân Hồng Kông đã được "nhắc nhở" rằng không cần thị thực nữa. Mọi phản đối chính thức từ phía tôi đều bị phớt lờ"*.

Văn phòng của Cố Vấn Ngô Đình Nhu do Trần Kim Tuyến điều hành đã dần dần lấn hết quyền của bộ Ngoại Giao do Vũ Văn Mẫu điều khiển. Khi một báo cáo "mật và bảo mật" về việc Trung Cộng phá giá hàng tiêu dùng ở Hồng Kông đã bị rò rỉ và đăng nguyên văn lên một tờ báo ở Sài Gòn, ông Văn hốt hoảng hỏi ông Mẫu. Ông này cười: "Đừng hỏi tôi, hãy hỏi văn phòng Cố Vấn Chính Trị" rồi chỉ tay về phía dinh Độc Lập. Ngay Phó Tổng Thống kiêm Bộ Trưởng Kinh Tế Nguyễn Ngọc Thơ cũng bị khống chế. Hải quan trực thuộc bộ này. Khi ông Văn hỏi tại sao các lô hàng nhập khẩu không có xác nhận của tòa Lãnh Sự Hồng Kông vẫn được cho nhập, ông Thơ chỉ tay về phía Dinh Độc Lập; "Tất cả từ 'ông già' cả". 'Ông già' không phải là ông Diệm mà là ông Nhu hay các ông Cẩn, ông Luyện.

Chuyện xảy ra sau đó chứng tỏ sự chuyên quyền của ông

Ông Bùi Công Văn đọc diễn văn trong trang phục dân tộc nhân dịp Quốc khánh Việt Nam Cộng hòa (10 tháng 10, không rõ năm)

Nhu. Vợ ông Văn bị một người đàn ông do ông Nhu gửi sang Hồng Kông làm nhiệm vụ chính trị bí mật tới nhà yêu cầu bà góp tiền. Ông Văn nổi sùng, tức tốc về Sài Gòn xin gặp Tổng Thống. Lúc đó là tháng 3 năm 1960. Ông không được Tổng Thống quan tâm như những lần trước. *"Ban đầu, ông lắng nghe câu chuyện tôi kể với thái độ không biểu lộ gì. Rồi ông chậm rãi nhận xét: "Nhưng Đỗ Sỹ Kiệm - điệp viên chỉ huy Chiến dịch Celestine ở Hồng Kông - chỉ gặp vợ anh trong tư gia. Không có ai chứng kiến cả. Chỉ có lời của bà Văn." Tôi giận run người. Tôi đứng dậy, nghẹn lời vì phẫn uất: "Thưa Tổng thống, ngài cho rằng tôi nói dối sao?" Nước mắt trào ra, tôi nói tiếp: "Nếu ngài không tin tôi, thì sao còn giữ tôi ở vị trí hiện nay?" Tôi đã dâng đơn từ chức trong cơn phẫn uất*

- thẳng thắn và dõng dạc. Nhưng Diệm không chấp nhận. Khi ông tiếp lời, tôi hiểu rõ điều ông đang nghĩ: "Họ nói với tôi," ông lại viện dẫn cái "Họ" quen thuộc, "rằng bà Văn đã nhận hối lộ từ người Trung Quốc." Tôi đáp: "Cứ cho là như thế đi. Nhưng đó có phải là lý do để người của em trai ngài đến moi tiền vợ tôi? Việc đó có đúng không?" Mặt Tổng thống tái đi. Ông có vẻ bị xúc phạm, nghiêm giọng: "Ông Văn, hãy nhớ rằng tôi là Tổng thống. Hãy tôn trọng uy tín của tôi." Chính vì ông là Tổng thống nên tôi mới luôn dè dặt mỗi khi muốn báo cáo điều gì liên quan đến... gia đình ông. Lúc nào tôi cũng lo giữ gìn uy tín cho ông, và điều đó khiến tôi im lặng. Một khoảng lặng khó chịu bao trùm. Nhưng rồi Tổng thống nhượng bộ. Nét mặt ông dịu đi. Sau một hồi im lặng, ông bảo tôi đi gặp "Cố vấn Chính trị." Phản ứng của tôi lập tức: "Tôi không cần gặp ai khác ngoài ngài. Ngài là Tổng thống!". Diệm bật cười. Rõ ràng, ông chưa từng nghe ai trả lời như vậy. Không ai dám từ chối gặp Ngô Đình Nhu cả. Ngược lại, được gặp Nhu là một ân huệ lớn. Giọng ông trở nên dịu dàng, gần như chiều chuộng: "Tôi chưa bao giờ gặp ai lạ lùng như anh. Trong cả chính phủ này, chỉ có anh là không muốn gặp Cố vấn Chính trị." Rồi ông nhẹ nhàng: "Cứ đi gặp Nhu đi. Chỉ có ông ấy mới biết chuyện này. Tôi thì không". Chúng tôi chia tay trong tư cách bạn bè. Dẫu vậy, tôi có cảm giác đây là lần cuối cùng tôi được gặp người bạn và cũng là Tổng Thống của tôi. Khi nhìn ông lần cuối, tôi thầm nghĩ: Đây vẫn là Ngô Đình Diệm mà tôi từng biết. Dù ông có thay đổi, sâu bên trong, ông vẫn là bạn tôi. Vì ông, tôi sẽ ở lại vị trí này. Khi tôi mở cửa tiễn Tổng thống ra ngoài, ông

đi sát đến mức quần áo ông khẽ chạm vào người tôi. Tôi đâu ngờ rằng đó là lần cuối cùng ông ở gần tôi đến vậy".

Cuộc gặp gỡ với ông Nhu được văn phòng Tổng Thống sắp xếp. *"Tôi bước qua cánh cửa đệm cách âm, bước vào một căn phòng hình chữ nhật, lớn hơn một chút so với phòng Tổng thống, với tường được bọc đệm từ sàn đến trần. Phòng có máy lạnh (phòng Tổng Thống thì không), tủ hồ sơ kê sát tường, và một chiếc bàn dài với vài vật dụng rải rác. Ngô Đình Nhu đang ngồi đó. Nhu không đứng dậy, cũng không bắt tay. Ông chỉ nói: "Mời ngồi." Tôi có cảm giác như mình đang bước vào phòng khám của một bác sĩ phân tích tâm lý. Cố phá tan không khí căng thẳng, tôi mở lời trước (gần như đùa khi gọi ông là "Bác sĩ") và trình bày ngắn gọn những gì Đỗ Sỹ Kiệm đã làm ở Hồng Kông, đỉnh điểm là việc đe dọa vợ tôi. Tôi không nhắc đến Bác sĩ Tuyến hay bất kỳ ai khác. Toàn bộ phần trình bày mất khoảng năm phút. Trong suốt thời gian đó, Nhu không ngắt lời, không đặt câu hỏi. Có lẽ ông đã quá hiểu người của mình. Cuối cùng, ông nói - giọng ông ấm hơn tôi nghĩ: "Xin ông viết lại những gì ông vừa kể... (một thoáng ngập ngừng) ... để tôi có thể 'giải quyết' việc này." Tôi gật đầu đồng ý và đứng dậy. Không chuyện trò xã giao, không lời khách sáo. Một cuộc gặp gọn gàng, lạnh lùng, hiệu quả. Giống như gặp một bác sĩ phẫu thuật. Mọi chuyện chỉ kéo dài chưa đến mười lăm phút".* Chuyện được ông Nhu giải quyết khi ông lệnh cho Đỗ Sỹ Kiệm về lại Sài Gòn.

Ngày 27/2/1962, hai phi công Nguyễn văn Cử và Phạm Phú Quốc ném bom dinh Độc Lập. Hai trái bom rơi xuống cánh phải của dinh, nơi ở của gia đình ông Nhu. Bà Nhu bị thương. Một thời gian ngắn sau, bà Nhu tới Hồng Kông. "*Một buổi chiều, bà đáp xuống sân bay Kai Tak, hoàn toàn khác xưa. Không còn là Đệ nhất Phu nhân kiêu ngạo mà tôi từng ghét cay ghét đắng, giờ đây bà là một "nạn nhân đáng thương" của vụ ám sát, được Chúa ban cho một lần sống sót. "Họ nhắm vào chúng tôi," bà kêu lên, "Họ muốn giết tôi và chồng tôi!" Bà ngừng lại để lấy hơi rồi vội vã nói tiếp: "Họ biết rõ chúng tôi sống ở cánh phải của Dinh. Họ cố tình ném bom để chúng tôi bị tiêu diệt!". Người ta kể rằng, may mắn thay, bà Nhu chỉ bị bầm nhẹ do ngã xuống một cái hố bom phá sập sàn trệt. Chồng bà thoát chết không hề hấn gì. Nhưng người thực sự thiệt mạng là bà bảo mẫu chăm sóc con của ông bà. Khi chúng tôi hỏi thăm tình trạng của Tổng thống Diệm, giọng bà trở nên cay đắng: "Ồ, ông ấy! Không, ông ấy vẫn ổn, thậm chí không bị trầy xước! Chỉ có chúng tôi - rốt cuộc, chúng tôi mới là những người họ đang truy sát, không phải ông ấy". Chúng tôi đưa bà Nhu đến khách sạn Repulse Bay. Tại đó, sau khi cánh cửa phòng khép lại, vợ của Cố vấn Chính trị kéo ống quần lên cho chúng tôi xem những vết bầm tím. Trông cũng khá nặng. Bà đến Hồng Kông để sắm lại tủ quần áo mới, vì toàn bộ quần áo của bà đã cháy rụi. Cả quần áo của chồng bà cũng vậy, bà nói thêm. Tuy nhiên, bà từ chối mua đồ cho Tổng thống, vì "quần áo ông ấy không hề hấn gì trong vụ nổ." Chi tiết tưởng chừng nhỏ nhặt, nhưng nói lên rất nhiều về mức độ bà cân nhắc - cao hay thấp - đối với Ngô Đình Diệm*".

Vụ Phật giáo nổ ra ở Huế là dấu chấm hết cho vai trò

tổng thống của ông Diệm. Giờ là thời của ông Nhu và của anh em ông. Cùng với việc không có chỉ đạo nào từ phía Tổng Thống mà chỉ có từ văn phòng của ông Nhu chẳng khác gì một cuộc đảo chính cung đình. Đại sứ Mỹ Henry Cabot Lodge nhậm chức, tức tốc bay qua Sài Gòn. Mỹ đổi chính sách với Việt Nam. Đài Tiếng Nói Hoa Kỳ phát sóng những chương trình lên án chế độ của ông Ngô Đình Diệm. Tháng 9/1963, ông Võ Văn Lang, anh ruột ông Võ văn Hải, Chánh Văn Phòng phủ Tổng Thống, qua Hồng Kông và cho ông Văn biết "ông lo sợ Tổng Thống sẽ không thoát khỏi những sự kiện gần đây mà không tổn hại". Ông Văn suy nghĩ: *"Chúng tôi không thể tiếp cận ông nữa, và về sau, cũng không còn muốn gặp ông - không phải vì chúng tôi ghét ông, dù đã nếm trải đủ sự phiền hà mỗi lần cố liên lạc. Mà là vì mọi chuyện - và việc gặp ông cũng là một phần trong đó - đã trở nên vô nghĩa, vô vọng và mất hết tinh thần ngay từ khi mới bắt đầu. Nếu như các em của Diệm là Cẩn và Nhu, và nhất là đám tay chân của họ, đã để lại trong chúng tôi một ấn tượng sâu sắc rằng chính quyền của ông cần phải chấm dứt - chỉ để xóa sổ cái bộ sậu vây quanh ông - thì bản thân ông vẫn là người không thể thay thế. Chúng tôi dần nhận ra rằng không thực tế khi hy vọng có thể tách riêng ông ra khỏi các em mình. Thay vì mong muốn, chẳng hạn, thấy Nhu được bổ nhiệm làm đại sứ tại Washington D.C. thay cha vợ, chúng tôi lại hy vọng vào một cuộc ra đi trong danh dự, để rồi Tổng thống sẽ sống lưu vong cùng chúng tôi ở Mỹ một lần nữa. Thật vậy, đó là điều mà vợ tôi và tôi đã thầm mong suốt nhiều tháng, thậm chí trước cả khi các sự cố Phật giáo bùng nổ. Khi khủng hoảng phát triển, chúng tôi vẫn ngây thơ giữ niềm tin rằng giấc mơ ấy có thể trở thành hiện thực. Bản thân chúng tôi cũng cần một cuộc sống mới, và điều đó có thể tiếp tục từ nơi chúng tôi dừng lại năm 1953, nhưng với một Ngô Đình Diệm hiền hòa hơn, đã được trui rèn, và mãi mãi là ông nội Maryknoll của con gái chúng tôi. Mười năm sống trong chính trị hỗn loạn và đau đớn (khi tận mắt chứng kiến chính em trai mình phản bội) sẽ khiến ông trở lại là con người trước kia, và chúng tôi có thể báo đáp ân tình bằng cách giữ ông ở lại với chúng tôi đến cuối đời. Một lần nữa, đó là giấc mơ ngây thơ của chúng tôi".*

Bìa sách "Ngô Đình Diệm và Tôi" của Bùi Công Văn.

Giấc mơ của ông Văn tan vỡ khi cuộc đảo chánh ngày 1/11/1963 đã dẫn tới cái chết của ông Diệm và Nhu. Tin chính thức từ Hội Đồng Quân Nhân loan báo hai ông đã tự tử. Ông Văn không tin. Họ không bao giờ tự tử. Một điều bất ngờ đã xảy ra. Giáo sư Augustin Choy, người Hàn quốc, trên đường từ Sài Gòn về Nhật đã ghé Hồng Kông chỉ để gặp ông Văn, một người hoàn toàn xa lạ với ông. Ông Choy cho biết: "Tôi tận mắt nhìn thấy thi thể của Tổng thống Ngô Đình Diệm và ông Nhu, đẫm máu và bị biến dạng - ở phía sau xe tăng đậu tại Bộ Tổng Tham Mưu. Thật kinh tởm! Và lời khuyên của tôi dành cho ông, ông Lãnh sự, là: Đừng quay lại. Tôi biết họ đang gọi tất cả các đại sứ về nước. Đừng về nhà! Vì tôi là bạn thân của Đại sứ Hàn Quốc, tôi được phép tận mắt nhìn thấy thi thể. Rất ít người được thấy chúng. Và tin tôi đi, chính quyền quân sự đang làm đúng những gì mà chính quyền quân sự ở đất nước nghèo khổ của tôi đã làm cách đây không lâu: họ đang xé nát đất nước. Đừng tin tưởng họ với mạng sống của ông. Tôi nhắc lại: Đừng về nhà!"

Ông Văn đã không về Sài Gòn theo lời triệu tập các Đại sứ và Lãnh Sự của chính phủ mới. Ông trở về New York, "thành phố vẫn đầy ắp hình ảnh Ngô Đình Diệm, dáng đi lạch bạch như vịt, chiếc cặp phồng chứa đầy đồ chơi mang đến cho lũ nhỏ. Dù ông đã khuất, với tôi, ông chưa bao giờ biến mất".

Ông Văn mất vào năm 1999 tại Dallas, tiểu bang Texas.

11/2025

NHỮNG ĐIỀU CHƯA BIẾT VỀ "MÀU TÍM HOA SIM"

Hầu như ai trong chúng ta cũng biết bài thơ "Màu Tím Hoa Sim". Không đọc thơ cũng nghe hát trong các bản nhạc "Áo Anh Sứt Chỉ Đường Tà" của Phạm Duy, "Những Đồi Hoa Sim" của Dzũng Chinh, "Tím Cả Chiều Hoang" của Anh Bằng, "Tím Cả Rừng Chiều" của Thu Hồ, "Chuyện Người Con Gái Hái Sim" của Hồng Vân, ba bài mang tên "Màu Tím Hoa Sim" của Song Ngọc, Duy Khánh & Trọng Khương, và Phạm Anh Ngọc. Tai chúng ta nghe , miệng chúng ta đọc nhưng sâu hơn trong bài thơ này chúng ta ít người biết.

Tôi vừa được một anh bạn gửi cho bản *e-book* cuốn "Lê Đỗ Thị Ninh, Nguyễn Hữu Loan, Màu Tím Hoa Sim và Tôi". "Tôi" là Nguyễn Quốc Bảo, em con dì của Lê Đỗ Thị Ninh, "nàng" trong bài thơ. Cuốn sách mỏng, chỉ có 80 trang, nhưng tiết lộ được nhiều chuyện, những chuyện ông phải viết. "*Tôi viết những dòng này như một người Mohican cuối cùng của gia tộc, người còn giữ lại những mảnh ký ức đã bị thời gian, chiến tranh và nỗi sợ gặm mòn đến tận gốc rễ. Câu chuyện tôi sắp kể không phải được dệt lại từ truyền thuyết, không phải là phần lãng mạn hóa của văn học, cũng không phải là những hồi tưởng mong manh của một kẻ đã già. Nó là phần cuối cùng của một lịch sử gia đình, một bi kịch đã từng thật đến mức người lớn phải tránh nói trước mặt trẻ con, một nỗi đau từng khiến cả một đại gia đình trí thức ở Thanh Hóa chìm vào im lặng suốt hơn nửa thế kỷ. Tôi viết những dòng này không phải để làm sống lại kí ức cho riêng mình, mà để ngăn ký ức ấy chết theo tôi".*

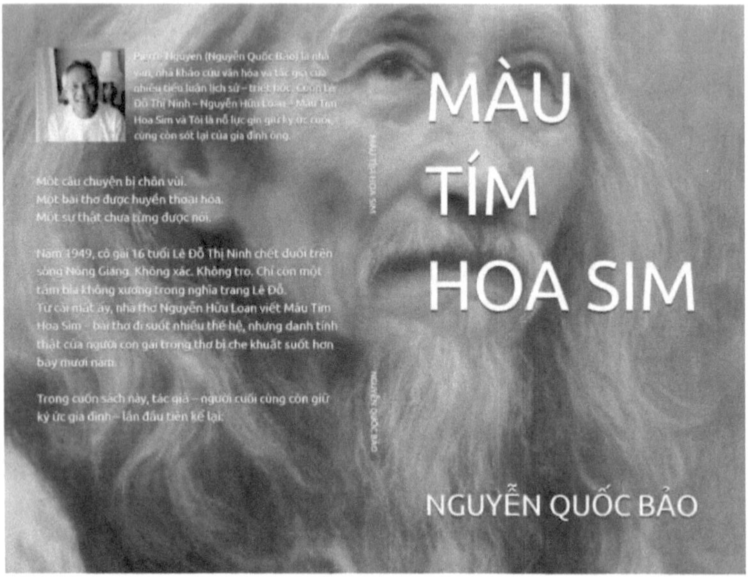

Bìa sách "Màu Tím Hoa Sim" của Nguyễn Quốc Bảo.

Chúng ta biết Hữu Loan là một nhà thơ nhưng ít ai biết ông là một người trí thức trẻ, tự học và đậu Tú Tài Toàn Phần Pháp trước 1945, một điều hiếm xảy ra trong xã hội Việt Nam thời đó. Hiếm hoi đến mức người lớn trong nhà khi nhắc tới đều hơi hạ giọng, như nói đến một điều vừa ngưỡng mộ, vừa khó tin. Ông quê quán tại Nga Sơn, tỉnh Thanh Hóa. "*Những năm bốn mươi chín, với đứa trẻ như tôi, Nga Sơn chỉ là cái tên xa mù, còn anh Loan là hình ảnh rất gần, một chàng trai ăn nói thanh âm trầm, giọng Thanh Hóa pha chút quê, bước ra bước vào tiệm sách của bác gái tôi ở phố Thợ Thêu, tỉnh lỵ Thanh Hóa*". Bác gái của tác giả là bà Đái

Thị Ngọc Chất, mẹ của cô Lê Đỗ Thị Ninh. Tiệm gồm sách Pháp, sách quốc ngữ, báo chí, tài liệu mà các gương mặt ham đọc ùn ùn kéo tới. Hình ảnh những ngày Hữu Loan tới tiệm sách còn hằn rõ trong trí của tác giả. *"Tôi không nhớ lần đầu tiên anh bước vào nhà là năm nào. Chỉ nhớ hình ảnh đó lắng lại trong trí nhớ: một người thanh niên mặc áo sơ mi đã cũ, nhưng ủi phẳng, tóc chải ngay ngắn, tay cầm chiếc cặp da sờn. Anh nói chuyện với bác gái tôi rất cung kính, nhưng ánh mắt tỉnh và thẳng. Về sau tôi mới biết, chính từ những lần lui tới tiệm sách ấy, bác tôi nhận ra khả năng đặc biệt của anh và mời anh về dạy học cho các con trai trong nhà. Từ đó, anh không còn chỉ là khách mua sách, mà trở thành người ra vào thân thuộc của gia đình Lê Đỗ"*. Hai học trò chính của lớp học tại gia này là Lê Đỗ Khôi, người tử trận chỉ vài giờ trước khi Điện Biên Phủ thất thủ, và Lê Đỗ Nguyên, sau này là Trung Tướng Hồng Cư, anh em cột chèo với Võ Nguyên Giáp. Vợ của Lê Đỗ Nguyên là Đặng Thị Hạnh, con gái học giả Đặng Thái Mai.

Nàng có ba người anh đi bộ đội
Những em nàng
Có em chưa biết nói
Khi tóc nàng xanh xanh
Tôi người Vệ Quốc Quân
xa gia đình
Yêu nàng như tình yêu em gái

Mến tài Hữu Loan, bà…gả con gái cho anh. Khi cưới anh là cán bộ Việt Minh giai đoạn đầu kháng chiến, một cán bộ trí thức. *"Trong trí nhớ được truyền lại của người lớn trong nhà, anh sống rất chặt chẽ, rất nề nếp. Bộ kaki của anh lúc nào cũng phẳng. Tối đến, trước khi ngủ, việc đầu tiên không phải là ngả lưng mà là tháo áo quần, vuốt từng nếp, xếp ngay ngắn, gấp phẳng, rồi đặt dưới gối. Như thể cái gối anh gối đầu là đồng thời gối lên danh dự của một người cán bộ – không cho phép mình nhăn nhúm, xộc xệch, dù chỉ trong giấc ngủ. Anh có một cây bút máy Parker màu bạc silver. Nói như thế bây giờ nghe nhẹ tênh, nhưng vào thời đó, Parker là cả một thế giới. Một thứ vừa xa xỉ, vừa biểu tượng, vừa là dấu hiệu của một tầng lớp, tầng lớp trí thức Tây học, biết chữ Pháp, biết làm báo cáo, viết diễn văn, soạn tài liệu. Anh giữ cây bút như báu vật. Người nhà kể, anh luôn cất nó vào một chỗ riêng trong ba lô, không cho ai động vào. Bút không chỉ để viết. Bút là cái chứng từ rằng anh đã từ cậu học trò tự học bên sông Mã, sông Lèn, bước lên thành người có thể đứng giữa Hà Nội mà thi đỗ Tú tài toàn phần như những con nhà gia thế".*

Đám cưới được tổ chức thật giản dị, ít nghi lễ. Cô dâu không may áo cưới. "*Ngày hợp hôn nàng không đòi may áo mới*". Cô sống một nếp sống khắc khổ, e thẹn, khép kín. Khi có người hỏi đùa sao cô dâu mà không đòi may áo cưới, cô chỉ cười trả lời: "*Thời chiến mà, cần chi áo mới*". Chú rể mặc quân phục. "*Tôi mặc đồ quân nhân / đôi giầy đinh / bết bùn đất hành quân / Nàng cười xinh xinh / bên anh chồng độc đáo*". Sau vài mâm cơm, ít câu chúc tụng, những cuộc trò chuyện vội vàng, đám cưới kết thúc.

Dưới mắt tác giả Nguyễn Quốc Bảo, Lê Đỗ Thị Ninh là một bóng hình dễ mến. "*Chị là chị họ ruột của tôi, gần gũi*

Nhà Thơ Hữu Loan và tác giả Nguyễn Quốc Bảo.

như anh em ruột, và chị thân thiết với chị tôi - Nguyễn Thị Huệ - hai người bằng tuổi nhau, đi đâu cũng kè kè bên nhau. Tôi còn nhớ rất rõ, trong đám đông trẻ con năm ấy, chị Ninh lúc nào cũng là người e ấp nhất. Chị không ồn ào, không nói nhiều, không liều lĩnh như đám con gái tản cư chạy ngoài bãi cát Sầm Sơn. Chị hiền đến độ chỉ cần một tiếng gọi hơi đột ngột cũng đủ làm chị đỏ mặt; thẹn đến độ chỉ cần có người lén nhìn chăm quá vài giây là chị nép vào vai chị tôi. Mỗi lần gặp, chị luôn cúi đầu chào rất lễ phép, tiếng nói nhỏ, nhẹ, ngữ điệu như nắng sớm vắt qua bờ giậu. Trong mắt tôi lúc ấy, chị là hình ảnh của một người con gái chưa hề biết yêu, chưa hề bước ra khỏi chiếc vỏ mỏng manh của tuổi dậy thì. Chị giống như một búp sen vừa nở được một cánh mỏng đã bị sương khuya thấm vào, khép lại mãi mãi".

Cô dâu Lê Đỗ Thị Ninh là con của ông Lê Đỗ Kỳ và bà Đái Thị Ngọc Chất. Bà Ngọc Chất thuộc một gia đình coi trọng chữ nghĩa. Bà là chị cả, nghiêm trang, nề nếp, có cái uy tự phát tiết trong người. Bà là chị ruột của bà Đái thị Kim Chữ, mẹ của tác giả Nguyễn Quốc Bảo, và nhà văn Tchya Đái Đức Tuấn. Cha mẹ của họ là ông Đái Xuân Quảng và bà Đỗ Thị Hiền. Họ Đái gốc Quảng Xương bên Trung Hoa đến An Nam từ thời Cao Biền. Họ Đỗ của bà Đỗ Thị Hiền cùng tộc với thi hào Đỗ Phủ là một cự tộc bên Trung Hoa. Cụ Đỗ Các, cố ngoại của tác giả và cô Lê Đỗ Thị Ninh, làm tới Án Sát tỉnh Thanh Hóa, có 5 vợ. Bà vợ thứ ba là bà Phạm thị Lương sanh ra bà Đỗ Thị Hảo sau này là vợ đầu tiên của học giả Trần Trọng Kim. Chính cụ Đỗ Các đã tài trợ cho con rể Trần Trọng Kim du học bên Pháp.

Lê Đỗ Thị Ninh chết đuối vào năm 1949, thời tản cư. Bữa đó, như mọi ngày, chị ra giặt đồ bên dòng Nông Giang. Bất thần nước đổ xiết. Những người đàn bà đang giặt hoảng hốt ôm đồ chạy lên bờ. Chỉ có một người không chạy kịp. Chị trượt chân, dòng nước dữ kéo chị đi trong chớp mắt. Không ai kịp níu người gặp nạn. Suốt ba ngày đêm, dân làng chèo bè kiếm xác chị. Họ vớt từ khối rác hay bọt bèo nổi lên mong tìm thấy xác chị bám theo. *"Tôi cũng là một trong những đứa trẻ ấy - vừa tò mò, vừa sợ hãi, vừa không hiểu vì sao chỉ trong một buổi chiều, một người còn cười nói đã biến mất như vậy. Khi người ta vớt được xác chị, nước đã làm biến đổi nhiều thứ. Tôi chỉ thấy người lớn quây quanh, khăn áo sũng nước, mắt đỏ hoe, còn chị thì nằm im, nhỏ bé, không còn là cô gái mười sáu tuổi e ấp ngày cưới nữa. Thân thể ngâm nước đã phình lên".* Bà mẹ Đái Thị Ngọc Chất ngồi bên xác con không khóc, không kêu, không gào thét được. Bà chỉ ngồi bệt xuống đất, hai bàn tay run run giữ hai đầu gối, mắt mở trừng trừng nhìn vào xác thân con như nhìn một chiếc bóng vừa tách ra khỏi đời mình. Ba đứa con nhỏ của bà: Lê Đỗ Bình, Lê Đỗ Thái, Lê Đỗ Như run rẩy đứng sau lưng bà không hiểu chuyện chi đã xảy ra.

Đám tang vội vã đến nát lòng. Quan tài là vài tấm ván mộc ghép lại, không kèn trống, không cúng kiếng, được mang ra một miếng đất cao vùi vội xuống một khung huyệt nhỏ. Một ụ đất thấp được đắp lên, cắm một nén nhang, không có bia, không có tên, chỉ có bình hương lạnh là chiếc bình hoa ngày cưới.

Khi nghe tin dữ, Hữu Loan đứng bật dậy, mặt tái như chàm rồi ngồi sụp xuống đất như đôi chân không còn sức chống đỡ. Suốt đêm hôm đó ông ngồi dựa gốc cây, không nói một lời, chỉ lặng người nhìn lên trời. Sáng hôm sau ông lặng lẽ trở lại công việc nhưng từ bữa đó tóc mai ông bạc rất nhanh.

Tôi về
không gặp nàng
Má tôi ngồi bên mộ con đầy bóng tối
Chiếc bình hoa ngày cưới
thành bình hương
tàn lạnh vây quanh
Tóc nàng xanh xanh

ngắn chưa đầy búi
Em ơi giây phút cuối
không được nghe nhau nói
không được trông nhau một lần

Trung tướng Lê Đỗ Nguyên và Đại tá Lê Đỗ Thái ("Đứa em chưa biết nói")

Không còn nhìn thấy người đã khuất, Hữu Loan cũng không bao giờ được nhìn thấy những người thân của vợ kể từ khi ông ra khỏi Đảng vào năm 1950. Ngay Đỗ Lê Thái, *"đứa em chưa biết nói"*, khi đó là Đại Tá, cũng không bao giờ thăm gặp ông. Không phải vì oán ghét chi mà vì sợ. Chỉ có Hữu Loan không sợ. Sau những năm cải cách ruộng đất, chỉnh huấn, đấu tố và Nhân Văn Giai Phẩm, Hữu Loan bị cô lập. Vậy mà anh lập gia đình lần nữa. Như một chống đối. Không cưới hỏi chi. *"Tôi vẫn nhớ rất rõ câu chuyện về chị*

Nhu - người vợ sau của anh Loan. Một lần ngồi giữa gian nhà lợp ngói cũ ở Nga Sơn, chị kể cho tôi nghe giọng nhỏ, mà như ai rót nước nóng vào tim. Chị bảo, chị là con út trong một gia đình chỉ có vài thửa ruộng con. Vậy mà Cải cách Ruộng đất xếp họ vào hạng tiểu tư sản. Bố mẹ bị đấu tố, bị "thất lộc", nhà cửa mất sạch, ruộng vườn bị chia, cả gia đình tản mác như tro bay trên đồng mùa đông. Chị trở thành một đứa con gái không nhà không cửa, ban ngày lang thang, ban đêm ngủ nhờ. Cái nghèo đứt ruột thì người ta còn chịu được, nhưng cái nhục bị bêu riếu giữa sân đình thì chị nói, "nó theo riết như mùi khói rơm ám trong áo". Ấy vậy mà trong những ngày thất thểu ấy, chị vẫn có thói quen lén đến đứng ngoài cửa ngôi trường dựng tạm ở đình làng. Chị đứng nép sau cột đình, chỉ để nghe một người thầy trẻ giảng Kiều cho mấy đứa học trò. Chị bảo, chị không hiểu hết, nhưng mỗi lần nghe đến câu thơ nào anh giảng say mê, chị thấy như đời mình bỗng đỡ tối một chút. Người thầy ấy chính là anh Loan".

"Anh Loan" lúc đó thấy chi? *"Anh nói với tôi, lần đầu thấy chị đứng sau cột đình, gương mặt ngơ ngác mà ánh mắt đầy sợ hãi, anh tưởng chị là người tò mò qua đường. Nhưng sau nhiều buổi, anh nhận ra sự lặp lại ấy có một nỗi niềm khổ nhục nào đó. Anh tìm hiểu, hỏi chuyện, biết tận cùng hoàn cảnh của chị. Và theo cách rất Hữu Loan - anh không sợ chính quyền, không sợ công an, không sợ "tai tiếng" gì hết - anh đưa chị về nhà nuôi. Rồi hai người thành vợ thành chồng, âm thầm, không hôn lễ, không họ hàng, không ai dám chúc phúc. Nhưng họ sinh được chín người con. Chín đứa trẻ lớn lên giữa nghèo khó, kéo đá, thồ vôi, nhưng lớn lên bằng một thứ mà đảng tịch, chính quyền hay bất kỳ tờ giấy nào không thể cho, sự tử tế của bố, một người đàn ông từng đứng giữa chiến khu, từng từ bỏ mọi thứ để giữ cho mình một chút trong veo còn sót lại".*

Vợ chồng nhà thơ Hữu Loan.

Chỉ vì chút "trong veo" mà một nhà thơ của cả một thế hệ, một người thầy được mọi người kính trọng, một trí thức tự học đậu Tú Tài Pháp, đã phải kéo xe chở đá trên con đường gập ghềnh trong làng, lưng cong vì sức nặng khi lên dốc. Vợ anh phải buôn bán lậu ở chợ để kiếm chút cháo nuôi đàn con nhỏ và một ông chồng bị đày đọa vì muốn đứng thẳng lưng. "*Anh Loan đưa mắt nhìn ra vườn, đưa mắt nhìn ra cái hiên thấp lợp ngói mốc, hai cột tre chống xiêu vẹo, cái bàn gỗ lổn nhổn nồi niêu chén bát, rổ thau úp ngược, cái sọt nhựa đỏ dựng ở góc, cái bát trắng lẻ loi trên nền xi măng ẩm mốc. Cả cái gian bếp tăm tối ấy, với cửa gỗ hé mở và đống bao tải vứt trong góc, chính là phần đời mà người ta đã bắt nhà thơ sống sau khi đã "đánh" xong anh. Rồi ông bật cười, một tiếng cười nhẹ như tiếng gỗ va nhau: "Tao nói rồi... tụi kia toàn một lũ hèn. Chỉ có vài người chịu đứng thẳng. Mà đứng thẳng thì gãy." Ông nói, nhẹ như thở: "Đảng, Tố Hữu hay Trường Chinh...cũng không đoạn trường được tao. Tao bị chúng nó đánh đến nát rồi...không còn đánh thêm được nữa; nên tao nhìn mọi chuyện... rất thảnh thơi."*

Thảnh thơi như những bụi hoa sim tím thẫm. Hoa sim ở đâu mà bài thơ mang tên "Màu Tím Hoa Sim" khiến thứ hoa tầm thường trở thành thứ hoa được người đời nhìn như những bông hoa cao quý của một đời chồng vợ chỉ vẻn vẹn ba ngày. *"Hoa sim trong thơ Hữu Loan không mọc ở đâu xa xôi. Nó mọc tím trên những đồi thấp quanh ấp Thị Long - đúng nơi chị Lê Đỗ Thị Ninh mất. Từng bụi sim, từng cành hoa tía đậm, từng cánh hoa rung trong gió đều là nhân chứng câm lặng cho một cái chết thật. Và vì thế, Hữu Loan không chỉ viết thơ; ông viết nỗi đau thật thành ngôn từ, vật hóa bi kịch thành câu chữ, làm bất tử một người con gái mới mười sáu tuổi. Tôi viết những dòng này bằng tư cách một người đã đi qua lịch sử, bị lịch sử xé nát tuổi thơ, và tình cờ trở thành nhân chứng cuối cùng của một câu chuyện mà cả nước thuộc, nhưng ít ai biết gốc gác thật của nó"*.

Nhiều người đã đọc bài "Màu Tím Hoa Sim" và hầu như

Bia mộ nhà thơ Hữu Loan.

ai cũng đã từng nghe những bài nhạc ăn theo bài thơ. Tôi nhớ những ngày trong các ngõ hẻm Sài Gòn xưa bản nhạc của Dzũng Chinh ra rả suốt ngày, nhà nọ dắt díu qua nhà kia. Chúng ta chỉ biết đây là một chuyện tình bi thảm lấy được nước mắt của mọi người. Biết hơn một chút thì đây không phải một chuyện tình trong tiểu thuyết mà là một bi kịch có thật xảy ra trong đời tác giả Hữu Loan. Nhờ cuốn sách của tác giả Nguyễn Quốc Bảo, một người thân trong gia đình "nàng", mà chúng ta biết đầy đủ về tấm bi kịch của cô gái 16 tuổi và nhà thơ. Có lẽ bi kịch này đã đẩy tác giả tới việc bỏ Đảng, chấp nhận cuộc sống của người bị bỏ ra bên lề chế độ. Phong ba bão táp đã đổ xuống suốt cuộc đời còn lại của tác giả Hữu Loan, không những tách ông ra khỏi xã hội mà tách ông ra khỏi cả gia đình bên vợ. Chỉ vì họ sống trong nỗi sợ hãi. Chỉ có ông kiên cường sống bất khuất. "*Đảng, Tố Hữu hay Trường Chinh...cũng không đoạn trường được tao. Tao bị chúng nó đánh đến nát rồi...không còn đánh thêm được nữa; nên tao nhìn mọi chuyện... rất thảnh thơi.*"

Tôi chưa bao giờ thấy một đóa sim nhưng vẫn mường tượng đó như một vết bầm đọng máu tím tái. Những vết bầm trên người nhà thơ bất khuất Hữu Loan!

12/2025

Cuối Thu

*Trang Châu

05/2024

Gởi Song Thao

Trời cuối thu, ta cuối đời
Cành phơi lá úa, sương phơi mái đầu

Heo may gió thoảng về đâu
Chiều thu nắng nhạt len sâu vào lòng
Tầng cao mây trắng bâng khuâng
Ta nơi lũng thấp âm thầm cô liêu

Cuối thu đường lạnh một chiều
Quên đi để nhớ sầu theo vào hồn
Buồn nào da diết buồn hơn
Hỏi đêm khuya vắng ai còn nhớ ai

Giờ ta khoác áo lên đồi
Dang tay đón những ngậm ngùi xa xăm
Cuối mùa, trời bước sang đông
Tan theo băng giá hương nồng năm xưa

11/2025

CÙNG MỘT TÁC GIẢ

Bỏ Chốn Mù Sương (tập truyện, Kinh Đô, Houston, Hoa Kỳ 1993)

Đong Đưa Cuộc Tình (tập truyện, Ngày Nay, Houston, Hoa Kỳ 1996)

Còn Đó Bóng Hình (tập truyện, Văn Mới, Los Angeles, Hoa Kỳ 1997)

Chân Mang Giầy Số 6 (tập truyện, Văn Mới, Los Angeles, Hoa Kỳ 1999)

Cuối Ngày, Một Lần Ngồi Lại (tập truyện, Văn Mới, Los Angeles, Hoa Kỳ 2001)

Bên Lưng Những Con Chữ (tập truyện, Văn Mới, Gardena, Hoa Kỳ 2003)

Phiếm 1 (Văn Mới, Gardena, Hoa Kỳ 2005)
(In lần thứ hai - Nhân Ảnh, Toronto, 2006)
(In lần thứ ba - Nhân Ảnh, Toronto, 2008)

Phiếm 2 (Văn Mới, Gardena, Hoa Kỳ 2005)
(In lần thứ hai - Nhân Ảnh, Toronto, 2006)
(In lần thứ ba - Nhân Ảnh, Toronto, 2008)

Phiếm 3 (Nhân Ảnh, Toronto, Canada 2006)
(In lần thứ hai - Nhân Ảnh, Toronto, 2008)

Chốn Cũ (tập truyện, Nhân Ảnh, Toronto, Canada 2006)

Phiếm 4 (Nhân Ảnh, Toronto, Canada 2007)
(In lần thứ hai - Nhân Ảnh, Toronto, 2015)

Phiếm 5 (Nhân Ảnh, Toronto, Canada 2008)
(In lần thứ hai - Nhân Ảnh, Toronto, 2015)

Phiếm 6 (Nhân Ảnh, Toronto, Canada 2009)
(In lần thứ hai - Nhân Ảnh, Toronto, 2015)

Phiếm 7 (Nhân Ảnh, Toronto, Canada 2009)
(In lần thứ hai - Nhân Ảnh, San Jose, 2016)

To the Top of Whistler (tập truyện chuyển sang Anh ngữ, Nhân Ảnh, Toronto, Canada 2010)
(In lần thứ hai - Nhân Ảnh, San Jose, 2016)

Phiếm 8 (Nhân Ảnh, Toronto, Canada 2010)
(In lần thứ hai - Nhân Ảnh, San Jose, 2016)

Phiếm 9 (Nhân Ảnh, Toronto, Canada 2011)
(In lần thứ hai - Nhân Ảnh, San Jose, 2016)

Phiếm 10 (Nhân Ảnh, Toronto, Canada 2011)
(In lần thứ hai - Nhân Ảnh, San Jose, 2016)
Phiếm 11 (Nhân Ảnh, Toronto, Canada 2012)
(In lần thứ hai - Nhân Ảnh, San Jose, 2016)
Phiếm 12 (Nhân Ảnh, Toronto, Canada 2012)
(In lần thứ hai - Nhân Ảnh, San Jose, 2016)
Tuyển Tập Truyện Ngắn Song Thao, Tập I
(Nhân Ảnh, Toronto, Canada 2013)
(In lần thứ hai - Nhân Ảnh, Toronto, 2015)
Phiếm 13 (Nhân Ảnh, Toronto, Canada 2013)
(In lần thứ hai - Nhân Ảnh, San Jose, 2016)
Tuyển Tập Truyện Ngắn Song Thao, Tập II
(Nhân Ảnh, Toronto, Canada 2013)
Phiếm 14 (Nhân Ảnh, Toronto, Canada 2014)
(In lần thứ hai - Nhân Ảnh, San Jose, 2016)
Tuyển Tập Truyện Ngắn Song Thao, Tập III
(Nhân Ảnh, Toronto, Canada 2014)
Tuyển Tập Truyện Ngắn Song Thao, Tập IV
(Nhân Ảnh, Toronto, Canada 2014)
Phiếm 15 (Nhân Ảnh, Toronto, Canada 2014)
(In lần thứ hai - Nhân Ảnh, San Jose, 2016)
Phiếm 16 (Nhân Ảnh, Toronto, Canada 2015)
Phiếm 17 (Nhân Ảnh, Toronto, Canada 2016)
Phiếm 18 (Nhân Ảnh, Toronto, Canada 2016)
Dấu Chân Lang Bạt I (Nhân Ảnh, Toronto, Canada 2016)
(In lần thứ hai - Nhân Ảnh, Huntington Beach, Hoa Kỳ 2022)
Phiếm 19 (Nhân Ảnh, San José, Hoa Kỳ 2017)
Phiếm 20 (Nhân Ảnh, San José, Hoa Kỳ 2017)
Phiếm 21 (Nhân Ảnh, San José, Hoa Kỳ 2018)
Phiếm 22 (Nhân Ảnh, San José, Hoa Kỳ 2019)

Phiếm 23 (Nhân Ảnh, San José, Hoa Kỳ 2019)
Phiếm 24 (Nhân Ảnh, San José, Hoa Kỳ 2020)
Phiếm 25 (Nhân Ảnh, San José, Hoa Kỳ 2020)
Phiếm 26 (Nhân Ảnh, San José, Hoa Kỳ 2021)
Phiếm 27 (Nhân Ảnh, San José, Hoa Kỳ 2021)
Dấu Chân Lang Bạt II (Nhân Ảnh, Huntington Beach, Hoa Kỳ 2022)
Phiếm 28 (Nhân Ảnh, Huntington Beach, Hoa Kỳ 2022)
Phiếm 29 (Nhân Ảnh, Huntington Beach, Hoa Kỳ 2023)
Phiếm 30 (Nhân Ảnh, Huntington Beach, Hoa Kỳ 2023)
Phiếm 31 (Nhân Ảnh, Huntington Beach, Hoa Kỳ 2024)
Phiếm 32 (Nhân Ảnh, Huntington Beach, Hoa Kỳ 2024)
Phiếm 33 (Nhân Ảnh, Huntington Beach, Hoa Kỳ 2025)
Phiếm 34 (Nhân Ảnh, Huntington Beach, Hoa Kỳ 2026)

Nhà xuất bản NHÂN ẢNH
18366 Mapledale LN
Huntington Beach, CA 95678
U.S.A.
E-mail: han.le3359@gmail.com

Liên lạc với tác giả:
TẠ TRUNG SƠN
7805 Claire Fauteux, #1
Montréal, Qc., H1K 5B6 - Canada
Điện thoại: 514-354-5338
Cell: 514-916-5338
Email: tatrungson@hotmail.com

www.ingramcontent.com/pod-product-compliance
Lightning Source LLC
LaVergne TN
LVHW090221051026
849517LV00001B/154
* 9 7 9 8 2 9 5 6 0 9 6 6 4 *